காதல் மொழிகள் ஐந்து

காதல் மொழிகள் ஐந்து

கேரி சேப்மேன்

தமிழில்: நாகலட்சுமி சண்முகம்

MANJUL
மஞ்சுள் பப்ளிஷிங் ஹவுஸ்

First published in India by

MANJUL

Manjul Publishing House

Corporate and Editorial Office

• 2nd Floor, Usha Preet Complex, 42 Malviya Nagar, Bhopal 462 003 - India

Sales and Marketing Office

• C-16, Sector 3, Noida, Uttar Pradesh 201301 - India

Website: www.manjulindia.com

Distribution Centres

Ahmedabad, Bengaluru, Kochi, Kolkata, Chennai,
Hyderabad, Mumbai, New Delhi, Pune

Tamil language translation of *The Five Love Languages* by *Gary D. Chapman*

This edition first published in 2012
Eleventh impression 2026

ISBN 978-81-8322-272-3

Translation by Nagalakshmi Shanmugam
Editing & Typeset by PSV Kumarasamy

Printed & bound in India by Repro India Ltd.

கரோலின், ஷெல்லி மற்றும் டெரெக்
ஆகியோருக்கு இப்புத்தகம் சமர்ப்பணம்

உள்ளடக்கம்

நன்றி

அன்பும் காதலும் வீட்டில் இருந்துதான் துவங்குகின்றன. அவை வீட்டிலிருந்துதான் துவங்க வேண்டும். என்னைப் பொறுத்தவரை, அவை ஐம்பது வருடங்களுக்கும் மேலாக என் தாயார் கிரேஸ் மற்றும் என் தந்தையார் சாம் வடிவில் என் வாழ்வோடு இருந்து வந்துள்ளன. அவர்கள் மட்டும் இல்லாமல் போயிருந்தால், அன்பையும் காதலையும் பற்றி எழுதுவதற்குப் பதிலாக, அவற்றை நான் இன்னும் தேடிக் கொண்டுதான் இருந்திருப்பேன். வீடு என்பதற்கு மற்றொரு பொருள், நாற்பது வருடங்களுக்கும் மேலாக என்மீது காதல் மழை பொழிந்து வரும் என் மனைவி கரோலின். என் மனைவி என்மீது அன்பு செலுத்துவதுபோல் எல்லா மனைவியரும் தத்தம் கணவன்மார்களை நேசித்தால், வெகுசில ஆண்களே வேலி தாண்டிப் பார்க்க ஆசைப்படுவர். என் குழந்தைகள் ஷெல்லியும் டெரெக்கும் இப்போது இறக்கை முளைத்து, கூட்டைவிட்டு வெளியேறி, புதிய உலகங்களை ஆராய்ந்து கொண்டிருக்கின்றனர். ஆனால் அவர்களது இதமான அன்பின் கதகதப்பில் நான் பாதுகாப்பாக உணர்கிறேன். என் வாழ்வில் நான் சிறப்பாக ஆசீர்வதிக்கப்பட்டுள்ளேன். அதற்காக நான் நன்றியுடன் இருக்கிறேன்.

அன்பு குறித்த எனது கருத்துக்கள்மீது பெரும் தாக்கத்தை ஏற்படுத்தியுள்ள பலருக்கு நான் கடன்பட்டுள்ளேன். உளவியலாளர்கள் ராஸ் கேம்பெல், ஜட்சன் ஸ்விஹார்ட், மற்றும் ஸ்காட் பெக் ஆகியோர் அவர்களில் சிலர். இப்புத்தகத்தைத் திருத்தியமைக்க உதவியதற்காக, டெபி பாருக்கும் கேத்தி பீட்டர்சனுக்கும் நன்றி. குறித்த நேரத்தில் இப்புத்தகம் வெளிவருவதற்கு ட்ரிசியா க்யூப் மற்றும் டான் ஷ்மிட்டின் தொழில்நுட்ப நிபுணத்துவம் பேருதவியாக இருந்தது. இறுதியாக, ஆனால் மிக முக்கியமாக, கடந்த முப்பது வருடங்களுக்கும் மேலாக, தங்களுடைய வாழ்க்கையின் அந்தரங்க விஷயங்களை என்னோடு பகிர்ந்து கொண்ட நூற்றுக்கணக்கான தம்பதியினருக்கு என் நன்றியைத் தெரிவித்துக் கொள்ள விரும்புகிறேன். இப்புத்தகம் அவர்களது நேர்மைக்கான அஞ்சலி.

1

திருமணத்திற்குப் பிறகு காதல் எங்கே மாயமாய் மறைந்து போனது?

ஒருமுறை நான் விமானத்தில் பயணம் செய்து கொண்டிருந்தபோது எனக்கு அருகே உட்கார்ந்திருந்தவர் தன் கையில் வைத்திருந்த இதழைத் தன் மடிமீது வைத்துவிட்டு, நான் இருந்த திசையை நோக்கித் திரும்பி, "நீங்கள் என்ன வேலை செய்கிறீர்கள்?" என்று என்னிடம் கேட்டார்.

"நான் திருமண ஆலோசனையாளராகப் பணியாற்றுகிறேன். திருமண வாழ்க்கையை வளமைப்படுத்துவது எப்படி என்ற தலைப்பில் கருத்தரங்குகளையும் நடத்தி வருகிறேன்," என்று கூறினேன்.

"நெடுங்காலமாக இதைப் பற்றி யாரிடமாவது கேட்க வேண்டும் என்று நான் நினைத்துக் கொண்டிருந்தேன். திருமணத்திற்குப் பிறகு காதல் எங்கே மாயமாய் மறைந்துவிடுகிறது?" என்று அவர் கேட்டார்.

ஒரு குட்டித் தூக்கம் போடலாம் என்ற என் நம்பிக்கையை ஓரங்கட்டி வைத்துவிட்டு, "நீங்கள் எந்த அர்த்தத்தில் கேட்கிறீர்கள்?" என்று அவரிடம் கேட்டேன்.

"நான் மூன்று முறை திருமணமானவன். ஒவ்வொரு முறையும், நாங்கள் திருமணம் செய்து கொள்வதற்கு முன் வாழ்க்கை அற்புதமாக இருந்தது. ஆனால் திருமணம் முடிந்தவுடன் எப்படியோ அது தலைகீழாகிவிட்டது. அவளிடம் நான் கொண்டிருந்ததாக நான் நினைத்தக் காதலும், அவள் என்னிடம் கொண்டிருந்ததுபோல் தோன்றிய காதலும் எப்படியோ மாயமாய் மறைந்துவிட்டன. நான் ஓரளவுக்கு புத்திசாலியான மனிதன். ஒரு வெற்றிகரமான வியாபாரத்தையும் நடத்தி வருகிறேன். ஆனால் என்னால் இதைப் புரிந்து கொள்ள முடியவில்லை."

"உங்களுடைய திருமணங்கள் எவ்வளவு காலம் நீடித்தன?"

"எனது முதல் திருமணம் சுமார் பத்தாண்டுகள் நீடித்தது. இரண்டாவது முறை நான் திருமணம் செய்து கொண்டபோது, அது மூன்றாண்டுகள் வரை தொடர்ந்தது. கடைசித் திருமணம், கிட்டத்தட்ட ஆறு ஆண்டுகள் நிலைத்தது."

"திருமணம் முடிந்த உடனேயே உங்கள் காதல் மாயமாக மறைந்துவிட்டதா அல்லது படிப்படியாக மறைந்ததா?" என்று நான் கேட்டேன்.

"இரண்டாவது திருமணம், ஆரம்பத்தில் இருந்தே தவறாகப் போனது. என்ன நிகழ்ந்தது என்று எனக்குத் தெரியவில்லை. நாங்கள் இருவரும் ஒருவருக்கொருவர் மனதார நேசித்தோம் என்று நான் உண்மையிலேயே எண்ணினேன். ஆனால் எங்கள் தேனிலவு மிக மோசமான அனுபவமாக அமைந்தது. அதிலிருந்து நாங்கள் மீளவே இல்லை. திருமணத்திற்கு முன் ஆறு மாதங்கள் மட்டுமே நாங்கள் ஒருவரோடு ஒருவர் பழகியிருந்தோம். அது ஒரு சூறாவளிக் காதல். உண்மையிலேயே அது மிகவும் உற்சாகமூட்டுவதாக இருந்தது. ஆனால் திருமணத்திற்குப் பிறகு, துவக்கத்தில் இருந்தே அது ஒரு யுத்தமாக அமைந்தது.

"எனது முதல் திருமணத்தில், மூன்று நான்கு வருடங்கள் கழித்துத்தான் எங்களுக்குக் குழந்தை பிறந்தது. குழந்தை பிறந்த பிறகு என் மனைவி அக்குழந்தையிடம் அதிக அக்கறையும் கவனமும் செலுத்தியதாகவும், நான் முக்கியமில்லை என்பதுபோல் அவள் நடந்து கொள்வதாகவும் நான் நினைத்தேன். அவளது வாழ்வின் ஒரே இலட்சியம் ஒரு குழந்தையைப் பெற்றெடுப்பதுதான், அதன் பிறகு நான் அவளுக்குத் தேவையில்லை என்பதுபோல் எனக்குத் தோன்றியது."

"நீங்கள் இதை உங்கள் மனைவியிடம் கூறினீர்களா?" என்று நான் கேட்டேன்.

"ஆம், நான் இதை அவளிடம் கூறினேன். எனக்குப் பைத்தியம் பிடித்துவிட்டதாகக் கூறிய அவள், இருபத்து நான்கு மணிநேரமும் ஒரு செவிலிபோல இருப்பதில் உள்ள சிரமத்தையும் அழுத்தத்தையும் நான் புரிந்து கொள்ளவில்லை என்றும் கூறினாள். நான் கூடுதல் புரிதலோடு

தனக்கு அதிகமாக உதவி செய்ய வேண்டும் என்றும் அவள் கூறினாள். அவளைப் புரிந்து கொண்டு அவளுக்கு உதவி செய்ய நான் உண்மையிலேயே முயற்சித்தேன். ஆனால் அது எந்த வித்தியாசத்தையும் ஏற்படுத்தவில்லை. அதன் பிறகு, எங்களுக்கு இடையே இடைவெளி ஏற்படத் துவங்கியது. நாளுக்கு நாள் அது அதிகரித்தது. சிறிது காலத்திற்குப் பிறகு, எங்களுக்கிடையே எந்தக் காதலும் மிச்சம் இருக்கவில்லை. வெறும் மௌனம்தான் மிஞ்சியது. எங்கள் திருமண வாழ்க்கை முடிந்துவிட்டது என்பதை நாங்கள் இருவருமே ஒப்புக் கொண்டோம்.

"என் கடைசித் திருமணம்? அது வித்தியாசமாக இருக்கப் போவதாக நான் உறுதியாக நம்பினேன். என் இரண்டாம் திருமணம் விவாகரத்தில் முடிந்த பிறகு, நான் மூன்று வருடங்கள் திருமணம் செய்து கொள்ளாமல் இருந்தேன். நானும் என் மூன்றாவது மனைவியும் எங்கள் திருமணத்திற்கு முன் இரண்டு வருடங்களாகப் பழகி வந்தோம். நாங்கள் என்ன செய்து கொண்டிருக்கிறோம் என்பதை நாங்கள் நன்றாக அறிந்திருந்ததாக நான் உண்மையிலேயே நினைத்தேன். ஒருவரைக் காதலிப்பது என்றால் என்ன என்பதை முதன்முறையாக நான் புரிந்து கொண்டதுபோல் எனக்குத் தோன்றியது. அவளும் என்னைக் காதலித்ததாக நான் உண்மையாக உணர்ந்தேன்.

"திருமணத்திற்குப் பிறகு என்னிடம் எந்த மாற்றமும் ஏற்பட்டதாக நான் நினைக்கவில்லை. திருமணத்திற்கு முன் நான் அவளிடம் எப்படி என் காதலை வெளிப்படுத்தினேனோ, அப்படித்தான் திருமணத்திற்குப் பின்பும் வெளிப்படுத்தினேன். அவள் மிகவும் அழகாக இருந்ததாகவும், நான் அவளை மிகவும் நேசிப்பதாகவும் அவளிடம் கூறினேன். அவளது கணவனாக இருப்பதில் நான் மிகுந்த பெருமிதம் கொள்வதாக அவளிடம் கூறினேன். ஆனால் திருமணம் முடிந்து ஒருசில மாதங்களுக்குப் பிறகு, அவள் குறைகூறத் துவங்கினாள். முதலில், நான் குப்பையை எடுத்து வெளியில் கொண்டுபோய் வைப்பதில்லை, என் துணிகளைக் கொடியில் தொங்கவிடுவதில்லை என்பது போன்ற அற்ப விஷயங்களுக்காகக் குறைகூறினாள். பிறகு, என் நடத்தையைப் பற்றி மோசமாகப் பேசத் துவங்கினாள். நான் அவளது நம்பிக்கைக்கு உகந்தவனாக இல்லை என்றும், நான் அவளுக்கு விசுவாசமாக இருக்கவில்லை என்றும் என்மீது பழி சுமத்தினாள். அவள் முற்றிலும் ஓர் எதிர்மறையான பெண்ணாக மாறியிருந்தாள். திருமணத்திற்கு முன்பு அவள் ஒருபோதும் எதிர்மறையான போக்கைக் கொண்டிருக்கவில்லை. நான் சந்தித்தவர்களிலேயே மிகவும் நேர்மறையான ஒருத்தியாக அவள் இருந்தாள். அவளிடம் என்னைக் கவர்ந்த விஷயங்களில் அதுவும் ஒன்று. எதைப் பற்றியும் அவள் குறைகூறியதில்லை. நான் செய்த அனைத்தும் அப்போது அவளுக்கு அற்புதமாக இருந்தன. ஆனால் திருமணம் ஆனவுடன், நான் செய்த எந்தவொரு காரியமும் சரியில்லை என்பதுபோல் அவள் நடந்து கொண்டாள். என்ன நடந்தது என்று உண்மையிலேயே எனக்குத் தெரியவில்லை. கடைசியில், அவள்மீது நான் கொண்டிருந்த காதல் மறைந்துவிட்டது. நான் அவளை வெறுக்கத் துவங்கினேன். அவளுக்கு என்னிடம் எந்தக் காதலும் இல்லை என்பது வெளிப்படையாகத் தெரிந்தது. அதற்கு மேல் நாங்கள் சேர்ந்து வாழ்வதில்

எந்தப் பலனும் இல்லை என்பதை நாங்கள் இருவரும் ஒத்துக் கொண்டு பிரிந்துவிட்டோம்.

"இது ஒரு வருடத்திற்கு முன் நடந்த கதை. என் கேள்வி இதுதான். திருமணத்திற்குப் பிறகு காதல் தொலைந்து போய்விடுகிறதா? என் அனுபவம் பொதுவான ஒன்றா? அதனால்தான் நம் நாட்டில் ஏராளமான விவாகரத்துக்கள் நடக்கின்றனவா? எனக்கு மூன்று முறை விவாகரத்தாகியுள்ளது என்பதை என்னால் நம்ப முடியவில்லை. விவாகரத்து ஆகாதவர்கள், வெறுமையுடன் வாழக் கற்றுக் கொள்கிறார்களா? அல்லது சில திருமணங்களில் காதல் உயிர்த்துடிப்புடன் நிலைத்து நிற்கிறதா? அது உண்மையென்றால், அது எப்படி?"

என் சக பிரயாணியான அவர் கேட்டக் கேள்விகளைத்தான், திருமணமான மற்றும் விவாகரத்தான ஆயிரக்கணக்கானவர்கள் இன்று கேட்டுக் கொண்டிருக்கின்றனர். சிலர் தங்கள் நண்பர்களிடம் கேட்கின்றனர். வேறு சிலர் ஆலோசனையாளர்களிடமும் மதகுருமார்களிடமும் கேட்கின்றனர். இன்னும் சிலர் தங்களையே கேட்டுக் கொள்கின்றனர். சில சமயங்களில் இக்கேள்விகளுக்கான விடைகள் நம்மால் புரிந்து கொள்ள முடியாத உளவியல்ரீதியான வார்த்தைகளில் அளிக்கப்படுகின்றன. சில சமயங்களில் நகைச்சுவை மற்றும் நாட்டுப்புறக் கலைகள் மூலம் விடைகள் வெளிப்படுத்தப்படுகின்றன. பெரும்பாலான நகைச்சுவைகளும் பழமொழிகளும் சில உண்மைகளை உள்ளடக்கியுள்ளபோதிலும், அவை, புற்றுநோயால் பாதிக்கப்பட்டுள்ள ஒருவருக்கு 'ஆஸ்பிரின்' மாத்திரையைக் கொடுப்பது போன்ற ஒன்றுதான்.

காதலை வெளிப்படுத்துவதில் நாம் சிறந்து விளங்க விரும்பினால், நமது வாழ்க்கைத் துணைவரின் முதன்மையான காதல் மொழியைக் கற்றுக் கொள்ள நாம் ஆர்வம் உள்ளவர்களாக இருக்க வேண்டும்.

திருமணத்தில் காதல் மேலோங்கியிருக்க வேண்டும் என்ற ஆழ்ந்த விருப்பம் நமது மனப்போக்கில் ஆழ வேரூன்றியுள்ளது. வெளிவந்து கொண்டிருக்கும் ஒவ்வொரு வார மற்றும் மாத இதழ்களிலும், திருமணத்தில் காதலை உயிர்த்துடிப்புடன் இருக்கச் செய்வது எப்படி என்பதைப் பற்றிய ஒரு கட்டுரையாவது இடம்பெற்றுவிடுகிறது. இந்த விஷயத்தைப் பற்றி ஏராளமான புத்தகங்கள் வெளிவந்துள்ளன. தொலைக்காட்சி மற்றும் வானொலி நிகழ்ச்சிகள் இதைப் பற்றி விவாதிக்கின்றன. நமது திருமண வாழ்க்கையில் காதலை உயிர்த்துடிப்புடன் இருக்கச் செய்வது மிகமிக முக்கியமான ஒரு விஷயம்தான்.

இவ்விஷயத்தில் உதவுவதற்கு ஏராளமான புத்தகங்களும், இதழ்களும், நடைமுறை உத்திகளும் இருந்தும், திருமணத்திற்குப் பிறகும் காதல் தழைத்திருப்பதற்கான இரகசியத்தை ஏன் வெகுசில தம்பதியரே கண்டறிந்துள்ளனர்? பேச்சுவார்த்தை நடத்துவது எப்படி என்பது பற்றியக் கருத்தரங்கில் கலந்து கொண்டு, தங்களுக்கு இடையேயான பேச்சுவார்த்தைகளை மேம்படுத்துவது எப்படி என்பதைக் கற்றுக் கொள்ளும் ஒரு தம்பதியர், வீடு திரும்பியவுடன், கருத்தரங்கில் தங்களுக்கு விளக்கிக் காட்டப்பட்ட உத்திகளை நடைமுறைப்படுத்த முடியாமல் திணறுவது ஏன்? "உங்கள் வாழ்க்கைத் துணைவரிடம் உங்கள் காதலை வெளிப்படுத்த 101 வழிகள்" என்ற தலைப்பில் வெளியாகியுள்ள ஒரு கட்டுரையைப் படித்துவிட்டு, நமக்குப் பொருத்தமான இரண்டு அல்லது மூன்று வழிகளைத் தேர்ந்தெடுத்து, அவற்றை நடைமுறைப்படுத்த முயற்சி செய்யும்போது, நமது வாழ்க்கைத் துணைவர் அதை அங்கீகரிக்கக்கூடச் செய்யாமல் இருப்பது ஏன்? அதன் பிறகு, அக்கட்டுரையில் கூறப்பட்டுள்ள மீதி 98 வழிகளையும் உதறித் தள்ளிவிட்டு, நாம் நம் வழக்கமான வாழ்க்கைக்குத் திரும்பிவிடுகிறோம்.

இந்தக் கேள்விகளுக்கான விடைகளைக் கொடுப்பதுதான் இப்புத்தகத்தின் நோக்கம். ஏற்கனவே வெளியாகியுள்ள புத்தகங்களும் கட்டுரைகளும் உதவிகரமாக இல்லை என்று கூறிவிட முடியாது. 'மக்கள் வெவ்வேறு விதமான காதல் மொழிகளைப் பேசுகின்றனர்' என்ற அடிப்படை உண்மையை நாம் கண்டுகொள்ளாமல் இருந்து வந்துள்ளோம் என்பதுதான் பிரச்சனை.

மொழியியலைப் பொறுத்தவரை, ஜப்பானிய மொழி, சீன மொழி, ஆங்கிலம், ஜெர்மன், பிரெஞ்சு, இந்தி, மராட்டி, தமிழ், கன்னடம், தெலுங்கு, மலையாளம் போன்ற பல முக்கிய மொழிகள் இருக்கின்றன என்பதை நாம் அறிவோம். நம்மில் பெரும்பாலானவர்கள், நமது பெற்றோர்களும் உடன் பிறந்தவர்களும் பேசும் மொழியைக் கற்று வளர்கிறோம். அது நமது முதன்மை மொழியாக அல்லது தாய்மொழியாக ஆகிவிடுகிறது. பிறகு, கூடுதல் முயற்சி எடுத்து வேறு சில மொழிகளையும் நாம் கற்றுக் கொள்ளக்கூடும். அவை நமது இரண்டாம்பட்ச மொழிகளாகின்றன. நாம் நமது தாய்மொழியில் சிறப்பாகப் பேசுகிறோம், அதைச் சிறப்பாகப் புரிந்து கொள்கிறோம். நம் தாய்மொழியைப் பேசும்போது நாம் மிகவும் சௌகரியமாக உணர்கிறோம். ஓர் இரண்டாம்பட்ச மொழியை நாம் அதிகமாகப் பேசப் பேச, அதில் உரையாடுவதும் நமக்கு மிகவும் எளிதாகிவிடுகிறது. நாம் நமது முதன்மை மொழியில் மட்டும் பேசுவதாக வைத்துக் கொள்வோம். அப்போது, நமது மொழியில் இருந்து வேறுபட்ட இன்னொரு மொழியைத் தனது முதன்மை மொழியாகக் கொண்டுள்ள, அதை மட்டுமே பேசும் ஒருவரை நாம் எதிர்கொள்ளும்போது, நமது பேச்சுவார்த்தை மட்டுப்படுத்தப்படுகிறது. வெறும் சுட்டிக்காட்டல்கள், சைகைகள், படங்கள் வரைதல், அல்லது நாம் வெளிப்படுத்த நினைக்கும் கருத்துக்களை நடித்துக் காட்டுதல் போன்றவற்றை மட்டுமே நாம் சார்ந்திருக்க வேண்டியிருக்கும். நம்மால் அவருடன் ஓர் உரையாடலில் ஈடுபட முடியும். ஆனால், அது அவ்வளவு சிறப்பானதாக இருக்காது. மொழி வேறுபாடுகள் மனிதக்

கலாச்சாரத்தோடு பின்னிப் பிணைந்தவை. பிற கலாச்சாரங்களில் உள்ள மக்களோடு நாம் திறமையாக உரையாட வேண்டும் என்றால், நாம் யாருடன் பேச விரும்புகிறோமோ, அவர்களது மொழியை நாம் கற்றுக் கொள்வது அவசியம்.

காதலுக்கும் இது பொருந்தும். சீன மொழியிலிருந்து ஆங்கில மொழி எவ்வாறு வேறுபட்டுள்ளதோ, அதேபோல் உங்களது காதல் மொழியும், உங்களது வாழ்க்கைத் துணைவரின் காதல் மொழியும் வேறுபட்டிருக்கக்கூடும். நீங்கள் உங்களது காதலை ஆங்கிலத்தில் வெளிப்படுத்த எவ்வளவு கடினமாக முயற்சித்தாலும், உங்கள் வாழ்க்கைத் துணைவருக்குச் சீன மொழி மட்டும்தான் புரியும் என்றால், நீங்கள் இருவரும் ஒருவரை ஒருவர் நேசிப்பதைத் தெளிவாக உங்களால் ஒருபோதும் எடுத்துரைக்க முடியாது. விமானத்தில் நான் சந்தித்த நண்பர், தனது மூன்றாவது மனைவியிடம் 'வார்த்தைகளால்' தன் அன்பை வெளிப்படுத்தினார். "அவள் மிகவும் அழகாக இருந்ததாகவும், நான் அவளை மிகவும் நேசிப்பதாகவும் அவளிடம் கூறினேன். அவளது கணவனாக இருப்பதில் நான் மிகுந்த பெருமிதம் கொள்வதாக அவளிடம் கூறினேன்," என்று அவர் என்னிடம் கூறியது இதைத் தெளிவுபடுத்துகிறது. அவர் உண்மையிலேயே தன் மனைவியிடம் தன் காதலை வெளிப்படுத்தினார். ஆனால் அவரது மனைவியால் அவரது மொழியைப் புரிந்து கொள்ள முடியவில்லை. ஒருவேளை தன் கணவனின் நடத்தையில் அவள் அன்பைத் தேடியிருந்து அதை அவளால் பார்க்க முடியாமல் போயிருக்கலாம். உண்மையாக இருந்தால் மட்டும் போதாது. நாம் காதலைத் திறம்பட வெளிப்படுத்த விரும்பினால், நமது வாழ்க்கைத் துணைவரின் முதன்மைக் காதல் மொழியைக் கற்றுக் கொள்ள நாம் தயாராக இருக்க வேண்டும்.

முப்பது வருடங்களாகத் திருமண ஆலோசனையாளராக நான் பணியாற்றியதன் அனுபவத்தில் இருந்து நான் இந்த முடிவுக்கு வந்துள்ளேன்: அடிப்படையில் ஐந்து காதல் மொழிகள் இருக்கின்றன. அதாவது, காதலை வெளிப்படுத்துவதற்கும், அதைப் புரிந்து கொள்வதற்கும் மக்கள் ஐந்து வழிகளைக் கையாள்கின்றனர். மொழியியல் துறையில், ஒரு மொழிக்கு எண்ணற்ற வட்டார வழக்குகளோ அல்லது வேறுபாடுகளோ இருக்கலாம். அதேபோல், ஐந்து அடிப்படைக் காதல் மொழிகளிலும் எண்ணற்ற வட்டார வழக்குகள் இருக்கின்றன. வார, மாத இதழ்களில் வெளியாகும் 'நீங்கள் உங்கள் மனைவியைக் காதலிக்கிறீர்கள் என்பதை அவரிடம் வெளிப்படுத்துவதற்கான 101 வழிகள்,' 'உங்கள் கணவனை வீட்டில் தங்க வைப்பதற்கான 20 வழிகள்,' அல்லது 'திருமண வாழ்வில் காதலுக்கான 365 வெளிப்பாடுகள்' போன்ற கட்டுரைகள் இதற்குச் சான்று பகர்கின்றன. 10, 20, அல்லது 365 அடிப்படைக் காதல் மொழிகள் இருப்பதாக எனக்குத் தெரியவில்லை. என் அபிப்பிராயப்படி, ஐந்து காதல் மொழிகள் மட்டுமே உள்ளன. ஒரு காதல் மொழியைக் கொண்டு காதலை வெளிப்படுத்துவதற்கான வழிமுறைகள் எண்ணிக்கையில் அடங்கா. இதில் முக்கியமான விஷயம், உங்கள் வாழ்க்கைத் துணைவரின் காதல் மொழியில் நீங்கள் பேச வேண்டும் என்பதுதான்.

குழந்தைகளின் ஆரம்பகால வளர்ச்சியில், ஒவ்வொரு குழந்தையும் தனித்துவமான உணர்ச்சி வெளிப்பாட்டுத் தன்மையைக் கொண்டுள்ளது என்பது நாம் நெடுங்காலமாக அறிந்து வந்துள்ள விஷயம்தான். உதாரணமாக, சில குழந்தைகள் தங்களைப் பற்றி மிகவும் குறைவான சுயமதிப்பைத் தங்களுக்குள் உருவாக்கிக் கொள்கின்றனர். வேறு சில குழந்தைகள் ஆரோக்கியமான சுயமதிப்பைத் தங்களுக்குள் வளர்த்துக் கொள்கின்றனர். சில குழந்தைகள் பாதுகாப்பின்மை உணர்வுடன் வளர்கின்றனர். சில குழந்தைகள் பாதுகாப்பான உணர்வுடன் வளர்கின்றனர். தாங்கள் நேசிக்கப்படுகிறோம், விரும்பப்படுகிறோம், பாராட்டப்படுகிறோம் என்ற உணர்வோடு சில குழந்தைகள் வளர்கின்றனர். சில குழந்தைகள், தாங்கள் நேசிக்கப்படவில்லை, விரும்பப்படவில்லை, பாராட்டப்படவில்லை என்ற உணர்வுடன் வளர்கின்றனர்.

தங்கள் பெற்றோர்களாலும் சக குழந்தைகளாலும் தாங்கள் நேசிக்கப்படுவதாக உணரும் குழந்தைகள், தங்கள் சொந்த உளவியல் அமைப்பின் அடிப்படையிலும், தங்கள் பெற்றோர்களும் பிற முக்கியமான நபர்களும் தங்களிடம் அன்பை வெளிப்படுத்திய விதத்தின் அடிப்படையிலும், தங்களுக்கென்று ஒரு முதன்மையான அன்பு மொழியை வளர்த்துக் கொள்கிறார்கள். அவர்கள் ஒரே ஒரு முதன்மையான அன்பு மொழியைப் பேசுவார்கள், அதைப் புரிந்து கொள்வார்கள். பின்னாளில் அவர்கள் ஓர் இரண்டாம்பட்ச அன்பு மொழியைக் கற்றுக் கொள்ளக்கூடும். ஆனால், அவர்கள் தங்களது முதன்மை அன்பு மொழியைப் பயன்படுத்தும்போதுதான் மிகவும் சௌகரியமாக உணர்கின்றனர். தங்கள் பெற்றோர்களும் சக குழந்தைகளும் தங்களை நேசிக்கவில்லை என்ற உணர்வு கொண்ட குழந்தைகளும் ஒரு முதன்மை அன்பு மொழியை வளர்த்துக் கொள்கின்றனர். ஆனாலும், சரியாக இலக்கணம் கற்றுக் கொள்ளாத குழந்தைகளின் மொழித்திறன் எவ்வளவு குறைவாக இருக்குமோ, அதுபோல இக்குழந்தைகளின் முதன்மை அன்பு மொழியும் சற்று உருக்குலைந்து போயிருக்கும். அவர்களால் சிறப்பான கருத்துப் பரிமாற்றத்தில் ஈடுபட முடியாது என்பது இதன் பொருளல்ல. மாறாக, ஒரு நேர்மறையான முன்னோடியைப் பார்த்து வளரும் குழந்தைகளைவிட இவர்கள் கூடுதலாக முயற்சி செய்ய வேண்டியிருக்கும் என்பதுதான் இதன் பொருள். அதேபோல், தங்கள்மீது போதிய அன்பு செலுத்தப்படவில்லை என்ற உணர்வோடு வளரும் குழந்தைகளாலும் அன்பை உணர முடியும், அன்பை வெளிப்படுத்த முடியும். ஆனால், ஒரு நல்ல ஆரோக்கியமான, அன்பான சூழ்நிலையில் வளர்ந்தவர்களைவிட இவர்கள் அதற்காகச் சற்று அதிகமாக உழைக்க வேண்டியிருக்கும்.

ஒரு கணவனும் மனைவியும் ஒரே முதன்மைக் காதல் மொழியைக் கொண்டிருப்பது அபூர்வம். நாம் நமது முதன்மைக் காதல் மொழியில் பேசும்போது, நாம் கூறுவதை நம் வாழ்க்கைத் துணைவரால் புரிந்து கொள்ள முடியாமல் போகும்போது நாம் குழம்பிப் போகிறோம். நாம் அன்பைத்தான் வெளிப்படுத்துகிறோம். ஆனால் அது நம் வாழ்க்கைத் துணைவரைச் சென்றடைவதில்லை. ஏனெனில் நாம் அவர்களுக்குத்

தெரியாத ஓர் அன்னிய மொழியில் பேசுகிறோம். இங்குதான் அடிப்படைப் பிரச்சனை அடங்கியுள்ளது. இதற்கான ஒரு தீர்வைக் கொடுப்பதுதான் இப்புத்தகத்தின் நோக்கம். அதனால்தான் ஏற்கனவே காதலைப் பற்றி எண்ணற்றப் புத்தகங்கள் வெளிவந்துள்ளபோதிலும் நான் இப்புத்தகத்தைத் துணிந்து எழுதுகிறேன். ஐந்து அடிப்படைக் காதல் மொழிகளையும் புரிந்து கொண்டு, நமது முதன்மைக் காதல் மொழியையும் நம் வாழ்க்கைத் துணைவரின் முதன்மைக் காதல் மொழியையும் நாம் கண்டறிந்து கொள்ளும்போது, புத்தகங்களிலும் கட்டுரைகளிலும் கொடுக்கப்பட்டுள்ள யோசனைகளையும் பரிந்துரைகளையும் நடைமுறைப்படுத்தத் தேவையான தகவல்கள் நமக்குக் கிடைத்துவிடும்.

உங்கள் வாழ்க்கைத் துணைவரின் முதன்மைக் காதல் மொழியைக் கண்டுகொண்டு, நீங்கள் அதைப் பேசக் கற்றுக் கொள்ளும்போது, என்றும் நிலைத்திருக்கின்ற, அன்பான திருமணத்திற்கான இரகசியத்தை நீங்கள் கண்டுபிடித்துவிடுவீர்கள் என்று நான் நம்புகிறேன். திருமணத்திற்குப் பிறகு காதல் மாயமாய் மறைந்து போக வேண்டியதில்லை. ஆனால், அதை உயிர்த்துடிப்புடன் வைத்திருப்பதற்கு நம்மில் பெரும்பாலானவர்கள் ஓர் இரண்டாம்பட்சக் காதல் மொழியைக் கற்றுக் கொள்ள வேண்டும். நம் தாய்மொழி நம் வாழ்க்கைத் துணைவருக்குப் புரியவில்லை என்றால், நாம் வெறுமனே நம் தாய்மொழியைச் சார்ந்திருப்பதில் அர்த்தமில்லை. நம் கணவனோ அல்லது மனைவியோ நாம் வெளிப்படுத்த முயற்சிக்கும் அன்பை உணர வேண்டும் என்று நாம் விரும்பினால், அதை அவரது முதன்மைக் காதல் மொழியில் நாம் வெளிப்படுத்த வேண்டும்.

2

காதல் கேணி எப்போதும் நிரம்பியே இருக்கட்டும்

அன்பு என்பது நம் வாழ்வில் ஓர் மைய அங்கம் வகிப்பதாகச் சமயவாதச் சிந்தனையாளர்களும் மதச்சார்பற்றச் சிந்தனையாளர்களும் ஒப்புக் கொள்கின்றனர். 'அன்பு மகத்துவமானது,' 'அன்புதான் உலகை இயங்க வைக்கிறது' போன்றவற்றை நாம் கேட்டிருக்கிறோம். ஆயிரக்கணக்கான புத்தகங்களிலும், பாடல்களிலும், பத்திரிகைகளிலும், திரைப்படங்களிலும் 'அன்பு' என்ற வார்த்தை தாராளமாக எடுத்தாளப்பட்டுள்ளது. எண்ணற்றத் தத்துவரீதியான அமைப்புகளிலும் இறையியல் அமைப்புகளிலும் அன்பிற்கென்று ஒரு முக்கியமான இடம் ஒதுக்கப்பட்டுள்ளது. கிறித்தவ சமயத்தைத் தோற்றுவித்த ஏசுபிரானும், அன்புதான் தனது சீடர்களின் தனித்துவமான பண்புநலனாக இருக்க வேண்டும் என்று விரும்பினார்.

பிறர் தன்னிடம் அன்பு செலுத்த வேண்டும் என்பதுதான் மனிதர்களின் முதன்மையான தேவையாகும். அன்பிற்காக நாம் சிகரங்களைத் தொடுவோம், கடல்களைத் தாண்டுவோம், பாலைவன மணல்வெளிகளைக் கடப்போம், கடுமையான சிரமங்களைத் தாங்குவோம். அன்பு இல்லாவிட்டால், மலைகள் ஏற முடியாதவையாகவும், கடல்கள் தாண்ட முடியாதவையாகவும், பாலைவனங்கள் பொறுத்துக் கொள்ள முடியாதவையாகவும், சிரமங்கள் நம் வாழ்வின் அவலங்களாகவும் மாறிவிடும். அன்பின் அடிப்படையில் அமையாத எந்தவொரு மனித சாதனையும், முடிவில் வெறுமையானதுதான் என்று சுட்டிக்காட்டியதன் வாயிலாக, கிறித்தவ அப்போஸ்தலரான புனித பால் அன்பைப் போற்றினார். "மனித நாடகத்தின் கடைசிக் காட்சியில், விசுவாசம், நம்பிக்கை, மற்றும் அன்பு ஆகிய மூன்று கதாபாத்திரங்கள் மட்டுமே எஞ்சியிருக்கும். ஆனால் இவற்றில் மிகச் சிறந்தது அன்புதான்," என்று அவர் நிறைவு செய்தார்.

'அன்பு' அல்லது 'நேசம்' என்ற வார்த்தை மனித சமுதாயத்தில் மிகவும் ஆழமாக ஊடுருவியுள்ளது. அந்த வார்த்தையை நாம் ஓராயிரம் வழிகளில் பயன்படுத்துகிறோம். நாய்கள், பூனைகள் போன்ற விலங்குகளிடம் நாம் அன்பு செலுத்துகிறோம். உணவு, கார்கள், வீடுகள் போன்ற சில பொருட்களை நாம் நேசிக்கிறோம். மரங்கள், புல், மலர்கள் என்று, இயற்கையின்மீது நாம் அன்பு காட்டுகிறோம். தாய், தந்தை, மகன், மகள், பெற்றோர்கள், கணவன்மார்கள், மனைவியர், நண்பர்கள் என்று, மக்களிடம் நாம் அன்பு பாராட்டுகிறோம்.

அதோடு, நடத்தையை விளக்குவதற்கும் நாம் அந்த வார்த்தையைப் பயன்படுத்துகிறோம்: "நான் அவளை நேசிக்கிறேன். அதனால் நான் அதைச் செய்தேன்." இந்த விளக்கம் அனைத்து வகையான நடவடிக்கைகளுக்கும் வழங்கப்படுகிறது. திருமணத்திற்கு வெளியே தகாத உறவில் ஈடுபட்டுள்ள ஒருவன், அதை அன்பு என்று கூறுகிறான். மறுபுறம், அது ஒரு பெரிய பாவம் என்று மதபோதகர் கூறுகிறார். குடிபோதைக்கு ஆளான ஒருவனின் மனைவி, அவனது சமீபத்தியக் களேபரத்திற்குப் பிறகு, கீழே கொட்டிக் கிடப்பவற்றை அப்புறப்படுத்துகிறாள். அதை அவள் அன்பு என்று அழைக்கிறாள். ஆனால் அதை 'சக சார்ந்திருத்தல்' என்று உளவியலாளர் கூறுகிறார். குழந்தைகளின் அனைத்து விருப்பங்களையும் நிறைவேற்றும் பெற்றோர், அதற்கு அன்பு என்று பெயரிட்டு அழைக்கின்றனர். குடும்ப ஆலோசகர் அதைப் பொறுப்பற்ற வளர்ப்பு முறை என்று அழைக்கிறார். அன்பான நடத்தை என்பது எது?

அன்பு என்னும் வார்த்தையைச் சூழ்ந்துள்ள அனைத்துக் குழப்பங்களையும் களைவது இப்புத்தகத்தின் நோக்கமல்ல. மாறாக, நமது உணர்ச்சிரீதியான ஆரோக்கியத்திற்கு இன்றியமையாத, ஒரு குறிப்பிட்ட வகையான அன்பின்மீது கவனம் செலுத்துவதுதான் இதன் குறிக்கோள். ஒரு குழந்தை உணர்ச்சிரீதியாக நிதானமாக, சமநிலையில் இருக்க வேண்டும் என்றால், அவனது சில குறிப்பிட்ட உணர்ச்சிரீதியான தேவைகள் நிறைவேற்றப்பட வேண்டும் என்று குழந்தை உளவியலாளர்கள் கூறுகின்றனர். அந்தத் தேவைகளுக்கிடையே பார்த்தால், எல்லாவற்றையும்விட மிகவும் அடிப்படையான தேவை,

அன்பு மற்றும் பாசத்தின் தேவை - தான் விரும்பப்படுகிறோம், சொந்தம் கொண்டாடப்படுகிறோம் என்பதை உணரும் தேவை. அக்குழந்தையின்மீது போதுமான பாசம் வெளிப்படுத்தப்படும்போது, அவன் ஒரு பொறுப்பான மனிதனாக உருவாகிறான். அந்த அன்பு இல்லையென்றால், உணர்ச்சிரீதியாகவும் சமூகரீதியாகவும் அவன் வளர்ச்சி குன்றியவனாக இருப்பான்.

பின்வரும் உருவகத்தை நான் முதன்முதலில் கேள்விப்பட்ட தினத்தில் இருந்தே அது எனக்கு மிகவும் பிடித்துப் போய்விட்டது: "ஒவ்வொரு குழந்தையின் உள்ளேயும் அன்பால் நிரப்பப்படுவதற்காக ஓர் 'உணர்ச்சிக் கேணி' காத்துக் கொண்டிருக்கிறது. உண்மையிலேயே தான் நேசிக்கப்படுவதாக உணரும்போது ஒரு குழந்தை இயல்பாக வளர்வான். ஆனால் அவனது அன்புக் கேணி வற்றிப் போகும்போது அவன் முறையின்றி நடந்து கொள்வான். குழந்தைகளின் முறைதவறிய நடத்தையின் பெரும்பகுதி, தூர்ந்து போயுள்ள 'அன்புக் கேணி'யின் தேவைகளின் வெளிப்பாடே." குழந்தைகள் மற்றும் பருவ வயதினருக்குச் சிகிச்சை அளிப்பதில் நிபுணரான உளவியலாளர் ராஸ் கேம்பெல்லின் உரையை ஒருமுறை நான் கேட்டுக் கொண்டிருந்தேன்.

அப்போது, என் அலுவலகத்திற்கு வந்து தங்கள் குழந்தைகளின் தவறுகளை அடுக்கிக் கொண்டே போன நூற்றுக்கணக்கான பெற்றோர்களைப் பற்றி நான் நினைத்துப் பார்த்தேன். அந்தக் குழந்தைகளின் உள்ளே வற்றிப் போயிருந்த அன்புக் கேணியை நான் கற்பனை செய்திருக்கவில்லை. ஆனால் அதன் விளைவுகளை நான் நிச்சயமாகப் பார்த்திருக்கிறேன். அவர்களது தவறான நடத்தை, அவர்களால் உணர முடியாத அன்பு குறித்த, தவறாக வழிநடத்தப்பட்டத் தேடல்தான். அனைத்துத் தவறான இடங்களிலும், தவறான வழிகளிலும் அவர்கள் அந்த அன்பைத் தேடிக் கொண்டிருந்தனர்.

அடுத்தவருடன் நெருக்கமாக இருக்க வேண்டும்,
அடுத்தவரால் நேசிக்கப்பட வேண்டும் என்ற
விருப்பம்தான் மனிதகுலம் தழைத்திருப்பதற்கான
ஜீவ ஆதாரமாகும். நெருக்கம் மற்றும் அன்பிற்கான
அத்தகையதொரு தேவையைப் பூர்த்தி செய்ய
வடிவமைக்கப்பட்டதுதான் திருமணம்.

தனது பதிமூன்றாவது வயதில் பால்வினை நோய் ஒன்றிற்காகச் சிகிச்சை பெற்றுக் கொண்டிருந்த ஆஷ்லி என்ற சிறுமியை நான் நினைத்துப் பார்க்கிறேன். அவளுக்கு அந்த நோய் இருந்த செய்தியைக் கேட்டவுடன் அவளது பெற்றோர் நொறுங்கிப் போனார்கள். அவர்கள் ஆஷ்லியின்மீது கோபம் கொண்டனர். பாலுணர்வுக் கல்வி பற்றிக் கற்றுக் கொடுத்ததற்காக அவளது பள்ளியைக் குறைகூறினர். "அவள் ஏன் இப்படிச் செய்தாள்?" என்று கேட்டனர்.

ஆஷ்லியோடு நான் உரையாடியபோது, தனக்கு ஆறு வயதாக இருந்த சமயத்தில் தனது பெற்றோர் விவாகரத்து செய்து கொண்டதை அவள் என்னிடம் கூறினாள். மேலும், "என் தந்தைக்கு என்மீது அன்பு இல்லாததுதான் அவர் எங்களைவிட்டுப் போனதற்குக் காரணம் என்று நான் நினைத்தேன். எனக்குப் பத்து வயதாக இருந்தபோது என் தாயார் மீண்டும் திருமணம் செய்து கொண்டார். இப்போது அவரை நேசிக்க அவருக்கு யாரோ ஒருவர் கிடைத்துவிட்டார், ஆனால் என்மீது அன்பு செலுத்துவதற்கு இன்னும் ஒருவரும் இல்லை என்று நான் நினைத்தேன். என்மீது அன்பு செலுத்தப்பட வேண்டும் என்று நான் ஏங்கினேன். நான் அவனை என் பள்ளியில் சந்தித்தேன். அவன் என்னைவிட வயதில் பெரியவன். ஆனால் அவன் என்னை விரும்பினான். அதை என்னால் நம்ப முடியவில்லை. அவன் என்னிடம் பரிவாக நடந்து கொண்டான். சில காலத்திற்குப் பிறகு, அவன் என்னை உண்மையிலேயே நேசிப்பதாக நான் உணர்ந்தேன். உடலுறவு கொள்ள நான் விரும்பவில்லை. ஆனால், என்மீது அன்பு காட்டப்பட வேண்டும் என்று நான் மிகவும் விரும்பினேன்," என்று அவள் கூறினாள்.

ஆஷ்லியின் 'அன்புக் கேணி' பல வருடங்களாக வற்றிப் போயிருந்தது. அவளது தாயும் அவளது வளர்ப்புத் தந்தையும் அவளது பிற தேவைகளைக் கவனித்துக் கொண்டனர். ஆனால் அவளுக்குள் கொழுந்துவிட்டு எரிந்து கொண்டிருந்த ஆழமான உணர்ச்சிரீதியான போராட்டத்தை அவர்கள் உணர்ந்திருக்கவில்லை. அவர்கள் அவளை உண்மையிலேயே நேசித்தனர். அவள் தங்கள் அன்பை உணர்ந்ததாக அவர்கள் நினைத்தனர். ஆனால் ஆஷ்லியின் முதன்மை அன்பு மொழியைத் தாங்கள் பேசவில்லை என்பதை அவர்கள் அறிவதற்குள் காலம் கடந்துவிட்டது.

அன்பு என்னும் உணர்ச்சிரீதியான தேவை வெறுமனே குழந்தைப் பருவத்தோடு தொடர்புடைய ஒரு விஷயம் மட்டுமல்ல. அந்தத் தேவை நாம் பெரியவர்களான பிறகும், நம் திருமணத்திற்குள்ளும் பின்தொடர்ந்து வருகிறது. "காதல் வயப்படுதல்" அனுபவம் அந்தத் தேவையைத் தற்காலிகமாகப் பூர்த்தி செய்தாலும், அது ஒரு தற்காலிக நிவாரணம்தான். அதன் ஆயுட்காலம் மட்டுப்படுத்தப்பட்டது, நம்மால் ஊகிக்கக்கூடியது என்பதை நாம் பின்வரும் அத்தியாயங்களில் பார்ப்போம். "காதல் வயப்படுதல்" கொடுத்த உற்சாகம் குறைந்து, நிலத்தில் நாம் காலூன்றிய பிறகு, அன்பின் தேவை மீண்டும் தலைதூக்குகிறது. ஏனெனில், அது நம் அடிப்படை இயல்பாகும். அது நம் உணர்ச்சிரீதியான விருப்பங்களின் மையமாகும். "காதல் வயப்படுவதற்கு" முன்பும் நமக்கு அன்பு தேவைப்பட்டது. நாம் வாழும்வரை அது நமக்குத் தேவைப்பட்டுக் கொண்டே இருக்கும்.

தன் வாழ்க்கைத் துணைவர் தன்னை நேசிக்க வேண்டும் என்ற விருப்பம்தான் திருமண வாழ்வின் அடிப்படை அம்சமாக விளங்குகிறது. சமீபத்தில் ஒருவர் என்னிடம், "உங்கள் மனைவி உங்கள்மீது அன்பு செலுத்தவில்லை என்றால், உங்களிடம் உள்ள வீடு, கார்கள், கடற்கரையில் நீங்கள் கட்டியுள்ள வீடு, அல்லது மற்ற ஆடம்பரப் பொருட்கள் இருந்தும் என்ன பிரயோஜனம்?" என்று கேட்டார். அவர் உண்மையிலேயே என்ன

கூறுகிறார் என்று உங்களுக்குப் புரிகிறதா? "எல்லாவற்றையும்விட மேலாக, என் மனைவி என்னை நேசிக்க வேண்டும் என்று நான் விரும்புகிறேன்." பௌதீகப் பொருட்கள் ஒருபோதும் மனித அன்பிற்கு ஈடாகாது. ஒரு மனைவி, "நாள் முழுவதும் என் கணவர் என்னைக் கண்டுகொள்வதே இல்லை. ஆனால் இரவில் மட்டும் என்னோடு படுக்கையைப் பகிர்ந்து கொள்ள விரும்புகிறார். அதை நான் வெறுக்கிறேன்," என்று கூறுகிறாள். தாம்பத்திய உறவை வெறுக்கும் ஒரு மனைவி அல்ல அவள்; மாறாக, உணர்ச்சிரீதியான அன்பிற்காக ஏங்கும் ஒரு பெண்மணிதான் அவள்.

அடுத்தவர் நம்மை நேசிக்க வேண்டும் என்று நம்மிடம் உள்ள ஏதோ ஒன்று தொடர்ந்து அறைகூவல் விடுக்கிறது. தனிமை மனித மனத்தை அழிக்கக்கூடியது. அதனால்தான் தனிமைச் சிறையில் அடைப்பது மிகவும் கொடுமையான தண்டனையாகக் கருதப்படுகிறது. அடுத்தவருடன் நெருக்கமாக இருக்க வேண்டும், அடுத்தவரால் நேசிக்கப்பட வேண்டும் என்ற விருப்பம்தான் மனிதகுலம் தழைத்திருப்பதற்கான ஜீவ ஆதாரமாகும். அத்தகையத் தேவைகளைப் பூர்த்தி செய்ய வடிவமைக்கப்பட்டதுதான் திருமணம். அதனால்தான் கணவனும் மனைவியும் 'ஒரே சதையாக' ஆவதைப் பற்றிப் பண்டைய பைபிள் கூற்றுகள் எடுத்துரைக்கின்றன. தனிநபர்கள் திருமண பந்தத்தில் இணையும்போது தங்கள் சொந்த அடையாளங்களைத் தொலைத்துவிடுவர் என்பது இதன் பொருளல்ல. கணவனும் மனைவியும் ஓர் ஆழமான, நெருக்கமான வழியில் ஒருவர் மற்றவரது வாழ்விற்குள் நுழைவர் என்று அது கூறுகிறது. பிளேட்டோவில் இருந்து ஸ்காட் பெக் வரை, திருமணத்தில் அன்பு இருக்க வேண்டியதன் அவசியத்தை வலியுறுத்தி வந்துள்ளனர்.

அன்பு முக்கியமென்றாலும், அது எளிதில் பிடிபடாத ஒன்றாகவும் இருந்து வருகிறது. திருமணமான பல தம்பதியர் தங்கள் இரகசிய வலியை என்னிடம் பகிர்ந்து கொண்டுள்ளனர். அந்த உள்வலியைப் பொறுத்துக் கொள்ள முடியாமல் சிலர் என்னிடம் வந்தனர். இன்னும் சிலர், தங்களது வாழ்க்கைத் துணைவரின் முறைதவறிய நடத்தை தங்கள் திருமண வாழ்வைச் சீரழிப்பதை உணர்ந்து என்னிடம் வந்தனர். வேறு சிலர், இனிமேலும் தாங்கள் இல்லற வாழ்வில் இருக்க விரும்பவில்லை என்று வெறுமனே என்னிடம் கூறுவதற்காக வந்தனர். "என்றென்றும் மகிழ்ச்சியாக வாழ்வதாக" அவர்கள் கொண்டிருந்த கனவு, யதார்த்தத்தின் கடினமான சுவர்களில் முட்டி மோதி நொறுங்கிப் போனது. "எங்கள் காதல் காணாமல் போய்விட்டது. எங்கள் உறவு மடிந்துவிட்டது. முன்பு நாங்கள் நெருக்கமாக உணர்ந்தோம். ஆனால் இப்போது அப்படி இல்லை. நாங்கள் இருவரும் ஒருவரோடு ஒருவர் சேர்ந்து இருக்க விரும்பவில்லை. எங்கள் இருவராலும் பரஸ்பரம் அடுத்தவரது தேவைகளை நிறைவேற்ற முடியவில்லை," என்ற வார்த்தைகளை நான் மீண்டும் மீண்டும் கேட்டு வந்துள்ளேன். குழந்தைகளுக்கு மட்டுமல்லாமல் பெரியவர்களுக்கும் 'அன்புக் கேணிகள்' இருக்கின்றன என்பதற்கு இவர்களது கதைகள் ஆதாரங்களாக விளங்குகின்றன.

மகிழ்ச்சியற்றத் தம்பதியருக்கு உள்ளே எங்கோ ஓர் ஆழத்தில், கண்ணுக்குப் புலப்படாத ஒரு காலியான 'காதல் கேணி' இருக்கிறதா?

அந்த வற்றியக் கேணியின் வெளிப்பாடாகத்தான் தவறான நடத்தைகளும், விலகல்களும், கடுமையான வார்த்தைகளும், விமர்சன அம்புகளும் வலம் வருகின்றனவா? அந்த வெற்றுக் கேணியை நிரப்புவதற்கு நம்மால் ஒரு வழியைக் கண்டுபிடிக்க முடிந்தால் அந்தத் திருமணம் மீண்டும் உயிர் பெறக்கூடுமா? கேணி முழுமையாக நிரம்பியிருக்கும்போது, தங்கள் கருத்து வேறுபாடுகளை விவாதித்து முரண்பாடுகளைக் களைவதற்கான ஒரு சுமுகமான சூழ்நிலையைத் தம்பதிகளால் உருவாக்க முடியுமா? திருமண வாழ்க்கை சிறப்பாக அமைவதற்கான இரகசியம் அந்தக் கேணியாக இருக்குமோ?

இப்படிப்பட்டக் கேள்விகள் என் வாழ்வில் ஒரு நீண்ட பயணத்தைத் துவக்கி வைத்தன. வழியில், இப்புத்தகத்தில் கொடுக்கப்பட்டுள்ள எளிய, ஆனால் சக்திமிக்க உள்நோக்குகளை நான் கண்டறிந்தேன். இப்பயணம், முப்பது வருடங்களாக நான் திருமண ஆலோசனையாளராகப் பணியாற்ற எனக்கு வழிகாட்டியதோடு, அமெரிக்கா நெடுகிலும் நூற்றுக்கணக்கான தம்பதியினரின் இதயங்கள் மற்றும் மனங்களின் ஊடாகப் பயணம் செய்யவும் எனக்கு வாய்ப்பளித்தது. சியாட்டில் நகரில் துவங்கி மயாமி நகரம் வரை ஏராளமான தம்பதியர் தங்கள் திருமண வாழ்வின் அந்தரங்க அறைக்குள் என்னை வரவேற்று வெளிப்படையாகப் பேசியுள்ளனர். இப்புத்தகத்தில் கூறப்பட்டுள்ள கதைகள் யதார்த்த உலகிலிருந்து கையாளப்பட்டுள்ளவையே. என்னிடம் மனம் திறந்து பேசியுள்ள தனிநபர்களின் அந்தரங்கத்தைப் பாதுகாக்கும் பொருட்டு, பெயர்களும் இடங்களும் மட்டும் மாற்றப்பட்டுள்ளன.

ஒரு காரில் எண்ணெய் அளவைச் சரியாக வைத்துக் கொள்வது எவ்வளவு முக்கியமோ, அதே அளவு முக்கியமானது ஒரு திருமண வாழ்வில் காதல் கேணி எப்போதும் நிரம்பியிருக்குமாறு பார்த்துக் கொள்வது. காலியான காதல் கேணியுடன் இல்லற வாழ்வை நடத்துவது, எண்ணெய் இல்லாமல் காரை ஓட்ட முயற்சிப்பதைவிட மோசமானது. நீங்கள் இனி படிக்கவிருக்கும் விஷயங்கள் ஆயிரக்கணக்கான திருமணப் பிரச்சனைகளைத் தீர்க்க வல்லவை. அதோடு, சிறப்பாகச் சென்று கொண்டிருக்கும் ஓர் இல்லற வாழ்வின் சூழலை மேலும் மேம்படுத்த வல்லவை. உங்கள் இல்லற வாழ்க்கையின் தரம் இப்போது எப்படியிருந்தாலும் சரி, அதை இன்னும் சிறப்பாக்க எப்போதும் வாய்ப்புகள் உள்ளன.

எச்சரிக்கை: ஐந்து காதல் மொழிகளைப் புரிந்து கொள்வதும், உங்கள் வாழ்க்கைத் துணைவரின் முதன்மைக் காதல் மொழியைப் பேசக் கற்றுக் கொள்வதும் அவரது நடத்தையின்மீது முழுமையான தாக்கத்தை ஏற்படுத்தும். தங்களது காதல் கேணிகள் நிரம்பியிருக்கும்போது மக்கள் வித்தியாசமாக நடந்து கொள்வர்.

ஐந்து காதல் மொழிகளை நாம் ஆய்வு செய்வதற்கு முன்பாக, மற்றுமொரு முக்கியமான விஷயத்தை இங்கு நாம் விவாதித்தாக வேண்டும்: ‘காதல் வயப்படுதல்’ என்ற உற்சாகமான அனுபவம்தான் அது.

3

காதல் வயப்படுதல்

ஜேனிஸ் என்னும் பெண்மணி முன்னனுமதியின்றி என் அலுவலகத்திற்கு வந்து, ஐந்து நிமிடங்களுக்கு என்னைப் பார்க்க அனுமதிக்குமாறு என் செயலாளரிடம் கேட்டாள். ஜேனிஸை எனக்குப் பதினெட்டு வருடங்களாகத் தெரியும். அவளுக்கு வயது முப்பத்தாறு. அவள் திருமணம் செய்து கொள்ளவில்லை. அவள் பல வருடங்களாகப் பல ஆண்களைச் சந்தித்தாள். ஒருவருடன் அவள் ஆறு வருடங்கள் பழகினாள். மற்றொருவருடன் மூன்று வருடங்கள் பழகினாள். மற்ற சிலரோடு குறைந்த காலங்கள் பழகினாள். அவற்றில், குறிப்பிட்ட ஓர் உறவில் அவள் எதிர்கொண்டிருந்த ஒரு சிரமம் குறித்து என்னைப் பல முறை சந்தித்து ஆலோசனை பெற்று வந்துள்ளாள். இயற்கையில் அவள் ஒழுக்கமான, மனசாட்சிக்குக் கட்டுப்பட்ட, ஒழுங்குமுறையுடன்கூடிய, அடுத்தவர்கள்மீது அக்கறை கொண்ட, அவர்களது நலனைப் பற்றிச்

சிந்திக்கின்ற ஒரு பெண். அப்படிப்பட்டவள் முன்னனுமதி பெறாமல் திடீரென்று என் அலுவலகத்திற்கு வந்தது அவளது இயல்பிற்கு முற்றிலும் புறம்பானதாக இருந்தது. 'ஜேனிஸ் திடீரென்று இப்படி வந்து நிற்பதற்கு, அவள் நிச்சயமாக ஏதோ ஒரு நெருக்கடியான சூழலில் சிக்கியிருக்க வேண்டும்,' என்று நான் நினைத்தேன். அவளை உள்ளே அனுப்பி வைக்குமாறு என் செயலாளரிடம் கூறினேன். கதவை மூடியவுடன் கண்ணீர்க் கண்களுடன் ஏதோ ஒரு துயரமான கதையை அவள் என்னிடம் கூறப் போகிறாள் என்று நான் எதிர்பார்த்தேன். ஆனால் அவள் அதற்கு மாறாக, உற்சாகம் பொங்க என் அறைக்குள் நுழைந்தாள்.

"ஹலோ ஜேனிஸ், எப்படி இருக்கிறீர்கள்?" என்று நான் கேட்டேன்.

"பிரமாதம்! என் வாழ்வில் நான் ஒருபோதும் இதுபோல் மகிழ்ச்சியாக இருந்ததில்லை. எனக்குத் திருமணம் நிச்சயமாகிவிட்டது," என்று அவள் கூறினாள்.

"அப்படியா! யார் உங்களுக்குக் கணவராக வரப் போகிறவர்? எப்போது உங்கள் திருமணம்?" என்று அதிர்ச்சியுடன் கேட்டேன்.

"அவரது பெயர் டேவிட் கேலெஸ்பி. செப்டம்பர் மாதம் என் திருமணம் நடைபெற உள்ளது," என்று அவள் கூறினாள்.

"இது உற்சாகமான செய்திதான். நீங்கள் இருவரும் எவ்வளவு நாட்களாகப் பழகி வந்திருக்கிறீர்கள்?"

"மூன்று வாரங்கள். நான் எத்தனை பேருடன் பழகியிருக்கிறேன், எத்தனை முறை அது திருமணத்தில் முடியும் நிலைவரை சென்றுள்ளது என்பதெல்லாம் நன்றாகத் தெரிந்த உங்களுக்கு இது பைத்தியக்காரத்தனமாகத் தோன்றலாம். என்னால்கூட இதை நம்ப முடியவில்லை. ஆனால் டேவிட்தான் எனக்குப் பொருத்தமானவர் என்று நான் உறுதியாக நம்புகிறேன். முதல் சந்திப்பிலேயே நாங்கள் அதை அறிந்து கொண்டோம். முதல் நாளே அதைப் பற்றி நாங்கள் பேசவில்லை. ஆனால் ஒரு வாரத்திற்குப் பிறகு, தன்னைத் திருமணம் செய்து கொள்ளுமாறு அவர் என்னிடம் கேட்டார். அவர் என்னிடம் அப்படிக் கேட்கப் போகிறார் என்பதையும், நான் அதற்குச் சம்மதம் தெரிவிக்கப் போகிறேன் என்பதையும் நான் அறிந்திருந்தேன். நான் முன்பு ஒருபோதும் இதுபோல் உணர்ந்ததில்லை. பல வருடங்களாக நான் பழகி வந்துள்ள ஆண்களைப் பற்றியும், நான் சந்தித்துள்ள போராட்டங்களைப் பற்றியும் நீங்கள் அறிவீர்கள். அவர்கள் ஒவ்வொருவருடனான உறவிலும் ஏதோ ஒன்று சரியாக இருக்கவில்லை. அவர்களில் ஒருவரைக்கூட மணமுடிக்க என் மனம் இடம் கொடுக்கவில்லை. ஆனால் டேவிட்தான் சரியான தேர்வு என்பதை நான் அறிவேன்."

இப்போது ஜேனிஸ் தன் நாற்காலியில் முன்னும் பின்னுமாக ஆடிக் கொண்டிருந்தாள். அவள் சிரித்துக் கொண்டே, "இது பைத்தியக்காரத்தனம் என்று எனக்குத் தெரியும். ஆனால் நான் மகிழ்ச்சியாக இருக்கிறேன். என் வாழ்வில் நான் ஒருபோதும் இந்த அளவுக்கு மகிழ்ச்சியாக இருந்ததில்லை," என்று கூறினாள்.

ஜேனிஸிற்கு என்ன நிகழ்ந்தது? அவள் காதல் வயப்பட்டுள்ளாள். தான் இதுவரை சந்தித்துள்ள நபர்களிலேயே டேவிட் ஒருவர்தான் மிக அற்புதமான மனிதர் என்று அவள் நினைக்கிறாள். அவன் அனைத்து விதத்திலும் கச்சிதமானவன் என்றும், அவன் தனக்கு ஒரு கச்சிதமான கணவனாக அமைவான் என்றும் அவள் முடிவு செய்துள்ளாள். அவள் அவனைப் பற்றி இரவு பகலாக நினைத்துக் கொண்டிருக்கிறாள். டேவிட் ஏற்கனவே இரண்டு முறை திருமணம் ஆனவன், அவனுக்கு மூன்று குழந்தைகள் உள்ளனர், கடந்த வருடம் அவன் மூன்று வேலைகள் மாறியிருக்கிறான் என்ற உண்மையெல்லாம் அவளுக்கு அவ்வளவு முக்கியமாகத் தோன்றவில்லை. அவள் மகிழ்ச்சியாக இருக்கிறாள். டேவிட்டுடன் தான் என்றென்றும் மகிழ்ச்சியாக இருக்கப் போவதாக அவள் உறுதியாக நம்புகிறாள். அவள் காதல் வயப்பட்டு இருக்கிறாள்.

நம்மில் பலர் 'காதல் வயப்படுதல்' அனுபவத்தோடு திருமண உறவில் காலெடுத்து வைக்கிறோம். நமக்குள் காதல் நெருப்பை மூட்டக்கூடிய தோற்றத்தையும் ஆளுமையையும் கொண்ட ஒருவரை நாம் சந்திக்கிறோம். காதல் பயணம் அங்கிருந்து துவங்குகிறது. பின் ஒருவரை ஒருவர் அறிந்து கொள்ளும் முயற்சியில் நாம் இறங்குகிறோம். அதன் முதற்படி, நம் கையிருப்புக்கு ஏற்றாற்போல் சுண்டல் அல்லது ஐஸ்கிரீமைப் பகிர்ந்து கொள்வதாக இருக்கக்கூடும். நாம் காதலைக் கண்டறியும் ஒரு தேடலில் நுழைந்துள்ளோம். "எனக்குத் தோன்றியிருக்கும் இந்த இதமான சிலிர்ப்பு 'உண்மையான' காதலாக இருக்குமா?"

திருமணத்திற்கு முன்பு நாம் காணும் கனவுகள் மகிழ்ச்சியான இல்லற வாழ்க்கையைப் பற்றியவையே. நீங்கள் காதல் வயப்பட்டிருக்கும்போது வேறு எதையும் நம்புவது மிகவும் கடினம்.

சில சமயங்களில் முதல் சந்திப்பு முடிந்தவுடனேயே சிலிர்ப்பை நாம் இழந்துவிடுகிறோம். அவளிடம் நமக்குப் பிடிக்காத ஏதோ ஒரு விஷயம் நமக்குத் தெரிய வரும்போது நம்மிடம் இருந்த அந்த சிலிர்ப்பு நம்மைவிட்டு ஓடிப் போய்விடுகின்றது. மற்ற சமயங்களில், அந்த சிலிர்ப்பு முன்பு எப்போதும் இல்லாத அளவுக்கு வலிமையடைகின்றது. நாம் இன்னும் சில கூடுதல் சந்திப்புகளுக்கு ஏற்பாடு செய்கிறோம். விரைவில் நம் உணர்ச்சி நிலை, "நான் காதல் வயப்பட்டுள்ளேன் என்று நினைக்கிறேன்," என்று கூறும் அளவுக்குத் தீவிரமாக உயர்ந்துவிடுகிறது. இது 'உண்மையான' காதல்தான் என்று இறுதியில் நாம் உறுதியாக நம்புகிறோம். நமது காதல் உணர்வை அவரும் பிரதிபலிப்பார் என்ற நம்பிக்கையில் நம் காதலை அடுத்தவரிடம் தெரிவிக்கிறோம். அது அப்படி அமையவில்லை என்றால், நாம் சற்று ஆசுவாசமாகிக் கொண்டு, அவரைக்

கவர்வதற்கு நம் முயற்சியை இரண்டு மடங்காக அதிகரித்துக் கொள்கிறோம். இறுதியில், நம் அன்புக்குரியவரின் அன்பிற்குப் பாத்திரமாகிக் காதலில் வெற்றி பெற்றுவிடுகிறோம். அது பரஸ்பரக் காதலாக இருக்கும் பட்சத்தில், திருமணத்தைப் பற்றிப் பேசத் துவங்குகிறோம். ஏனெனில் ஒரு நல்ல திருமண வாழ்க்கைக்கு, 'காதல் வயப்பட்டு இருப்பது' மிக அத்தியாவசியமான அடித்தளம் என்பது அனைவராலும் ஒப்புக் கொள்ளப்பட்ட ஒரு விஷயமாகும்.

காதல் உணர்வு உச்சகட்டத்தில் இருக்கும்போது, காதலிக்கும் அனுபவம் மட்டற்ற மகிழ்ச்சி தருவதாக உள்ளது. நாம் ஒருவரோடு ஒருவர் உணர்ச்சிரீதியாகப் பின்னிப் பிணைந்துள்ளோம். தூங்கப் போகும்போதும் ஒருவரைப் பற்றி ஒருவர் நினைத்தபடியே தூங்குகிறோம். காலையில் படுக்கையைவிட்டு எழும்போதும் அந்த நபரைப் பற்றிய எண்ணம்தான் நம் மனத்தில் தோன்றும் முதல் எண்ணமாக அமைகிறது. இருவரும் இணைந்திருக்க ஏங்குகிறோம். ஒருவரோடு ஒருவர் நேரத்தைச் செலவிடுவது சொர்க்கத்தில் விளையாடுவதைப் போன்று இருப்பதாகத் தோன்றுகிறது. இருவரும் கைகளைப் பிடித்திருக்கையில், நமது இரத்தம் ஒன்றுசேர்ந்து பாய்வதைப்போல் தோன்றுகிறது. வேலைக்குச் செல்ல வேண்டிய கட்டாயம் மட்டும் இல்லையென்றால், நிறுத்தாமல் முத்தமிட்டுக் கொண்டே இருக்கலாம். ஒருவரை ஒருவர் ஆரத் தழுவுவது, திருமணம் மற்றும் மட்டற்ற மகிழ்ச்சியைப் பற்றியக் கனவுகளைத் தூண்டுகிறது.

காதல் வயப்பட்டிருக்கும் ஒருவன், தனது காதலி கச்சிதமானவள் என்ற மாயையைக் கொண்டிருக்கிறான். அவனது தாயாரால் அப்பெண்ணிடம் உள்ள குறைகளைக் காண முடியும், ஆனால் அவனால் முடியாது. அவனது தாயார், "அவள் ஐந்து வருடங்களாக மனநலக் காப்பகத்தில் தங்கிச் சிகிச்சை பெற்று வந்திருக்கிறாள் என்பதை நீ யோசித்துப் பார்த்தாயா?" என்று கேட்கிறார். ஆனால் அவனோ, "அம்மா, நீ என்னைச் சற்று தொந்தரவு செய்யாமல் இருக்கிறாயா? அவள் அதைவிட்டு வெளியேறி இப்போது மூன்று மாதங்கள் ஆகின்றன," என்று பதிலளிக்கிறான். அவனது நண்பர்களாலும் அவனது காதலியிடம் உள்ள குறைகளைப் பார்க்க முடிகிறது. ஆனால் அவன் கேட்காதவரை அவர்கள் அவனிடம் எதையும் கூறப் போவதில்லை. அவன் தன் நண்பர்களிடம் அதைப் பற்றிக் கேட்பதற்கான வாய்ப்புகளும் அரிதுதான். ஏனெனில், அவனைப் பொறுத்தவரை, அவள் கச்சிதமானவள் என்று மனதார அவன் நம்புகிறான். அடுத்தவர்கள் அவளைப் பற்றி என்ன நினைக்கின்றனர் என்பது அவனுக்கு ஒரு பொருட்டல்ல.

திருமணத்திற்கு முன்பு நாம் காணும் கனவுகள் மகிழ்ச்சியான இல்லற வாழ்க்கையைப் பற்றியவையே: "நாங்கள் இருவரும் ஒருவரை ஒருவர் மிகவும் மகிழ்ச்சியாக வைத்துக் கொள்ளப் போகிறோம். மற்ற தம்பதியர் விவாதிக்கக்கூடும், சண்டையிடக்கூடும், ஆனால் நாங்கள் அப்படி இருக்க மாட்டோம். நாங்கள் இருவரும் ஒருவரை ஒருவர் நேசிக்கிறோம்." அதற்காக நாம் முற்றிலும் வெகுளியல்ல. இருவருக்கு இடையே கண்டிப்பாகக் கருத்து வேறுபாடுகள் தோன்றும் என்பதை நாம் அறிவோம். ஆனால் அவற்றை நாம் திறந்த மனத்துடன் கலந்து

ஆலோசிப்போம் என்பது நிச்சயம். இருவரில் யாரேனும் ஒருவர் மற்றவருக்காக விட்டுக்கொடுத்து ஓர் உடன்பாட்டிற்கு வருவோம். காதல் வயப்பட்டிருக்கும்போது வேறு எதையும் நம்புவது மிகவும் கடினம்.

நாம் உண்மையிலேயே காதல் வயப்பட்டிருந்தால் நம் அன்பு என்றென்றும் நிலைத்திருக்கும் என்று நாம் நம்ப வைக்கப்பட்டுள்ளோம். இக்கணத்தில் நாம் அனுபவிக்கும் அற்புதமான உணர்வுகளை நாம் எப்போதும் அனுபவிப்போம். நமக்கிடையில் எதுவும் வர முடியாது. நம் காதலை மீறி எதுவும் நடந்துவிடாது. நாம் அடுத்தவர்மீது கொண்டிருக்கும் காதல் தீவிரமானது. அவரது ஆளுமையின் அழகால் நாம் கவரப்பட்டுள்ளோம். நமது காதல்தான் நாம் இதுவரை அனுபவித்துள்ளதிலேயே மிகவும் அற்புதமான விஷயம். திருமணமான சில தம்பதியர் அந்த உணர்வைத் தொலைத்துவிட்டிருப்பதை நாம் பார்க்கிறோம், ஆனால் அது நமக்கு ஒருபோதும் நடக்காது. "ஒருவேளை அவர்களுக்கிடையே இருந்தது உண்மையான காதலாக இருந்திருக்காது," என்று நாம் அதற்குக் காரணம் கற்பிக்கக்கூடும்.

துரதிர்ஷ்டவசமாக, 'காதல்' அனுபவம் நிரந்தரமானது என்பது உண்மையல்ல. அது ஒரு கற்பனை. உளவியலாளரான டாக்டர் டோரத்தி டென்னோவ், காதல் பற்றி நீண்ட கால ஆய்வுகளைச் செய்துள்ளார். எண்ணற்றத் தம்பதியினரிடம் பரிசோதனை மேற்கொண்டதில் இருந்து, தீவிரமான காதலின் ஆயுட்காலம் சராசரியாக இரண்டு வருடங்கள் மட்டும்தான் என்ற முடிவுக்கு அவர் வந்தார். அது ஓர் இரகசியக் காதல் உறவாக இருக்கும் பட்சத்தில் அதன் ஆயுட்காலம் சற்று அதிகமாக இருக்கக்கூடும். ஆனாலும் இறுதியில், நாம் அனைவரும் வானத்தில் இருந்து கீழே வந்து நம் கால்களை நிலத்தில் ஊன்றும் வேளை வந்துவிடுகிறது. நமது கண்கள் திறக்கின்றன. அடுத்தவரிடம் உள்ள குறைகள் நம் கண்களுக்குப் புலப்படத் துவங்குகின்றன. அவரது சில பண்புநலன்கள் நமக்கு எரிச்சலூட்டுவதை நாம் அறிகிறோம். அவளது நடத்தை நம்மை எரிச்சல்படுத்துகிறது. அவனிடம் இருந்து கோபமும், கடுமையான வார்த்தைகளும் வெளிப்படுகின்றன. அவன் அவளது மனத்தைக் காயப்படுத்துகிறான், அவளை எடைபோடுகிறான். நாம் காதல் வயப்பட்டிருந்தபோது கண்டுகொள்ளாமல் போன சில குணங்கள் இப்போது பெரும் மலைகளாகத் தெரிகின்றன. நம் தாயாரின் வார்த்தைகள் நம் நினைவுக்கு வருகின்றன. "நான் எப்படி அவ்வளவு முட்டாளாக இருந்தேன்?" என்று நம்மை நாமே கேட்டுக் கொள்கிறோம்.

உண்மையான இல்லற உலகிற்கு உங்களை வரவேற்கிறோம்: அங்கு குளியல் தொட்டியில் எப்போதும் முடிகள் கிடக்கும். கண்ணாடியில் சிறிய வெள்ளை நிறப் புள்ளிகள் கோலங்கள்போலக் கொலுவிருக்கும். டாய்லெட் மூடி கீழ்நோக்கி இருக்க வேண்டுமா அல்லது மேல்நோக்கி இருக்க வேண்டுமா என்பது போன்ற விவாதங்கள் எழும். இங்கு காலணிகள் தாமாகவே அதனதன் இடத்தில் போய் அமர்வதில்லை. மேசை டிராயர்கள் தாமாகவே மூடிக் கொள்வதில்லை. சட்டைகளுக்கு ஹேங்கர்கள் பிடிப்பதில்லை. காலுறைகள் மூலைக்கு ஒன்றாகச் சிதறியிருப்பது தினசரிக் காட்சி. இவ்வுலகில், ஒரு பார்வை உங்களைக்

காயப்படுத்தலாம், ஒரு வார்த்தை உங்களை வதைக்கலாம். நெருங்கிய காதலர்கள் இங்கு எதிரிகளாவும், திருமணம் ஒரு போர்க்களமாகவும் ஆகலாம்.

இங்கு காதலுக்கு என்னவாயிற்று? நல்லதற்கோ கெட்டதற்கோ, திருமணம் என்ற பந்தத்திற்குள் நம்மைத் தந்திரமாகத் தள்ளிவிட்ட ஒரு மாயை மட்டும்தான் அந்தக் காதல். ஒரு காலத்தில் தாங்கள் காதலித்த, உண்மையாக நேசித்தத் தங்கள் வாழ்க்கைத் துணைவரையும் திருமணத்தையும் பலர் பழித்துரைப்பதில் ஆச்சரியம் ஏதும் இல்லை. நாம் ஏமாற்றப்பட்டால் கோபப்படுவதற்கு நமக்கு உரிமை உண்டுதானே? நிஜமாகவே நாம் 'உண்மையான காதல்' கொண்டிருந்தோமா? நான் அப்படித்தான் நினைக்கிறேன். ஆனால் இங்கு பிரச்சனைக்குக் காரணம் தவறான தகவல்கள்.

காதல் மீதான அதீதப் பற்று என்றென்றும் நிலைத்திருக்கும் ஒன்று என்ற யோசனைதான் மோசமான தகவல். நாம் அது குறித்துச் சரியாக அறிந்து வைத்திருக்க வேண்டும். ஒரு விஷயத்தில் அதீதப் பற்றுடன் இருந்தால் நாம் அனைவரும் பெரும் பிரச்சனைக்கு ஆளாவோம் என்ற விஷயம் நமக்குப் புரிந்திருக்க வேண்டும். இது வியாபாரம், தொழிற்துறை, சமயம் , கல்வி, மற்றும் சமூகத்தின் பிற அம்சங்களை ஸ்தம்பிக்கச் செய்யும். ஏன்? ஏனெனில், 'காதல் வயப்பட்டிருக்கும்' மக்கள் பிற விஷயங்களில் ஈடுபாட்டை இழந்துவிடுகின்றனர். அதனால்தான் அதை 'அதீதப் பற்று' என்று அழைக்கிறோம். தலைகால் புரியாமல் காதல் வலையில் சிக்கியுள்ள ஒரு கல்லூரி மாணவன், வகுப்பில் தன் மதிப்பெண்கள் கீழ்முகமாகச் செல்வதைக் காண்கிறான். காதல் வயப்பட்டிருக்கும்போது படிப்பில் கவனம் செலுத்துவது கடினம். 1812ம் ஆண்டு நடந்த போரைப் பற்றி நாளை வகுப்பில் நீங்கள் தேர்வு எழுதியாக வேண்டும் என்று வைத்துக் கொள்வோம். ஆனால் 1812ம் ஆண்டு நடந்த போரைப் பற்றி யாருக்கு என்ன அக்கறை? நீங்கள் காதலில் ஈடுபட்டிருக்கும்போது எதுவுமே சம்பந்தமில்லாததுபோல் தோன்றும். ஒருவர் என்னிடம், "டாக்டர் சேப்மேன், என் வேலை சின்னாபின்னமாகிக் கொண்டிருக்கிறது," என்று கூறினார்.

"நீங்கள் என்ன கூறுகிறீர்கள்?" என்று நான் கேட்டேன்.

"நான் ஒரு பெண்ணைச் சந்தித்தேன். அவள்மீது காதல் கொண்டேன். இப்போது என்னால் எதுவுமே செய்ய முடியவில்லை. என் வேலையில் என்னால் கவனம் செலுத்த முடியவில்லை. நாள் முழுவதும் அவளைப் பற்றிக் கனவு காண்பதிலேயே என் நேரம் செலவாகிவிடுகிறது."

காதல் வயப்படும்போது கிடைக்கும் மகிழ்ச்சி நாம் ஒரு நெருக்கமான உறவைக் கொண்டிருக்கிறோம் என்ற மாயையை நமக்குள் தோற்றுவிக்கிறது. நாம் பரஸ்பரம் ஒருவருக்கு ஒருவர் சொந்தம் என்று நினைக்கிறோம். அனைத்துப் பிரச்சனைகளையும் நம்மால் வெற்றி கொள்ள முடியும் என்று நம்புகிறோம். நாம் நமது நலனைப் பொருட்படுத்தாமல், அடுத்தவருடைய நலனில் நமது ஒட்டுமொத்தக் கவனத்தையும் செலுத்துகிறோம். தனக்கு மனைவியாக வரவிருந்த ஒரு பெண்ணைப் பற்றி ஒருவர் என்னிடம், "அவளைக் காயப்படுத்தும்

விதமாக எதையும் செய்வதை என்னால் நினைத்துப் பார்க்க முடியாது. அவளை மகிழ்ச்சியாக வைத்திருப்பதுதான் எனது ஒரே விருப்பம். அவளை மகிழ்ச்சிப்படுத்துவதற்கு நான் எதையும் செய்யத் தயார்," என்று கூறினார். அப்படிப்பட்ட அளவுக்கதிகமான பற்று, நாம் தன்னலம் கருதாதவர்கள், நமது அகங்கார மனப்போக்கு களையப்பட்டுவிட்டது, நாம் அன்னை தெரேசாபோல் ஆகிவிட்டோம், நமது காதலியின் நலனுக்காக நாம் எதையும் கொடுக்கத் தயாராக இருக்கிறோம் என்ற பொய்யான உணர்வைக் கொடுக்கின்றது. அதை எந்தத் தடையும் இன்றி நம்மால் சுலபமாகச் செய்ய முடிவதற்குக் காரணம், நமது காதலனோ அல்லது காதலியோ நம்மிடம் அதே உணர்வுடன் நடந்து கொள்கின்றனர் என்று நாம் உண்மையிலேயே நம்புவதுதான். நமது தேவைகளை நிறைவேற்றுவதில் அவன் உறுதியாக இருக்கிறான் அல்லது நாம் அவனைக் காதலிப்பது போலவே அவன் நம்மைக் காதலிக்கிறான், நம்மைக் காயப்படுத்தும் எதையும் அவன் செய்ய மாட்டான் என்று நாம் நம்புகிறோம்.

அப்படிப்பட்டச் சிந்தனை விசித்திரமானது. நமது எண்ணமும் உணர்வும் உண்மையில்லாதவை என்று அதற்குப் பொருளல்ல. ஆனால் நாம் யதார்த்தமாக நடந்து கொள்ளவில்லை என்று அதற்குப் பொருள். மனித இயல்பின் யதார்த்தத்தை நாம் சரியாகப் புரிந்து கொள்ளத் தவறிவிடுகிறோம். இயற்கையில் நாம் அனைவரும் தன்னலம் கருதுபவர்கள். நமது உலகம் நம்மைச் சுற்றியே இயங்குகிறது. நம்மில் ஒருவரும் முழுமையான பொதுநலவாதிகள் அல்ல. காதல் அனுபவம் கொடுக்கின்ற மகிழ்ச்சி அந்த மாயையை உருவாக்குகிறது.

காதல் அனுபவம் நம் சொந்த வளர்ச்சியின்மீதும் கவனம் செலுத்துவதில்லை, அடுத்தவரது வளர்ச்சியின்மீதும் கவனம் செலுத்துவதில்லை. மாறாக, நாம் வந்து சேர்ந்துவிட்டோம், நாம் இதற்கு மேல் வளர வேண்டிய தேவையில்லை என்ற உணர்வைத் தருகிறது.

காதல் அனுபவத்தின் ஆயுட்காலம் முடிந்தவுடன் (காதல் அனுபவம் சராசரியாக இரண்டு வருடம் மட்டுமே நீடிக்கிறது என்பது நினைவிருக்கிறதா?), நாம் யதார்த்த உலகிற்குத் திரும்பி, நம்மை முன் நிறுத்தி, நமக்கு முன்னுரிமை கொடுத்துக் கொள்ளத் துவங்குகிறோம். அவன் தனது விருப்பங்களைத் தெரிவிப்பான். ஆனால் அவனது விருப்பங்கள் அவளது விருப்பங்களில் இருந்து வேறுபட்டிருக்கும். அவன் அவளுடன் தாம்பத்திய உறவு வைத்துக் கொள்ள விரும்புகிறான், ஆனால் அவள் மிகவும் களைத்துப் போயிருக்கிறாள். அவன் ஒரு புதிய காரை வாங்க விரும்புகிறான், ஆனால், "அது அபத்தம்!" என்று அவள்

கூறுகிறாள். அவள் தனது பெற்றோர் வீட்டிற்குச் சென்று அவர்களைச் சந்தித்து வர விரும்புகிறாள். ஆனால் அவன், "நீ உன் குடும்பத்தாருடன் அதிக நேரம் செலவழிப்பதில் எனக்கு விருப்பமில்லை," என்று கூறுகிறான். அவன் பூப்பந்துப் போட்டியில் கலந்து கொள்ள விரும்புகிறான். ஆனால் அவள், "என்னைக் காதலிப்பதைவிட அதிகமாக நீங்கள் பூப்பந்தைக் காதலிக்கிறீர்கள்," என்று சீண்டுகிறாள். சிறிது சிறிதாக, நெருக்கம் என்னும் மாயை காற்றோடு காற்றாய்க் கலக்கிறது. தனிநபர் விருப்பங்களும், உணர்ச்சிகளும், எண்ணங்களும், நடத்தைகளும் தம்மை வலியுறுத்தி நிலைநாட்டிக் கொள்கின்றன. அவர்கள் இருவரும் இரு தனிநபர்கள் ஆகிவிடுகின்றனர். அவர்களது மனங்கள் ஒன்றரக் கலக்கவில்லை. காதல் என்னும் பெருங்கடலில் அவர்களது உணர்ச்சிகள் குறுகிய காலம் மட்டுமே சங்கமித்தன. இப்போது யதார்த்த அலைகள் அவர்களைப் பிரிக்கத் துவங்குகின்றன. அவர்களிடமிருந்து காதல் மறைகிறது. இந்த நிலையில், ஒன்று, அவர்கள் விலகிப் பிரிந்து விவாகரத்துப் பெற்றுப் புதிய காதல் அனுபவத்தைத் தேடிப் புறப்படுகின்றனர் அல்லது காதல் மீதான அதீதப் பற்றைக் கைவிட்டுவிட்டு ஒருவர்மீது ஒருவர் அன்பு செலுத்தக் கற்றுக் கொள்ளும் கடினமான வேலையைத் துவங்குகின்றனர்.

காதல் அனுபவம் 'காதல்' என்று அழைக்கப்படவே கூடாது என்று மனநல மருத்துவர் ஸ்காட் பெக் மற்றும் உளவியலாளர் டோரத்தி டெனோவ் உட்பட சில ஆராய்ச்சியாளர்கள் தீர்மானமாகக் கூறுகின்றனர். காதல் வயப்படுதல் அனுபவம் உண்மையான காதல் அல்ல என்பதற்கு மூன்று காரணங்கள் உள்ளதாக டாக்டர் பெக் முடிவாகத் தெரிவிக்கிறார். முதலில், காதல் வயப்படுவது என்பது நாம் விழிப்புணர்வுடன் தேர்ந்தெடுக்கும் ஒரு விஷயமல்ல. காதல் வயப்பட வேண்டும் என்று நாம் எவ்வளவுதான் விரும்பினாலும், அதை நம்மால் நிகழச் செய்ய முடியாது. மாறாக, நாம் காதல் வலையில் விழும்போது அதை நாம் தேடிக் கொண்டிருந்திருக்கக்கூட மாட்டோம். பெரும்பாலும் நாம் தவறான நேரங்களில், நமக்குப் பொருத்தமில்லாத மனிதர்களுடன் காதல் வயப்படுகிறோம்.

காதல் வயப்படுவது உண்மையான காதல் அல்ல என்பதற்கான இரண்டாவது காரணம், அது முயற்சியின்றி வருவது. நாம் காதல் வசப்பட்டிருக்கும்போது செய்யும் எந்தவொரு விஷயத்திற்கும் அவ்வளவு கட்டுப்பாடும் முயற்சியும் தேவையில்லை. நாம் ஒருவரோடு ஒருவர் பேசிக் கொள்வதற்காக அதிகமாகச் செலவு செய்து விடுக்கும் நெடுந்தூரத் தொலைபேசி அழைப்புகள், அடுத்தவரைச் சந்திப்பதற்காக மேற்கொள்ளும் பயணத்திற்கு நாம் செலவழிக்கும் பணம், நாம் கொடுத்துக் கொள்ளும் பரிசுகள், நாம் மேற்கொள்ளும் வேலைகள் ஆகியவை நம்மைப் பொறுத்தவரை ஒன்றுமே இல்லை. ஒரு பறவையின் உள்ளுணர்வு சார்ந்த இயல்பு அதன் கூட்டைக் கட்டுவதற்கு எவ்வாறு உத்தரவுகளை வழங்குகிறதோ, அதேபோல நமது காதல் அனுபவம் தோற்றுவிக்கும் இயல்பான உள்ளுணர்வு நாம் ஒருவருக்கொருவர் வினோதமான, இயற்கைக்கு மாறான விஷயங்களைச் செய்வதற்கு நம்மைத் தூண்டும்.

மூன்றாவதாக, காதல் வசப்பட்டிருக்கும் ஒருவர், அடுத்தவரின் தனிப்பட்ட வளர்ச்சியை ஊக்குவிப்பதில் உண்மையான ஆர்வத்துடன் இருப்பதில்லை. "காதல் வசப்படும்போது நம் மனத்தில் ஏதேனும் ஒரு குறிக்கோள் உள்ளது என்றால், அது நம் தனிமையைப் போக்குவதும், திருமணத்தின் மூலம் இந்த விளைவை உறுதி செய்து கொள்வதும்தான்." காதல் அனுபவம் நம் சொந்த வளர்ச்சியின்மீதும் கவனம் செலுத்துவதில்லை, அடுத்தவரது வளர்ச்சியின்மீதும் கவனம் செலுத்துவதில்லை. மாறாக, நாம் வந்து சேர்ந்துவிட்டோம், நாம் இதற்கு மேல் வளர வேண்டிய தேவையில்லை என்ற உணர்வைத் தருகிறது. நாம் வாழ்வின் மகிழ்ச்சியின் சிகரத்தை அடைந்துவிட்டோம். அங்கு நிலைத்திருப்பது மட்டுமே நமது ஒரே விருப்பம். நம் காதலி இதற்கு மேல் வளர வேண்டியதில்லை. ஏனெனில் அவள் கச்சிதமானவள். அவள் தொடர்ந்து அவ்வாறு கச்சிதமாக இருப்பாள் என்று நாம் வெறுமனே நம்புவோம்.

அறிவு மற்றும் விருப்பத்தின் அடிப்படையில் அமைந்த காதலை அனுபவிப்பதைத்தான் ஞானிகள் நமக்கு எப்போதும் வலியுறுத்தி வந்துள்ளனர்.

காதல் வயப்படுவது உண்மையான காதல் இல்லை என்றால், பிறகு அது என்ன? "இது மரபுரீதியாக வடிவமைக்கப்பட்ட, உள்ளுணர்வு சார்ந்த புணர்ச்சி நடத்தை. வேறு வார்த்தைகளில் கூறினால், காதலில் விழுவதைச் சாத்தியமாக்குகின்ற அகந்தை எல்லைகளின் தற்காலிகச் சீர்குலைவு மனிதர்களிடம் காணப்படும் பொதுவான நடத்தை. இதன் மூலம் மனிதகுலம் தழைத்திருப்பதை உறுதி செய்யும் புணர்ச்சியின் சாத்தியக்கூறு அதிகரிக்கிறது," என்று டாக்டர் பெக் முடிவாகத் தெரிவிக்கிறார்.

அவரது அந்த முடிவை நாம் ஒத்துக் கொள்கிறோமோ இல்லையோ, இந்த அனுபவம் நாம் இதுவரை அனுபவித்திராத ஓர் உணர்ச்சி வட்டத்திற்குள் நம்மைக் கொண்டுபோய்ச் சேர்க்கிறது என்பதைக் காதலில் விழுந்தவர்களும் அதிலிருந்து மீண்டு வந்துள்ளவர்களும் ஒப்புக் கொள்வர். பகுத்தறிந்து பார்க்கும் நமது திறனை அது மழுங்கடிக்கிறது. நாம் நிதானமாக இருக்கும் கணங்களில் பொதுவாக நாம் எதையெல்லாம் பேச மாட்டோமோ, செய்ய மாட்டோமோ, அதையெல்லாம் காதல் வயப்பட்டிருக்கும்போது நாம் பேசுவோம், செய்வோம். உண்மையில், காதல் மயக்கம் தெளிந்தவுடன், நாம் ஏன் அப்படிப்பட்டக் காரியங்களைச் செய்தோம் என்று நாம் அடிக்கடி வியக்கிறோம். உணர்ச்சி அலைகள் அடங்கி யதார்த்த உலகிற்குள் நாம் மீண்டும் காலடி எடுத்து வைக்கும்போது, நமது வேறுபாடுகள் வெளிச்சம் போட்டுக் காட்டப்படுகின்றன. அப்போது, "நாம் ஏன் திருமணம் செய்து கொண்டோம்? ஏன் எந்த விஷயத்திலுமே நமக்கு உடன்பாடு

ஏற்படுவதில்லை?" என்று நம்மில் எத்தனை பேர் கேட்டிருக்கிறோம். ஆனாலும், காதல் போதை உச்சத்தை அடைந்திருக்கும்போது, நாம் எல்லா விஷயங்களிலும் உடன்பாட்டுடன் இருந்ததாக நாம் நினைக்கிறோம். குறைந்தபட்சம் முக்கியமான விஷயங்களில் நாம் ஒருவரோடு ஒருவர் ஒத்துப் போனதாக நினைக்கிறோம்.

அப்படியென்றால், காதல் வயப்பட்டிருக்கிறோம் என்ற மாயை காரணமாக நாம் திருமணம் செய்து கொண்ட பிறகு, நாம் தேர்ந்தெடுப்பதற்குப் பின்வரும் இரண்டு விஷயங்கள் மட்டுமே உள்ளன என்று அர்த்தமா? (1) நம் வாழ்க்கைத் துணைவருடன் ஒரு துயரமான வாழ்க்கையை வாழ வேண்டும் என்பது நமக்கு விதிக்கப்பட்டுள்ளது அல்லது (2) இந்தக் கப்பலில் இருந்து கீழே குதித்து மீண்டும் முயற்சிக்க வேண்டும். நமது தலைமுறை இரண்டாவதைத் தேர்ந்தெடுத்துள்ளது. முந்தையத் தலைமுறை பெரும்பாலும் முதலாவதைத் தேர்ந்தெடுத்தது. அந்த இரண்டு வாய்ப்புகளில் நாம் சிறந்ததைத் தேர்ந்தெடுத்திருக்கிறோம் என்று நாமாக முடிவுக்கு வருவதற்கு முன், நாம் சில தகவல்களை ஆய்வு செய்ய வேண்டும். தற்சமயம் இந்நாட்டில் 40 சதவீத முதல் திருமணங்கள் விவாகரத்தில் முடிகின்றன. 60 சதவீத இரண்டாவது திருமணங்களும், 75 சதவீத மூன்றாவது திருமணங்களும் அதேபோல் விவாகரத்தில் முடிகின்றன. இரண்டாவது மற்றும் மூன்றாவது திருமணம் மகிழ்ச்சியானதாக அமையும் என்பதற்குப் போதுமான வாய்ப்பு இல்லை என்பது இதன் மூலம் வெளிப்படையாகத் தெரிகிறது.

மூன்றாவதாக வேறொரு சிறப்பான வாய்ப்பு உள்ளதாக ஆய்வுகள் தெரிவிக்கின்றன: நமக்கு ஏற்பட்டக் காதல் அனுபவம் ஒரு தற்காலிக உணர்ச்சி வெளிப்பாடு என்பதைப் புரிந்து கொண்டு, இப்போது நம் வாழ்க்கைத் துணைவருடன் 'உண்மையான காதலை' நம்மால் தொடர முடியும். அத்தகையக் காதல் உணர்ச்சிரீதியானதாக இருந்தால்கூட, அதில் அதீதப் பற்று இருக்காது. அந்தக் காதல் பகுத்தறிவையும் உணர்ச்சியையும் இணைக்கிறது. அது நாம் வலிந்து செயல்படுவதை எதிர்பார்ப்பதோடு, ஒழுங்கையும் எதிர்பார்க்கிறது. தனிப்பட்ட வளர்ச்சிக்கான தேவையை அது அங்கீகரிக்கிறது. நமது மிக அடிப்படையான உணர்ச்சித் தேவை காதல் வயப்படுவது அல்ல, மாறாக அடுத்தவர் நம்மை உண்மையிலேயே காதலிக்க வேண்டும், அந்தக் காதல் வெறும் உணர்ச்சிவசத்தால் தேர்ந்தெடுக்கப்படாமல் விழிப்புணர்வுடன் தேர்ந்தெடுக்கப்பட்டதாகவும் இருக்க வேண்டும் என்பதுதான். என்மீது தானாக விருப்பம் கொண்டு, எனக்குள் இருக்கும் மதிப்பு வாய்ந்த ஏதோ ஒன்றை நேசிக்கும் ஒருவர்தான் என்னைக் காதலிக்க வேண்டும்.

அப்படிப்பட்டக் காதலுக்கு முயற்சியும் ஒழுங்கும் தேவை. உங்கள் முயற்சியால் அடுத்தவரது வாழ்க்கை செழிப்புற்றால், நீங்கள் அவரை உண்மையிலேயே நேசிக்கிறீர்கள் என்ற ஆத்ம திருப்தி உங்களுக்குக் கிடைக்கும் என்பதைப் புரிந்து கொண்டு, அவருக்கு நன்மை பயக்கும் ஒரு முயற்சியில் உங்கள் ஆற்றலைச் செலவிடுவது உங்கள் விருப்பத்தைப் பொறுத்தது. இதற்கு, காதல் வயப்படும்போது கிடைக்கும் கிளர்ச்சியுணர்வு தேவையில்லை. உண்மையில், காதல் அனுபவத்தின் ஆயுட்காலம் முடியும்போதுதான் உண்மையான அன்பு துவங்குகிறது.

காதலில் தீவிரப் பற்று கொண்டிருக்கும்போது நாம் செய்யும் அன்பான தாராளமான செயல்களுக்கு நம்மால் நற்பெயர் எடுத்துக் கொள்ள முடியாது. நமது இயல்பான நடத்தையைத் தாண்டி ஏதோ ஓர் உள்ளுணர்வு சார்ந்த ஆற்றல் அப்படிப்பட்டக் காரியங்களைச் செய்வதற்கு நம்மை உந்தித் தள்ளுகிறது. ஆனால் நாம் யதார்த்த உலகிற்குத் திரும்பி வந்த பிறகும்கூட அன்பாகவும் தாராளமாகவும் நடந்து கொள்வதை விரும்பித் தேர்ந்தெடுத்தால், அதுதான் உண்மையான காதல்.

நாம் உணர்ச்சிரீதியாக ஆரோக்கியமாக இருப்பதற்கு அன்பு குறித்து நாம் கொண்டிருக்கும் தேவை பூர்த்தி செய்யப்பட வேண்டும். திருமணமானவர்கள் தங்கள் வாழ்க்கைத் துணைவரிடம் இருந்து பாசத்திற்கும் அன்பிற்கும் ஏங்குகிறார்கள். நமது வாழ்க்கைத் துணைவர் நம்மை ஏற்றுக் கொள்கிறார், நமது நலனில் அவர் தீவிர அக்கறை கொண்டுள்ளார் என்ற உத்தரவாதம் நமக்குக் கிடைக்கும்போது நாம் பாதுகாப்பாக உணர்கிறோம். நாம் காதல் வயப்பட்டிருந்தபோது இந்த உணர்ச்சிகளையெல்லாம் அனுபவித்தோம். அப்போது நமக்கு அது சொர்க்கம்போல் இருந்தது. ஆனால் அந்த உணர்ச்சிகள் எப்போதும் நிரந்தரமாக இருக்கும் என்று நாம் நினைத்ததுதான் நமது பெரும் தவறு.

அதீதக் காதல் ஒருபோதும் நிரந்தரமாக நிலைத்திருப்பதில்லை. திருமணம் என்னும் புத்தகத்தில் அது வெறும் அறிமுகப் பகுதியே. அறிவு மற்றும் விருப்பத்தின் அடிப்படையில் அமைந்த காதல்தான் அப்புத்தகத்தின் மையக் கரு. அப்படிப்பட்டக் காதலை அனுபவிப்பதைத்தான் ஞானிகள் நமக்கு எப்போதும் வலியுறுத்தி வந்துள்ளனர். அது நாமாக விரும்பித் தேர்ந்தெடுக்கும் காதல்.

தங்கள் காதல் உணர்வுகள் அனைத்தையும் இழந்துவிட்டத் தம்பதியினருக்கு அது நல்ல செய்தி. காதல் என்பது நாம் தேர்ந்தெடுக்கக்கூடிய ஒரு விஷயம் என்றால், காதல் மயக்கம் கலைந்து யதார்த்த உலகிற்குத் திரும்பிய பிறகும் தங்கள் வாழ்க்கைத் துணைவரைக் காதலிக்கும் திறன் நிச்சயமாக அவர்களிடத்தில் இருக்கிறது என்று அர்த்தம். அத்தகையக் காதல் நம் மனப்போக்கில் துவங்குகிறது. அதாவது, நாம் சிந்திக்கும் விதத்தில் துவங்குகிறது. காதல் என்பது, "நான் உன்னைத் திருமணம் செய்து கொண்டுள்ளேன். உனது ஆர்வங்களுக்கு ஆதரவாக இருக்க நான் விரும்புகிறேன்," என்று கூறும் ஒரு மனப்போக்கு. அப்போது, காதலிப்பதைத் தேர்ந்தெடுக்கும் ஒருவன் அந்தத் தீர்மானத்தை வெளிப்படுத்துவதற்குப் பொருத்தமான வழிகளைக் கண்டுபிடிப்பான்.

இதைப் படித்துவிட்டுச் சிலர் இப்படி விவாதிக்கக்கூடும்: "ஆனால் காதல் என்பது பொருத்தமான நடத்தையை உள்ளடக்கிய மனப்போக்கு என்பது அதை உணர்ச்சியற்றதுபோல் தோன்றச் செய்கிறது. ஒருவரை ஒருவர் சந்திப்பதில் உள்ள எதிர்பார்ப்பு உணர்வும், கண்களில் மின்னும் பிரகாசமும், முத்தத்தின் சிலிர்ப்பும், புணர்ச்சி தரும் கிளர்ச்சியும் என்னவாயிற்று? அவனது/அவளது மனத்தில் எனக்குத்தான் முதலிடம் என்று அறிவதில் கிடைக்கும் உணர்ச்சிரீதியான பாதுகாப்பை என்னவென்று கூறுவது?" இவற்றைப் பற்றியதுதான் இப்புத்தகம். நாம் காதலிக்கப்பட வேண்டும் என்ற நம் இருவரது ஆழ்ந்த, உணர்ச்சி சார்ந்த தேவையை நாம் ஒருவருக்கொருவர் எவ்வாறு நிறைவேற்றுவது? நாம்

அதைக் கற்றுக் கொண்டு, அதை நிறைவேற்றத் தேர்ந்தெடுக்கும்போது, காதல் மயக்கத்தில் நாம் இருந்தபோது அனுபவித்த உற்சாகத்தையெல்லாம்விட மேலாக, இப்போது நாம் பகிர்ந்து கொள்ளும் காதல் உற்சாகமளிக்கும்.

நான் நடத்தி வரும் திருமணப் பயிலரங்குகளிலும் தனிப்பட்ட ஆலோசனை நேரங்களிலும் ஐந்து காதல் மொழிகளைப் பற்றி நான் பல வருடங்களாகப் பேசி வந்துள்ளேன். நீங்கள் படிக்கவிருக்கும் விஷயங்கள் எவ்வளவு தூரம் நடைமுறைக்கு உகந்தவையாக உள்ளன என்பதற்கு ஆயிரக்கணக்கான தம்பதியர் சான்றொப்பம் அளிப்பர். நான் சந்தித்திராத எண்ணற்ற மக்களிடம் இருந்து வந்துள்ள கடிதங்கள் என் கோப்புகளில் நிரம்பி வழிகின்றன. “காதல் மொழிகளைப் பற்றிய உங்களது பேச்சு அடங்கிய ஒலிநாடாவை என் நண்பர் ஒருவர் எனக்குக் கடன் கொடுத்தார். அது என் திருமணத்தைப் பரிபூரணமாக மாற்றி அமைத்தது. நானும் என் மனைவியும் ஒருவரை ஒருவர் காதலிப்பதற்குப் பல வருடங்களாகப் போராடி வந்திருந்தோம். ஆனால் எங்கள் முயற்சிகள் அடுத்தவரது உணர்ச்சிகளைக் கணக்கில் எடுத்துக் கொள்ளத் தவறிவிட்டன. இப்போது நாங்கள் பொருத்தமான காதல் மொழிகளைப் பேசுவதால், எங்கள் இல்லற வாழ்க்கையின் உணர்ச்சிச் சூழ்நிலை வெகுவாக மேம்பட்டுள்ளது,” என்று அவர்கள் எனக்கு எழுதியுள்ளனர்.

உங்கள் கணவரின் காதல் கேணி நிரம்பியிருந்து, உங்கள் அன்பில் அவர் பாதுகாப்பாக உணரும்போது, ஒட்டுமொத்த உலகமும் பிரகாசமாகத் தெரியும். உங்கள் கணவரும் தன் வாழ்க்கையில் தன் சிறந்த ஆற்றலை வெளிப்படுத்தி மிக உயர்ந்த நிலையை அடைவார். ஆனால் காதல் கேணி காலியாக இருந்து, தன்மீது அன்பு செலுத்தப்படுவதற்குப் பதிலாக, தான் பயன்படுத்தப்படுவதாக அவர் உணரும்போது, இவ்வுலகில் ஒருபோதும் அவரால் தன் முழு ஆற்றலையும் பயன்படுத்தி வாழ்வில் உயர்ந்த நிலையை அடைய முடியாது. அடுத்த ஐந்து அத்தியாயங்களில் நான் ஐந்து காதல் மொழிகளைப் பற்றி விளக்கியுள்ளேன். பிறகு, உங்களது வாழ்க்கைத் துணைவரின் முதன்மைக் காதல் மொழியைக் கண்டுபிடிப்பது, காதலிக்க நீங்கள் மேற்கொள்ளும் முயற்சிகளை எப்படி மிகவும் ஆக்கபூர்வமானவையாக ஆக்கும் என்பதை ஒன்பதாவது அத்தியாயத்தில் விளக்கியிருக்கிறேன்.

4

காதல் மொழி 1
பாராட்டு வார்த்தைகள்

மார்க் டுவெய்ன் ஒருமுறை, "எனக்கு ஒரு நல்ல பாராட்டுக் கிடைத்தால், அதை மட்டுமே கொண்டு இரண்டு மாதங்கள் என்னால் உயிர்வாழ முடியும்," என்று கூறினார். நாம் அவர் கூறுவதை அப்படியே எடுத்துக் கொண்டால், வருடத்திற்கு ஆறு பாராட்டுக்கள் அவரது காதல் கேணியை நிரப்புவதற்குப் போதுமானவையாக இருக்கும். உங்கள் வாழ்க்கைத் துணைவருக்கு இன்னும் சற்று அதிகப் புகழ்ச்சி தேவைப்படலாம்.

காதலை உணர்ச்சிரீதியாக வார்த்தைகளால் வெளிப்படுத்துவது ஒரு வழி. "வாழ்க்கையையும் மரணத்தையும் தோற்றுவிக்கும் சக்தி நாவிற்கு உண்டு," என்று சாலமன் மன்னர் கூறியுள்ளார். வார்த்தைகளால் ஒருவரோரு ஒருவர் அன்பைப் பரிமாறிக் கொள்வதில் உள்ள

அபரிமிதமான சக்தியைப் பல தம்பதியர் ஒருபோதும் கற்றுக் கொள்ளவேயில்லை. "ஒரு கனத்த இதயம் ஒருவனைக் கீழே சாய்த்துவிடுகிறது, ஆனால் ஒரு கனிவான வார்த்தை அவனை உற்சாகப்படுத்துகிறது," என்று சாலமன் மன்னர் மேலும் கூறியுள்ளார்.

பாராட்டு வார்த்தைகள் அன்பைத் தெரிவிப்பதற்கான சக்திவாய்ந்த சாதனங்களாகும். அவற்றை எளிமையான, நேரடியான வார்த்தைகளில் இவ்வாறு வெளிப்படுத்தலாம்:

"இந்த உடையில் நீ மிகவும் மிடுக்காகத் தோற்றமளிக்கிறாய்."

"இந்த உடையில் நீ எப்போதுமே அழகாக இருக்கிறாய்."

"உருளைக்கிழங்கை ருசியாகச் சமைப்பதில் உலகில் உனக்கு நிகரே இல்லை. உன்னுடைய இந்த உருளைக்கிழங்கு என்றால் எனக்கு உயிர்."

"இன்றிரவு நீங்கள் பாத்திரங்களைக் கழுவியதை நான் உண்மையிலேயே பாராட்டுகிறேன்."

"இன்றிரவு குழந்தைகளைப் பார்த்துக் கொள்வதற்கு ஒருவரை ஏற்பாடு செய்ததற்கு மிகவும் நன்றி."

"நீங்கள் குப்பையை வெளியே கொண்டுபோய் வைத்ததை நான் உண்மையிலேயே பாராட்டுகிறேன்."

இல்லற வாழ்வில் ஒரு கணவனும் மனைவியும் இப்படிப்பட்ட வார்த்தைகளை தினந்தோறும் கேட்டுக் கொண்டிருந்தால், அந்த இல்லறத்தின் உணர்ச்சிச் சூழல் எப்படி இருக்கும் என்று நீங்கள் நினைக்கிறீர்கள்?

பல வருடங்களுக்கு முன் நான் என் அலுவலக அறையில் அமர்ந்திருந்தேன். என் வாசற்கதவு திறந்திருந்தது.

ஒரு பெண்மணி என் அலுவலகத் தாழ்வாரத்தின் வழியாக நடந்து வந்து, "உங்களுடன் ஒரு நிமிடம் நான் பேசலாமா?" என்று கேட்டார்.

"நிச்சயமாக, உள்ளே வாருங்கள்," என்று நான் அவரை வரவேற்றேன்.

அவர் அமர்ந்துவிட்டு, "டாக்டர் சேப்மேன், எனக்கு ஒரு பிரச்சனை உள்ளது. எங்கள் படுக்கையறைக்கு என் கணவரை என்னால் வண்ணம் பூச வைக்க முடியவில்லை. ஒன்பது மாதங்களாக நான் அவர் பின்னால் அலைந்து கொண்டிருக்கிறேன். நான் எல்லா வழிகளிலும் முயற்சித்துப் பார்த்துவிட்டேன். ஆனால் அவரை என்னால் வண்ணம் பூச வைக்க மட்டும் முடியவில்லை," என்று கூறினார்.

என் மனத்தில் முதலில், "பெண்ணே, நீ தவறான இடத்தில் இருக்கிறாய். நான் ஒன்றும் வண்ணப் பூச்சை மேற்கொள்ளும் ஒப்பந்தக்காரர் அல்ல," என்று தோன்றியது. அந்த எண்ணத்தை ஒதுக்கி வைத்துவிட்டு, "அதைப் பற்றி விரிவாகக் கூறுங்கள்," என்றேன்.

அவர், "உதாரணமாக, கடந்த சனிக்கிழமையை எடுத்துக் கொள்வோம். அந்த நாள் எவ்வளவு ரம்மியமாக இருந்தது என்பது உங்களுக்கு நினைவிருக்கிறதா? அன்று முழுவதும் என் கணவர் என்ன

செய்தார் தெரியுமா? அவரது காரைக் கழுவித் துடைத்து மெழுகு வைத்துத் தேய்த்துப் பளிச்சூட்டிக் கொண்டிருந்தார்," என்று கூறினார்.

"அதற்கு நீங்கள் என்ன செய்தீர்கள்?"

"நான் அவர் இருந்த இடத்திற்குச் சென்று, 'பாப், என்னால் உங்களைப் புரிந்து கொள்ள முடியவில்லை. படுக்கை அறையை வண்ணம் பூசுவதற்கு இதைவிடக் கச்சிதமான ஒரு நாள் இருக்க முடியாது. நீங்கள் என்னவென்றால் இங்கு வந்து காரைக் கழுவிக் கொண்டிருக்கிறீர்கள்,' என்று கூறினேன்."

"நீங்கள் கூறியதைக் கேட்டு அவர் உங்கள் படுக்கையறைக்கு வண்ணம் பூசினாரா?" என்று நான் விசாரித்தேன்.

"இல்லை. இன்றுவரை அது வண்ணம் பூசப்படாமல்தான் இருக்கிறது. என்ன செய்வதென்று எனக்குத் தெரியவில்லை."

"நான் உங்களிடம் ஒரு கேள்வி கேட்க விரும்புகிறேன். சுத்தமான, பளபளவென்று இருக்கும் கார்களை நீங்கள் வெறுக்கிறீர்களா?" என்று நான் கேட்டேன்.

"இல்லை, ஆனால் படுக்கையறைக்கு வண்ணம் பூசியாக வேண்டும்."

"படுக்கையறைக்கு வண்ணம் பூசப்பட வேண்டும் என்று நீங்கள் விரும்புவது உங்கள் கணவருக்குத் தெரியும் என்பது உங்களுக்கு நிச்சயமாகத் தெரியுமா?"

"அவருக்குத் தெரியும் என்பது எனக்குத் தெரியும். ஒன்பது மாதங்களாக நான் அவர் பின்னால் தொடர்ந்து அலைந்து கொண்டிருக்கிறேன் அல்லவா?"

"இன்னும் ஒரே ஒரு கேள்வியை நான் உங்களிடம் கேட்க விரும்புகிறேன். உங்கள் கணவர் எப்போதேனும் ஏதாவது ஒரு நல்ல விஷயத்தைச் செய்கிறாரா?"

"எப்படிப்பட்ட நல்ல விஷயம்?" என்று அவர் வினவினார்.

"குப்பையை எடுத்து வெளியே கொண்டு வைப்பது, உங்களுடைய காரின் முன் கண்ணாடியில் சிக்கியிருக்கும் பூச்சிகளை நீக்கி அதைச் சுத்தப்படுத்துவது, காருக்குப் பெட்ரோல் நிரப்பி வைப்பது, வரிசையில் நின்று மின்சாரக் கட்டணத்தைச் செலுத்துவது, அல்லது அவருடைய சட்டையை ஹேங்கரில் மாட்டித் தொங்கவிடுவது போன்ற வேலைகளைப் பற்றிக் கேட்கிறேன்."

"ஆமாம், அவற்றில் சில வேலைகளை அவர் செய்கிறார்," என்று அப்பெண்மணி கூறினார்.

"அப்படியென்றால் நான் உங்களுக்கு இரண்டு விஷயங்களைப் பரிந்துரைக்கிறேன். முதலாவதாக, படுக்கையறைக்கு வண்ணம் பூசுவதைப் பற்றி இனி ஒருபோதும் உங்கள் கணவரிடம் நச்சரிக்காதீர்கள்." நான் அதை மீண்டும் வலியுறுத்தினேன். "அதைப் பற்றி அவரிடம் பேசவே பேசாதீர்கள்."

“அது எப்படி உதவப் போகிறது என்பதை என்னால் நினைத்துப் பார்க்க முடியவில்லை,” என்றார் அவர்.

“படுக்கையறைக்கு வண்ணம் பூசப்பட வேண்டும் என்று நீங்கள் விரும்புவது உங்கள் கணவருக்குத் தெரியும் என்று நீங்கள் இப்போதுதான் கூறினீர்கள். அதை நீங்கள் அவரிடம் இனிமேல் தொடர்ந்து கூற வேண்டியதில்லை. அது அவருக்கு ஏற்கனவே நன்றாகத் தெரியும். இரண்டாவதாக, அடுத்த முறை உங்கள் கணவர் ஏதேனும் நல்ல விஷயத்தைச் செய்யும்போது அவரை வார்த்தைகளால் பாராட்டுங்கள். அவர் குப்பையை எடுத்துக் கொண்டுபோய் வெளியே வைத்தால், ‘பாப், நீங்கள் குப்பையை வெளியே கொண்டுபோய் வைப்பதற்காக உங்களை நான் உண்மையிலேயே பாராட்டுகிறேன் என்பதை நீங்கள் தெரிந்து கொள்ள வேண்டும் என்று நான் விரும்புகிறேன்,’ என்று கூறுங்கள். ஆனால், ‘எவ்வளவு நேரம் கழித்து இந்தக் குப்பையை வெளியே எடுத்துச் செல்கிறீர்கள்? உங்களுக்குப் பதிலாக ஈக்களே அதைக் கொண்டுபோய் வைத்துவிட்டிருக்கும். அவ்வளவு நேரம் கழித்து வருகிறீர்கள்,’ என்று கூறாதீர்கள். அவர் மின்சாரக் கட்டணத்தைச் செலுத்திவிட்டு வருவதை நீங்கள் பார்த்தால், அவரது தோளைச் சுற்றிக் கைபோட்டு, ‘பாப், மின்சாரக் கட்டணத்தைச் செலுத்திவிட்டு வந்ததற்கு நான் உங்களை மிகவும் பாராட்டுகிறேன். இந்த வேலையைச் செய்யாத கணவன்மார்கள் பலர் உள்ளனர் என்று நான் கேள்விப்பட்டிருக்கிறேன். உங்களது இந்தச் செயலை நான் பாராட்டுகிறேன் என்பதை நீங்கள் தெரிந்து கொள்ள வேண்டும் என்று நான் நினைக்கிறேன்,’ என்று கூறுங்கள். அவர் நல்ல விஷயத்தைச் செய்யும் ஒவ்வொரு முறையும் வார்த்தைகளால் ஒரு பாராட்டை அவருக்குத் தெரிவியுங்கள்.”

காதலின் நோக்கம் நீங்கள் விரும்பும்
ஏதேனும் ஒன்றைப் பெறுவதல்ல.
மாறாக, நீங்கள் நேசிக்கும் ஒருவருக்காக
ஏதேனும் ஒன்றைச் செய்வதுதான்.

“அது படுக்கையறைக்கு வண்ணம் பூசுவதற்கு எவ்விதத்தில் உதவப் போகிறது என்று எனக்குத் தெரியவில்லை,” என்றார் அப்பெண்மணி.

அவர் என் அலுவலகத்தைவிட்டுப் புறப்பட்டபோது அவ்வளவு மகிழ்ச்சியாக இல்லை. ஆனால் மூன்று வாரங்களுக்குப் பிறகு அவர் மீண்டும் என் அலுவலகத்திற்கு வந்து, “நீங்கள் கொடுத்த யோசனை நன்றாக வேலை செய்தது!” என்று ஆச்சரியத்துடன் கூறினார். நச்சரிக்கும் வார்த்தைகளைவிட வாய்மொழிப் பாராட்டுக்கள் அதிகமாக ஊக்குவிக்கக்கூடியவை என்பதை அவர் கற்றுக் கொண்டார்.

நீங்கள் விரும்பும் ஒரு விஷயத்தைச் செய்வதற்கு உங்கள் வாழ்க்கைத் துணைவரைப் போலியாகப் பாராட்டுங்கள் என்று நான்

உங்களுக்குப் பரிந்துரைக்கவில்லை. காதலின் நோக்கம் நீங்கள் விரும்பும் ஏதேனும் ஒன்றைப் பெறுவதல்ல, மாறாக, நீங்கள் நேசிக்கும் ஒருவரது நலனுக்காக ஏதேனும் ஒன்றை நீங்கள் செய்வதுதான். ஆனாலும், நேர்மறையான வார்த்தைகளை நாம் பெறும்போது, அதைத் திருப்பிக் கொடுப்பதற்கும், நமது வாழ்க்கைத் துணைவர் விரும்பும் ஏதோ ஒன்றைச் செய்வதற்கும் நாம் அதிகமாக ஊக்குவிக்கப்படுகிறோம் என்பது உண்மை.

ஊக்குவிக்கும் வார்த்தைகள்

உங்கள் வாழ்க்கைத் துணைவரைப் பாராட்டுவதற்கான இன்னொரு வழி, ஊக்குவிக்கும் வார்த்தைகளைக் கூறுவது. ஊக்குவிப்பு என்ற வார்த்தைக்குத் 'துணிச்சலைத் தூண்டுவது' என்று பொருள். நாம் அனைவரும் சில விஷயங்களில் பாதுகாப்பின்றி இருப்பதாக உணர்கிறோம். சில சமயங்களில் நம்மிடம் துணிச்சல் இருப்பதில்லை. அது நாம் விரும்பும் நேர்மறையான விஷயங்களைச் சாதிப்பதற்கு நமக்கு முட்டுக்கட்டையாக அமைந்துவிடுகிறது. உங்கள் வாழ்க்கைத் துணைவரிடம் ஒளிந்து கொண்டிருக்கும் ஏதோ ஒரு திறமை உங்கள் ஊக்குவிக்கும் வார்த்தைகளுக்காகக் காத்துக் கொண்டிருக்கக்கூடும்.

எழுதுவது அலிஸனுக்கு எப்போதுமே மிகவும் பிடித்த விஷயம். அவள் தனது கல்லூரி வாழ்க்கையின் பிற்பகுதியில் இதழியலைப் பாடமாக எடுத்துப் படித்தாள். அவள் அப்போது வரலாற்றை முக்கியப் பாடமாக எடுத்திருந்தாள். ஆனால் வரலாற்றில் தனக்கு இருந்த ஆர்வத்தைவிட இதழியலில் தனக்கு அதிக உற்சாகம் இருந்ததை அவள் உணர்ந்தாள். முக்கியப் பாடத்தை மாற்றுவதற்கு மிகவும் காலதாமதம் ஆகியிருந்தது. ஆனால் திருமணமாகித் தனது முதல் குழந்தையைப் பெற்றுக் கொள்வதற்கு முன் அவள் பல கட்டுரைகளை எழுதினாள். அவள் தனது ஒரு கட்டுரையை ஓர் இதழுக்கு அனுப்பி வைத்தாள். ஆனால் அவர்களிடம் இருந்து மறுப்புக் கடிதம் வந்தபோது, இன்னொரு கட்டுரையை அனுப்புவதற்கு அவளுக்கு ஒருபோதும் துணிச்சல் இருக்கவில்லை. அவளது குழந்தைகள் வளர்ந்துவிட்டப் பிறகு அவளுக்கு அதிக நேரம் இருந்ததால், அவள் மீண்டும் எழுதத் துவங்கினாள்.

திருமணமான புதிதில் அலிஸனின் கணவன் கீத் அவளது எழுத்துத் திறமைமீது அவ்வளவு அக்கறை காட்டவில்லை. அவன் தனது சொந்த வேலையில் மும்முரமாக இருந்தான். பெருநிறுவனம் ஒன்றில் பணியாற்றிய அவனை, பதவி ஏணியில் ஏறுவதில் உள்ள அழுத்தம் முற்றிலுமாக ஆட்கொண்டிருந்தது. ஆனால் காலப்போக்கில், வாழ்வின் ஆழ்ந்த அர்த்தம் சாதனைகளில் இல்லை, மாறாக உறவுகளில்தான் பொதிந்துள்ளது என்பதை அவன் கண்டுகொண்டான். அலிஸன்மீதும் அவளது ஆர்வங்களின்மீதும் அதிகக் கவனம் செலுத்தத் துவங்கினான். அப்போது தற்செயலாக ஓர் இரவில் அவளது கட்டுரை ஒன்றை எடுத்துப் படித்தான். அதைப் படித்து முடித்தவுடன் நேராக அலிஸனிடம் சென்றான். அப்போது அலிஸன் ஒரு புத்தகத்தைப் படித்துக் கொண்டிருந்தாள். அவன் பெரும் உற்சாகத்துடன், "உன்னைத் தொந்தரவு செய்வதற்கு நீ என்னை மன்னிக்க வேண்டும். ஆனால் நான் உன்னிடம்

இதைக் கூறியே ஆக வேண்டும். 'விடுமுறையைச் சிறப்பாகக் கழிப்பது எப்படி' என்ற தலைப்பில் நீ எழுதியுள்ள கட்டுரையை இப்போதுதான் படித்து முடித்தேன். அலிஸன், நீ ஓர் அற்புதமான எழுத்தாளர். இந்தக் கட்டுரை நிச்சயமாக வெளியிடப்பட்டாக வேண்டிய ஒன்று. உன் கருத்துக்கள் தெளிவாக உள்ளன. உன் வார்த்தைகள் தீட்டும் காட்சிகளை என்னால் கற்பனை செய்து பார்க்க முடிகிறது. உன் நடை அற்புதமாக இருக்கிறது. நீ இதைக் கண்டிப்பாகச் சில பத்திரிகைகளுக்கு அனுப்பி வைக்க வேண்டும்," என்று கூறினான்.

அவள் சற்றுத் தயக்கத்துடன், "நீங்கள் உண்மையிலேயே அப்படி நினைக்கிறீர்களா?" என்று கேட்டாள்.

"நிச்சயமாக! இது ஒரு நல்ல கட்டுரை. நீ கண்டிப்பாக இதை அனுப்ப வேண்டும்," என்று கீத் கூறினான்.

கீத் அங்கிருந்து சென்றவுடன், அலிஸன் தான் படித்துக் கொண்டிருந்த புத்தகத்தை மூடி வைத்தாள். பிறகு தன் கணவன் கூறியதைப் பற்றி முப்பது நிமிடங்கள் சிந்தித்தாள். தன் கட்டுரையின்மீது தன் கணவனுக்கு இருந்த கண்ணோட்டம் மற்றவர்களுக்கும் அதன்மீது இருக்குமா என்று சந்தேகித்தாள். பல வருடங்களுக்கு முன் தனக்கு வந்த மறுப்புக் கடிதத்தை அவள் நினைவுபடுத்திப் பார்த்தாள். ஆனால் இப்போது தான் ஒரு வித்தியாசமான நபர் என்று தனக்குத் தானே காரணம் கற்பித்தாள். அவளது படைப்புகள் முன்பைவிட இப்போது சிறப்பாக உள்ளன. அவளுக்கு அதிக அனுபவங்களும் இருந்தன. தண்ணீர் பருகுவதற்காகத் தான் அமர்ந்திருந்த நாற்காலியைவிட்டு அவள் எழுந்தபோது, அவள் ஒரு தீர்மானத்திற்கு வந்திருந்தாள். அவள் தன் கட்டுரைகளைச் சில பத்திரிகைகளுக்கு அனுப்பி வைத்து அவற்றை வெளியிட முடியுமா என்று பார்க்க முடிவெடுத்தாள்.

கீத்தின் ஊக்குவிக்கும் வார்த்தைகள் பதினான்கு வருடங்களுக்கு முன் பேசப்பட்டன. அப்போதிலிருந்து அலிஸனின் எண்ணற்றக் கட்டுரைகள் பிரசுரிக்கப்பட்டுவிட்டன. இப்போது ஒரு புத்தகம் எழுதுவதற்கு அவள் ஒப்பந்தம் செய்யப்பட்டு இருக்கிறாள். அவள் ஓர் அற்புதமான எழுத்தாளர். ஆனால் ஒரு கட்டுரையை வெளியிடும் கடினமான விஷயத்தை நோக்கி அவள் தனது முதலடியை எடுத்து வைப்பதற்கு அவளுக்குத் தனது கணவனிடமிருந்து ஊக்குவிக்கும் வார்த்தைகள் தேவைப்பட்டன.

உங்கள் வாழ்க்கைத் துணைவரிடம் ஓரிரு திறமைகள் ஒளிந்திருக்கக்கூடும். அந்தத் திறமை உங்கள் வாயிலிருந்து வரும் ஊக்குவிக்கும் வார்த்தைகளுக்காகக் காத்துக் கொண்டிருக்கக்கூடும். அந்தத் திறமையை வளர்ப்பதற்கு அவர் ஒரு பயிற்சி வகுப்பில் சேர வேண்டிய அவசியம் இருக்கலாம். அல்லது அந்தத் துறையில் வெற்றிகரமாக விளங்கும் சில மக்களை அவர் சந்தித்து, தான் அடுத்து மேற்கொள்ள வேண்டிய நடவடிக்கைகள் குறித்த உள்நோக்குகளைப் பெற வேண்டியிருக்கலாம். உங்கள் வாழ்க்கைத் துணைவர் அந்த முதல் அடியை எடுத்து வைப்பதற்குத் தேவையான துணிச்சலை உங்கள் வார்த்தைகள் அவருக்குக் கொடுக்கும்.

நீங்கள் ஒரு விஷயத்தை இங்கு உள்வாங்கிக் கொள்ள வேண்டும். நீங்கள் விரும்பும் ஏதோ ஒன்றைச் செய்வதற்கு உங்கள் வாழ்க்கைத் துணைவரை வலியுறுத்த வேண்டும் என்பதைப் பற்றி நான் இங்கு பேசவில்லை. அவரிடம் ஏற்கனவே உள்ள ஓர் ஆர்வத்தை வளர்ப்பதற்கு அவரை ஊக்குவிப்பதைப் பற்றித்தான் நான் பேசுகிறேன். சில கணவன்மார்கள் உடல் எடையைக் குறைக்குமாறு தங்கள் மனைவியரை வலியுறுத்துவர். அதில் ஒரு கணவன், "அவளை நான் ஊக்குவிக்கிறேன்," என்று கூறுகிறான். ஆனால் அவன் கண்டிப்பதுபோல் அவனது மனைவிக்குத் தோன்றுகிறது. ஒரு நபர் தன் எடையைக் குறைக்க விரும்பும்போதுதான் அவரை நீங்கள் ஊக்குவிக்க வேண்டும். அவருக்கு அந்த விருப்பம் வரும்வரை, நீங்கள் கூறும் வார்த்தைகள் போதனையாகத்தான் பார்க்கப்படும். அப்படிப்பட்ட வார்த்தைகள் அவர்களை ஊக்குவிப்பதில்லை. மாறாக, நீங்கள் அவர்களை விமர்சிக்கிறீர்கள் என்ற எண்ணத்தை அவர்களுக்குள் தோற்றுவித்து, ஒரு குற்ற உணர்வையும் அவ்வார்த்தைகள் ஏற்படுத்தும். அவை அன்பை வெளிப்படுத்துவதில்லை, மறுப்பைத்தான் வெளிப்படுத்துகின்றன.

உங்கள் வாழ்க்கைத் துணைவரை ஊக்குவிப்பதற்குப் பரிவும், உலகத்தை அவரது கண்ணோட்டத்தில் இருந்து பார்க்கும் மனப்பக்குவமும் அவசியம்.

ஆனால் உங்கள் மனைவி, "வரும் இலையுதிர் காலத்தில் நான் ஓர் எடை-இழப்பு வகுப்பில் சேரலாம் என்று நினைக்கிறேன்," என்று கூறினால், ஊக்குவிக்கும் வார்த்தைகளை வழங்குவதற்கு அப்போது உங்களுக்கு ஒரு வாய்ப்புக் கிடைத்துள்ளது. ஊக்குவிக்கும் வார்த்தைகள் இப்படி அமைந்திருக்கும்: "நீ அதில் சேர்வதாக முடிவெடுத்துவிட்டால், நான் ஒரு விஷயத்தை உன்னிடம் கூற விரும்புகிறேன். நீ நிச்சயமாக அதில் வெற்றி பெறுவாய். உன்னிடம் எனக்குப் பிடித்த விஷயங்களில் அதுவும் ஒன்று. நீ ஒரு விஷயத்தைத் தீர்மானித்துவிட்டால், அதை நிச்சயமாகச் செய்து முடித்துவிடுகிறாய். எடை—இழப்பு வகுப்பில் சேர்வதுதான் உன் விருப்பம் என்றால், உனக்கு உதவுவதற்கு என்னாலான அனைத்தையும் நான் நிச்சயமாகச் செய்வேன். செலவைப் பற்றிக் கவலைப்படாதே. அதுதான் உன் விருப்பம் என்றால், அதற்கான பணத்திற்கு நாம் ஏற்பாடு செய்வோம்." இப்படிப்பட்ட வார்த்தைகள், அந்தப் பயிற்சி வகுப்பில் சேர்வதற்கான துணிச்சலை உங்கள் மனைவிக்குக் கொடுக்கும்.

உங்கள் வாழ்க்கைத் துணைவரை ஊக்குவிப்பதற்குப் பரிவும், உலகத்தை அவரது கண்ணோட்டத்தில் இருந்து பார்க்கும் மனப்பக்குவமும் அவசியம். நமது வாழ்க்கைத் துணைவருக்கு எது முக்கியம் என்பதை நாம் முதலில் தெரிந்து கொள்ள வேண்டும். அதன் பிறகுதான் நம்மால் அவரை ஊக்குவிக்க முடியும். வாய்மொழி ஊக்குவிப்பின் மூலம் நாம், "உன் விருப்பம் எனக்குத் தெரியும். நான்

அதில் அக்கறை கொண்டிருக்கிறேன். நான் எப்போதும் உன்னுடன் இருக்கிறேன். என்னால் உனக்கு எந்த வகையில் உதவ முடியும்?" என்று தெரிவிக்க முயற்சிக்கிறோம். நாம் அவர்மீதும் அவரது திறன்கள்மீதும் நம்பிக்கை கொண்டிருக்கிறோம் என்பதை வெளிக்காட்ட முயற்சிக்கிறோம். அவருக்குச் சேர வேண்டிய பாராட்டையும் பெருமையையும் நாம் அவருக்கு வழங்குகிறோம்.

நம்மிடம் வெளிப்படையாகத் தெரியும் திறமைகளைக் காட்டிலும் அதிகத் திறமைகள் நம்மில் பெரும்பாலானவர்களிடம் ஒளிந்து கொண்டிருக்கின்றன. ஆனால் துணிச்சலின்மைதான் நம்மைப் பின்னுக்கு இழுத்துப் பிடிக்கிறது. அப்படிப்பட்ட ஒரு கிரியா ஊக்கியாக ஓர் அன்பான வாழ்க்கைத் துணைவரால் விளங்க முடியும். ஊக்குவிக்கும் வார்த்தைகளைப் பேசுவது உங்களுக்குக் கடினமாக இருக்கக்கூடும். அது உங்களது முதன்மைக் காதல் மொழியாக இல்லாமல் இருக்கக்கூடும். அப்படிப்பட்ட சமயங்களில், மொழியைக் கற்றுக் கொள்வதற்கு நீங்கள் பெரும் முயற்சி மேற்கொள்ள வேண்டியிருக்கலாம் — குறிப்பாக, நீங்கள் பிறரை விமர்சிப்பதற்கும் கண்டனம் தெரிவிப்பதற்கும் பெயர்போனவராக இருக்கும்பட்சத்தில். ஆனால் நீங்கள் மேற்கொள்ளும் முயற்சி நிச்சயமாகப் பலனளிக்கும் என்று என்னால் உறுதி கூற முடியும்.

அன்பான வார்த்தைகள்

காதல் பரிவுமிக்கது. காதலை நாம் வாய்மொழியாக வெளிப்படுத்த வேண்டும் என்றால், நாம் அன்பான வார்த்தைகளைப் பயன்படுத்த வேண்டும். அது நம் பேசும் விதத்தோடு தொடர்புடையது. ஒரு வாக்கியத்தை நீங்கள் எப்படிப் பேசுகிறீர்கள் என்பதைப் பொறுத்து அதற்கு இரண்டு அர்த்தங்கள் இருக்கலாம். "நான் உன்னை நேசிக்கிறேன்," என்ற வாசகத்தை அன்பாகவும் கனிவாகவும் கூறும்போது, அது அன்பின் உண்மையான வெளிப்பாடாக அமையும். ஆனால் "நான் உன்னை நேசிக்கிறேன்?" என்ற வாசகத்தைப் பற்றி என்ன கூறுவது? அந்தக் கேள்விக்குறியானது அந்த மூன்று வார்த்தைகளின் ஒட்டுமொத்த அர்த்தத்தையே மாற்றிவிடுகிறது. சில சமயங்களில் நமது வார்த்தைகள் ஒரு விஷயத்தையும், நமது குரலின் தொனி வேறொரு விஷயத்தையும் கூறுகின்றன. நாம் இரண்டு வெவ்வேறு தகவல்களை வெளியே அனுப்புகிறோம். நம் வாழ்க்கைத் துணைவர் நம் குரலின் தொனியைக் கொண்டுதான் நம் தகவலைப் புரிந்து கொள்வார், நாம் பயன்படுத்தும் வார்த்தைகளைக் கொண்டு அல்ல.

"இன்றிரவு பாத்திரம் கழுவுவதற்கு நான் தயாராக இருக்கிறேன்," என்ற வாசகம் ஓர் உறுமல் தொனியில் கூறப்பட்டால், எவரும் அதை அன்பின் வெளிப்பாடாக ஏற்றுக் கொள்ள மாட்டார்கள். மறுபுறம், ஓர் அன்பான வழியில் நாம் நம் வலியையும், காயத்தையும், ஏன், கோபத்தையும்கூட நம் வாழ்க்கைத் துணைவருடன் பகிர்ந்து கொள்ளும்போது, அது அன்பின் வெளிப்பாடாக ஏற்றுக் கொள்ளப்படுகிறது. "இன்று மாலையில் நீ எனக்கு உதவ முன்வராதது குறித்து நான் ஏமாற்றமாக உணர்ந்தேன். அது என் மனத்தையும்

காயப்படுத்தியது," என்று நேர்மையுடனும் கனிவுடனும் கூறும்போது, அது அன்பின் வெளிப்பாடாகப் பார்க்கப்படும். அவள் தன் கணவன் தன்னைப் பற்றி அறிந்து கொள்ள வேண்டும் என்று விரும்புகிறாள். தன் உணர்வுகளைப் பகிர்ந்து கொள்வதன் மூலம் அவள் ஒரு நெருக்கமான உறவை உருவாக்குவதற்குத் தேவையான நடவடிக்கைகளை மேற்கொள்கிறாள். தன் மனக் காயத்திற்கான மருந்தைக் கண்டுபிடிப்பதற்காக, அந்தக் காயத்தைப் பற்றிக் கலந்தாய்வு செய்வதற்கான ஒரு வாய்ப்பை அவள் கேட்கிறாள்.

நாம் பேசும் விதம் மிகவும் முக்கியமானது. ஒரு பழங்கால ஞானி ஒருமுறை, "ஒரு மென்மையான பதில், கோபத்தை விரட்டிவிடும்," என்று கூறினார். உங்கள் வாழ்க்கைத் துணைவர் கோபமும் ஏமாற்றமும் கொண்டு கடுமையான வார்த்தைகளை அள்ளி வீசிக் கொண்டிருக்கும்போது நீங்கள் அன்பாக இருப்பதைத் தேர்ந்தெடுத்தால், பதிலுக்கு நீங்கள் கோபப்பட்டுக் கத்த மாட்டீர்கள். மாறாக, ஒரு மெல்லிய குரலில் பதிலளிப்பீர்கள். அவர் கூறுவதை, அவர் தனது உணர்ச்சிகளைப் பற்றிய தகவல்களைக் கொடுப்பதாக நீங்கள் ஏற்றுக் கொள்வீர்கள். தனது மனக்காயம், கோபம், நிகழ்வுகளைப் பற்றிய தனது கண்ணோட்டம் ஆகியவற்றை உங்களிடம் பகிர்ந்து கொள்ள நீங்கள் அவரை அனுமதிப்பீர்கள். நீங்கள் உங்களை அவரது இடத்தில் வைத்து, விஷயங்களை அவரது கண்ணோட்டத்தில் இருந்து பார்த்து, அவர் ஏன் அவ்வாறு நடந்து கொள்கிறார் என்பது பற்றி நீங்கள் புரிந்து கொண்டுள்ளதை மென்மையாகவும் அன்பாகவும் வெளிப்படுத்துவீர்கள். நீங்கள் அவருக்குத் தவறு இழைத்திருந்தால், அதற்காக அவரிடம் வருத்தம் தெரிவித்து அவரது மன்னிப்பைக் கோருவீர்கள். உங்களது நோக்கத்தை அவர் தவறாகப் புரிந்து கொண்டிருந்தால், உங்கள் நோக்கத்தை அவரிடம் உங்களால் அன்பாக எடுத்துரைக்க முடியும். நீங்கள் அவரைப் புரிந்து கொண்டு, முரண்பாடு நீங்கி அவரோடு இணக்கமாக இருப்பதை நாடுவீர்கள். நடந்து முடிந்துவிட்ட ஒரு சம்பவம் குறித்து, நீங்கள் கொண்டிருக்கும் கண்ணோட்டம் மட்டும்தான் சரி என்று நிரூபிக்க நீங்கள் முயல மாட்டீர்கள். அதுதான் பக்குவமான காதல். நம் இல்லற வாழ்க்கை தழைத்தோங்க வேண்டும் என்று நாம் விரும்பினால், அப்படிப்பட்டப் பக்குவமான காதலைத்தான் நாம் உருவாக்க வேண்டும்.

அன்பு தவறுகளைக் கணக்கு வைத்துக் கொள்ளாது. அன்பு கடந்தகாலத் தோல்விகளைப் பற்றி விவாதிக்காது. நம்மில் ஒருவர்கூடக் கச்சிதமானவர் அல்ல. திருமண உறவில் நாம் எப்போதுமே சிறந்த விஷயங்களையோ அல்லது சரியான விஷயங்களையோ மட்டும் செய்வதில்லை. சில சமயங்களில், நம் வாழ்க்கைத் துணைவரைக் காயப்படுத்தும் விஷயங்களைச் செய்கிறோம், கூறுகிறோம். கடந்தகாலத்தை நம்மால் அழிக்க முடியாது. நாம் செய்தது தவறு என்பதை ஒப்புக் கொள்ள மட்டும்தான் நம்மால் முடியும். நாம் அவரிடம் மன்னிப்புக் கோரி எதிர்காலத்தில் வேறு விதமாக நடந்து கொள்ள முயற்சிக்கலாம். நான் என் தோல்வியை என் மனைவியிடம் ஒப்புக் கொண்டு அவளிடம் மன்னிப்புக் கேட்கலாம். ஆனால் என்னால் அவளுக்கு ஏற்பட்ட மனக்காயத்தைக் குறைப்பதற்கு அதற்கு மேல்

என்னால் எதுவும் செய்ய முடியாது. என் மனைவி எனக்குத் தவறு இழைத்து, அதை என்னிடம் ஒப்புக் கொண்டு என் மன்னிப்பைக் கோரும்போது, ஒன்று, நான் அவளை நியாயக் கூண்டில் ஏற்றலாம் அல்லது அவளை மன்னிக்கலாம். நான் நியாயத்தைத் தேர்ந்தெடுத்து, அவள் தன் தவறுக்கு ஏற்ற தண்டனையை அனுபவிக்க வேண்டும் என்று விரும்பும்போது, நான் என்னை நீதிபதியாகவும் அவளைக் குற்றவாளியாகவும் ஆக்குகிறேன். அப்போது நெருக்கம் ஏற்படுவது சாத்தியமற்றதாகிவிடும். ஆனால், நான் அவளை மன்னிப்பதைத் தேர்ந்தெடுத்தால், எங்களுக்குள் மீண்டும் நெருக்கம் ஏற்படலாம். மன்னிப்புதான் அன்பின் வழி.

ஒவ்வொரு புதிய நாளையும் நேற்றைய தினத்தைக் கொண்டு சீரழிக்கும் எண்ணற்ற மக்களைக் கண்டு நான் வியக்கிறேன். நேற்றையத் தோல்விகளை இன்றைய தினத்திற்குள் கொண்டு வருவதில் அவர்கள் மிகவும் தீவிரமாக இருக்கிறார்கள். அவ்வாறு செய்வதன் மூலம், அற்புதமாக இருக்கக்கூடிய சாத்தியக்கூறு நிறைந்த ஒரு தினத்தை அவர்கள் மாசுபடுத்திவிடுகிறார்கள். "நீ அந்தக் காரியத்தைச் செய்தாய் என்பதை என்னால் நம்ப முடியவில்லை. அதை என்னால் மறக்க முடியும் என்று எனக்குத் தோன்றவில்லை. நீ என் மனத்தை எவ்வளவு காயப்படுத்தி இருக்கிறாய் என்பதை உன்னால் புரிந்து கொள்ள முடியாது. என்னை இவ்வளவு மோசமாக நடத்திவிட்டு எப்படி உன்னால் அங்கு ஒய்யாரமாக உட்கார்ந்திருக்க முடிகிறது என்று எனக்குத் தெரியவில்லை. இந்நேரம் நீ என் காலைப் பிடித்துக் கொண்டு மன்னிப்புக் கோரி என்னிடம் கெஞ்சியிருக்க வேண்டும். உன்னை என்னால் மன்னிக்க முடியுமா என்று எனக்குத் தெரியவில்லை." இவையெல்லாம் காதலின் வார்த்தைகள் அல்ல. கோபம், பழியுணர்வு, மற்றும் வெறுப்பின் வார்த்தைகள்தான் இவை.

நாம் ஒரு நெருக்கமான உறவை வளர்த்துக்
கொள்ள விரும்பினால், இருவரும் மற்றவரது
விருப்பங்களைத் தெரிந்து கொள்வது அவசியம்.
நாம் ஒருவரை ஒருவர் காதலிக்க விரும்பினால்,
அடுத்தவருக்கு என்ன தேவை என்பதை
இருவரும் அறிந்து கொள்ள வேண்டும்.

நாம் ஒரு நெருக்கமான உறவை வளர்த்துக் கொள்ள விரும்பினால், ஒருவர் மற்றவரது விருப்பங்களைப் பரஸ்பரம் தெரிந்து கொள்வது அவசியம். நாம் ஒருவரை ஒருவர் காதலிக்க விரும்பினால், அடுத்தவருக்கு என்ன தேவை என்பதை நாம் அறிந்து கொள்ள வேண்டும்.

கடந்தகாலத் தோல்விகளை நாம் கையாள்வதற்குச் சிறந்த வழி, அவை கடந்தகாலமாகவே இருந்துவிட்டுப் போகட்டும் என்று

விட்டுவிடுவதுதான். ஆம், அது நடந்துவிட்டதென்னவோ உண்மைதான். அது நிச்சயமாக உங்களைக் காயப்படுத்தியுள்ளது. அது இன்னும் உங்களைக் காயப்படுத்தலாம். ஆனால் அவன் தனது தோல்வியை ஒப்புக் கொண்டு உங்களிடம் மன்னிப்புக் கேட்டுள்ளான். கடந்தகாலத்தை நம்மால் அழிக்க முடியாது, ஆனால் நடந்து முடிந்த ஒன்றாக நம்மால் அதை ஏற்றுக் கொள்ள முடியும். நேற்றைய தினத்தின் தோல்விகள் குறுக்கிடாமல் இன்றைய தினத்தைச் சிறப்பாக வாழ்வதை நம்மால் தேர்ந்தெடுக்க முடியும். மன்னித்தல் என்பது ஓர் உணர்வு அல்ல, அது ஓர் அர்ப்பணிப்பு. தவறு செய்தவரைக் குற்றவாளியாகப் பார்க்காமல், அவர்மீது கருணை காட்டுவது ஒருவரது விருப்பத்தேர்வுக்கு உட்பட்டது. மன்னித்தல் என்பது காதலின் வெளிப்பாடு. "நான் உன்னைக் காதலிக்கிறேன். நான் உன்மீது அக்கறை கொண்டுள்ளேன். நான் உன்னை மன்னிக்க விரும்புகிறேன். என் மனக்காயம் அவ்வளவு எளிதில் ஆறாவிட்டாலும்கூட, நடந்து முடிந்த விஷயம் நம் இருவருக்கு இடையில் வருவதற்கு நான் அனுமதிக்க மாட்டேன். இந்த அனுபவத்தில் இருந்து நம்மால் பாடம் கற்றுக் கொள்ள முடியும் என்று நான் நம்புகிறேன். நீ ஒரு விஷயத்தில் தோல்வி அடைந்துவிட்டால், நீ தோல்வியின் ஒட்டுமொத்த வடிவமாகவே மாறிவிடவில்லை. நீ என் வாழ்க்கைத் துணைவி. இங்கிருந்து நாம் இருவரும் ஒன்றாக இணைந்து செல்வோம்." இப்படிப்பட்ட வார்த்தைகள் அன்பில் இருந்து வருகின்றன.

பணிவான வார்த்தைகள்

காதலானது வேண்டுகோள்களை விடுக்கின்றது, அதிகாரமாக உத்தரவுகளை இடுவதில்லை. என் மனைவிக்கு நான் உத்தரவிடும்போது, நான் ஒரு பெற்றோராக ஆகிவிடுகிறேன்; அவள் ஒரு குழந்தையாக ஆகிவிடுகிறாள். ஒரு பெற்றோர்தான் தன் மூன்று வயதுக் குழந்தையிடம் எதைச் செய்ய வேண்டும், எதைச் செய்யக்கூடாது என்று கூறுவார். அது நிச்சயமாகத் தேவை. ஏனெனில், மூன்று வயதுக் குழந்தையால் வாழ்க்கையில் சரியான பாதையில் தனித்துச் செல்ல முடியாது. ஆனால் திருமண வாழ்க்கையில், நாம் சமமானவர்கள், பங்காளிகள். நாம் நிச்சயமாகக் கச்சிதமானவர்கள் அல்ல. ஆனால் நாம் வளர்ந்தவர்கள், பங்காளிகள். நாம் ஒரு நெருக்கமான உறவை வளர்த்துக் கொள்ள விரும்பினால், ஒருவர் மற்றவரது விருப்பங்களைப் பரஸ்பரம் தெரிந்து கொள்வது அவசியம். நாம் ஒருவரை ஒருவர் காதலிக்க விரும்பினால், அடுத்தவருக்கு என்ன தேவை என்பதை நாம் அறிந்து கொள்ள வேண்டும்.

அந்த விருப்பங்களை நாம் வெளிப்படுத்தும் விதம்தான் மிகவும் முக்கியம். அவை உத்தரவுகளாகப் புரிந்து கொள்ளப்பட்டால், நெருக்கத்திற்கான சாத்தியக்கூறை நாம் அழித்துவிட்டோம் என்று அர்த்தம். அது நம் வாழ்க்கைத் துணைவர் நம்மிடம் இருந்து விலகிச் செல்லும்படிச் செய்துவிடும். ஆனால், நம் தேவைகளையும் விருப்பங்களையும் வேண்டுகோள்களாக நாம் முன்வைக்கும்போது, நாம் வழிகாட்டுதலை வழங்குகிறோம், இறுதி எச்சரிக்கையை அல்ல. "உன் கையால் மசால் வடை சாப்பிட வேண்டும் என்று விரும்புகிறேன். இந்த

வாரம் உன்னால் அதைச் செய்ய முடியுமா? உன் மசால் வடைகள் எனக்கு மிகவும் பிடிக்கும்," என்று கூறும் ஒரு கணவன், தன் மனைவி தன்னை எவ்வாறு நேசிக்க வேண்டும் என்பதற்கு அவளுக்கு வழிகாட்டுகிறான். அதன் மூலம் நெருக்கத்தை வளர்க்கிறான். மறுபுறம், "நமக்குக் குழந்தை பிறந்ததில் இருந்து மசால் வடையை நான் கண்ணால்கூடக் காணவில்லை. இன்னும் பதினெட்டு வருடங்களுக்கு அதை நான் பார்க்கப் போவதில்லை என்று நினைக்கிறேன்," என்று கூறும் கணவன், வளர்ந்த மனிதனைப்போல் நடந்து கொள்ளாமல், ஒரு பருவ வயதினனைப்போல் நடந்து கொள்கிறான். இப்படிப்பட்ட வார்த்தைகள் நெருக்கத்தை வளர்ப்பதில்லை. "இந்த வாரம் வீட்டிற்கு ஒட்டடை அடிக்க உங்களுக்கு நேரம் கிடைக்கும் என்று நினைக்கிறீர்களா?" என்று கூறும் மனைவி, ஒரு வேண்டுகோளை முன்வைத்துத் தன் காதலை வெளிப்படுத்துகிறாள். ஆனால், "விரைவில் நீங்கள் நம் வீட்டை ஒட்டடை அடிக்காவிட்டால், நாம் சிலந்திக் வலைக்குள் வாழ வேண்டியதுதான். ஒட்டடை உங்கள் கண்களுக்குத் தெரிவதில்லையா?" என்று கூறும் மனைவி, நேசிப்பதை நிறுத்திவிட்டு அதிகாரம் செலுத்தும் மனைவியாக மாறிவிடுகிறாள்.

நீங்கள் உங்கள் வாழ்க்கைத் துணைவரிடம் ஒரு வேண்டுகோளை முன்வைக்கும்போது அவரது திறமைகளையும் மதிப்பையும் உறுதி செய்கிறீர்கள். உங்களுக்குப் பயனளிக்கக்கூடிய, அர்த்தமுள்ள ஏதோ ஒன்று அவரிடம் உள்ளது அல்லது அவரால் உங்களுக்கு அதைச் செய்ய முடியும் என்று அதன் மூலம் நீங்கள் அவருக்குச் சுட்டிக்காட்டுகிறீர்கள். ஆனால் நீங்கள் அதிகாரமாகக் கேட்கும்போது, நீங்கள் ஒரு காதலராக இருப்பதில்லை, ஒரு கொடுங்கோலனாக மாறிவிடுகிறீர்கள். உங்கள் வாழ்க்கைத் துணைவர் தான் சிறுமைப்படுத்தப்பட்டுள்ளதாக உணர்வார். ஒரு வேண்டுகோளை விடுப்பது, தேர்ந்தெடுக்கும் ஒரு வாய்ப்பை வழங்குகிறது. உங்கள் வாழ்க்கைத் துணைவர் உங்கள் வேண்டுகோளை ஏற்றுக் கொள்ளலாம் அல்லது நிராகரிக்கலாம். ஏனெனில் காதல் எப்போதுமே ஒரு தேர்ந்தெடுப்புதான். அதுதான் காதலை அர்த்தமுள்ளதாக்குகிறது. என் கோரிக்கைகளுக்குப் பதிலளிப்பதற்குப் போதுமான அளவுக்கு என் மனைவி என்னை நேசிக்கிறாள் என்று நான் அறிந்து கொள்வது, அவள் என்மீது அக்கறை கொண்டிருக்கிறாள், என்னை மதிக்கிறாள், என்னை மெச்சுகிறாள், என்னை மகிழ்விக்க ஏதேனும் செய்ய விரும்புகிறாள் என்பதைத் தெளிவாக விளக்குகிறது. அதிகாரம் செலுத்தி நம்மால் அன்பையோ அல்லது காதலையோ பெற முடியாது. என் மனைவி என் உத்தரவுகளுக்குக் கட்டுப்படக்கூடும். ஆனால் அது அன்பின் வெளிப்பாடு ஆகாது. பயம், குற்ற உணர்வு, அல்லது வேறு ஏதேனும் ஓர் உணர்ச்சியால் தூண்டப்பட்ட நடவடிக்கையாக அது இருக்கும். ஆனால் அது நிச்சயமாகக் காதலால் தூண்டப்பட்டிருக்காது. எனவே, ஒரு வேண்டுகோளானது அன்பை வெளிப்படுத்துவதற்கான ஒரு சாத்தியக்கூற்றை உருவாக்குகிறது. ஆனால் அதிகாரமிக்க உத்தரவு அந்த சாத்தியக்கூற்றை அகற்றிவிடுகிறது.

பல்வேறு வட்டாரப் பேச்சு மொழிகள்

ஐந்து அடிப்படைக் காதல் மொழிகளில் ஒன்று பாராட்டு வார்த்தைகள். ஆனாலும் அந்த மொழிக்குள் பல வட்டாரப் பேச்சு மொழிகள் உள்ளன. நாம் அதில் ஒருசிலவற்றை ஏற்கனவே விவாதித்துள்ளோம். இன்னும் ஏராளமானவை இருக்கின்றன. இந்த வட்டாரப் பேச்சு மொழிகளைப் பற்றிப் பல புத்தகத் தொகுதிகளும் எண்ணற்றக் கட்டுரைகளும் எழுதப்பட்டுள்ளன. இந்த அனைத்து வட்டாரப் பேச்சு மொழிகளிலும் உள்ள பொதுவான ஒரு விஷயம், ஒருவர் தனது வாழ்க்கைத் துணைவரைப் பாராட்டுவதற்கு வார்த்தைகளைப் பிரயோகிப்பது. தான் பாராட்டப்பட வேண்டும் என்ற தேவைதான் மனிதகுலத்தின் ஆழமான தேவை என்று உளவியலாளர் வில்லியம் ஜேம்ஸ் கூறியுள்ளார். வார்த்தைகள் மூலம் பாராட்டை வெளிப்படுத்துவது பல தனிநபர்களின் அந்தத் தேவையைப் பூர்த்தி செய்யும். வார்த்தைகளைப் பயன்படுத்தும் திறமை உங்களிடம் இல்லை, அது உங்கள் முதன்மைக் காதல் மொழியும் இல்லை என்ற நிலையில், ஆனால் அது உங்கள் வாழ்க்கைத் துணைவரின் முதன்மைக் காதல் மொழியாக இருக்கக்கூடும் என்று நீங்கள் நினைக்கும் பட்சத்தில், "பாராட்டு வார்த்தைகள்" என்ற தலைப்பிட்டு ஒரு நோட்டுப் புத்தகத்தை வைத்துக் கொள்ளுமாறு நான் உங்களுக்குப் பரிந்துரைக்கிறேன். காதலைப் பற்றி நீங்கள் ஏதேனும் ஒரு கட்டுரையையோ அல்லது புத்தகத்தையோ படிக்கும்போது, அதில் கொடுக்கப்பட்டிருக்கும் பாராட்டு வார்த்தைகளை அந்த நோட்டுப் புத்தகத்தில் குறித்து வைத்துக் கொள்ளுங்கள். காதலைப் பற்றிய ஒரு சொற்பொழிவைக் கேட்கும்போதோ அல்லது வேறொரு நபரைப் பற்றி ஏதேனும் ஒரு நேர்மறையான விஷயத்தை உங்கள் நண்பர் கூறுவதை நீங்கள் கேட்க நேரும்போதோ, அதையும் எழுதிக் கொள்ளுங்கள். சிறிது காலத்திற்குள், உங்கள் வாழ்க்கைத் துணைவரிடம் உங்கள் காதலைத் தெரிவிப்பதற்குப் பயன்படுத்தத் தேவையான ஏராளமான வார்த்தைகளை நீங்கள் பட்டியலிட்டு இருப்பீர்கள்.

பாராட்டு வார்த்தைகளை மறைமுகமாகப் பயன்படுத்தவும் நீங்கள் முயற்சிக்கலாம். அதாவது, உங்கள் கணவனோ அல்லது மனைவியோ உங்களுடன் இல்லாத நேரத்தில் அவரைப் பற்றி நேர்மறையான விஷயங்களைக் கூறுவது. இறுதியில், யாரோ ஒருவர் அவரிடம் சென்று அதைப் பற்றிக் கூறுவர். அப்போது நீங்கள் அவர்மீது கொண்டுள்ள காதலுக்கான முழுமையான பாராட்டையும் பெருமையையும் பெறுவீர்கள். உங்களுக்கு எப்பேற்பட்ட அற்புதமான மனைவி கிடைத்துள்ளார் என்பதை உங்கள் மாமியாரிடம் சொல்லிப் பாருங்கள். நீங்கள் அவ்வாறு கூறியதாக அவர் உங்கள் மனைவியிடம் சென்று கூறும்போது, அது இன்னும் மிகைப்படுத்தப்படும். உங்களுக்கு இன்னும் அதிகமான பாராட்டும் பெருமையும் கிடைக்கும். உங்கள் மனைவியையோ அல்லது கணவனையோ பிறரது முன்னிலையில் வைத்துப் பாராட்டுங்கள். நீங்கள் சாதித்த ஒரு விஷயத்திற்குப் பொதுமக்கள் முன்னிலையில் உங்களுக்குக் கிடைக்கும் பாராட்டை உங்கள் வாழ்க்கைத் துணைவருடன் பகிர்ந்து கொள்ள மறந்துவிடாதீர்கள்.

பாராட்டை எழுத்துபூர்வமாக வழங்கவும் நீங்கள் முயற்சி செய்யலாம். எழுதப்பட்ட வார்த்தைகள் உங்கள் மனைவி மீண்டும் மீண்டும் படித்து மகிழ்வதற்கான கூடுதல் பலனைக் கொண்டிருக்கின்றன.

பாராட்டு வார்த்தைகள் மற்றும் காதல் மொழிகளைப் பற்றிய ஒரு முக்கியமான படிப்பினை அர்கன்சாஸ் மாநிலத்தில் உள்ள லிட்டில் ராக் நகரில் வைத்து எனக்குக் கிடைத்தது. வசந்த காலத்தின் ஓர் அழகிய நாளில் நான் பில் மற்றும் பெட்டி ஜோ தம்பதியரைச் சந்தித்தேன். பச்சைப் புல்வெளியைக் கொண்ட ஓர் அழகிய வீட்டில் அவர்கள் வாழ்ந்தனர். வீட்டைச் சுற்றி மரச்சட்டங்களாலான வெள்ளைநிற வேலி வளைய வந்தது. தோட்டத்தில் வசந்தகால மலர்கள் முழுவீச்சில் பூத்துக் குலுங்கின. ரம்மியமான காட்சி. ஆனால் நான் அவர்களது வீட்டிற்குள் நுழைந்தவுடன் அந்த ரம்மியம் மறைந்துவிட்டிருந்ததைக் கண்டேன். அவர்களது திருமண வாழ்க்கை சீர்குலைந்திருந்தது. பன்னிரண்டு வருட இல்லற வாழ்க்கை மற்றும் இரண்டு குழந்தைகளுக்குப் பிறகு, தாங்கள் ஏன்தான் திருமணம் செய்து கொண்டோம் என்று அவர்கள் வியந்து கொண்டிருந்தனர். ஒரு விஷயத்தில்கூட அவர்களால் ஒத்துப் போக முடியவில்லை. எதையெடுத்தாலும் கருத்து வேறுபாடுகள் தலைதூக்கி நின்றன. அவர்கள் இருவரும் தங்கள் குழந்தைகளை நேசித்தனர் என்பது மட்டும்தான் உண்மையிலேயே அவர்கள் இருவரும் சேர்ந்து ஒப்புக் கொண்ட ஒரே விஷயம். அவர்கள் கதையை நான் கேட்டதில் இருந்து நான் தெரிந்து கொண்ட விஷயம் இது: பில் ஒரு கடின உழைப்பாளி. தன் மனைவி ஜோவுடன் செலவிடுவதற்கு அவருக்கு நேரம் இருக்கவில்லை. வீட்டில் பொழுதுபோகவில்லை என்ற காரணத்திற்காக ஜோ பகுதிநேர வேலை பார்த்தார். தங்களுக்குள் இருந்த பிரச்சனையைச் சமாளிப்பதற்கு அவர்கள் கையாண்ட முறை, இருவரும் ஒருவரிடம் இருந்து மற்றவர் விலகி இருந்ததுதான். தங்களுக்கிடையே இருந்த முரண்பாடுகள் பெரிதாகத் தோன்றாமல் இருப்பதற்காக அவர்கள் இருவரும் தங்களுக்குள் அதிக இடைவெளியை ஏற்படுத்த முயற்சித்தனர். ஆனால் அவர்கள் இருவரது காதல் கேணிகளும் வற்றிப் போயிருந்தன.

தாங்கள் இருவரும் திருமண ஆலோசனை பெற்று வந்துள்ளதாகவும், ஆனால் தங்கள் இல்லற வாழ்வில் எந்த முன்னேற்றமும் ஏற்படவில்லை என்றும் அவர்கள் என்னிடம் கூறினர். இல்லற வாழ்க்கை தொடர்பாக நான் நடத்திய பயிலரங்கில் அவர்கள் பங்கு பெற்றனர். நான் அடுத்த நாள் இரவு அந்த நகரத்தைவிட்டுப் புறப்படுவதாக இருந்தது. அவர்கள் இருவரையும் அதன் பிறகு நான் சந்திப்பதற்கான வாய்ப்பு அரிது என்பதை உணர்ந்து, நான் அன்றே அவர்கள் இருவரிடமும் அனைத்தையும் பேசிவிடுவது என்று தீர்மானித்தேன்.

அவர்கள் ஒவ்வொருவருடனும் தனித்தனியாக ஒரு மணிநேரம் நான் செலவழித்தேன். அவர்கள் இருவரின் கதைகளையும் நான் கூர்ந்து கவனித்தேன். அவர்களுக்கிடையே பல முரண்பாடுகள் இருந்தும், அவர்களது உறவு வெறுமையாக இருந்தும், அவர்கள் இருவரும் அடுத்தவரிடம் இருந்த சில குறிப்பிட்ட விஷயங்களைப் பாராட்டினர் என்பதை நான் கண்டறிந்தேன். “என் மனைவி என் குழந்தைகளுக்கு ஒரு

நல்ல தாயாக இருக்கிறாள். வீட்டையும் சிறப்பாக நிர்வகிக்கிறாள். சமையலில் அவள் கைதேர்ந்தவள். ஆனால், அவளிடம் இருந்து எந்தப் பாசமும் பரிவும் எனக்குக் கிடைப்பதில்லை. நான் நாள் முழுவதும் கடினமாக உழைத்தும்கூட அவளிடமிருந்து எந்தப் பாராட்டும் கிடைப்பதில்லை," என்று பில் கூறினார். ஜோவுடன் நான் உரையாடியதில், பில் தன் குடும்பத்திற்காகக் கடினமாக உழைக்கிறார் என்பதை அவள் ஒத்துக் கொண்டாள். "ஆனால், வீட்டு வேலையில் அவர் எனக்கு எந்த விதத்திலும் உதவுவதில்லை. எனக்கென்று அவர் சிறிது நேரம்கூட ஒதுக்குவதில்லை. வீடு, சொகுசான கார், மற்றும் இதரப் பொருட்கள் அனைத்தும் இருந்தும், நாங்கள் இருவரும் ஒன்றாகச் சேர்ந்து அவற்றை அனுபவிக்க முடியவில்லை என்றால், அவற்றால் என்ன பிரயோஜனம்?" என்று குறைபட்டாள்.

அவர்கள் இருவரிடம் இருந்தும் நான் பெற்றத் தகவல்களைக் கொண்டு, அவர்களுக்குத் தனித்தனியாக ஒரே ஒரு பரிந்துரை மட்டுமே கொடுப்பது என்று நான் தீர்மானித்தேன். அவர்களது இல்லற வாழ்வின் சூழ்நிலையை மாற்றுவதற்கான திறவுகோல் அவர்கள் ஒவ்வொருவரிடமும் உள்ளது என்று நான் அவர்களிடம் தனித்தனியாகக் கூறினேன். "அடுத்தவரிடம் நீங்கள் விரும்பும் விஷயங்களுக்காக வார்த்தைகள் மூலம் அவரிடம் பாராட்டை வெளிப்படுத்துவதுதான் அந்தத் திறவுகோல். அவரிடம் உங்களுக்குப் பிடிக்காத விஷயங்களைப் பற்றிக் குறைகூறுவதை இப்போதைக்கு நிறுத்தி வையுங்கள்," என்று நான் கூறினேன். அவர்கள் இருவரும் ஒருவரைப் பற்றி ஒருவர் ஏற்கனவே தெரிவித்த நேர்மறையான விஷயங்களை நாங்கள் மீண்டும் பரிசீலித்தோம். அவற்றை ஒரு பட்டியலிட அவர்களுக்கு நான் தனித்தனியாக உதவினேன். ஒரு தாய் என்ற முறையிலும், வீட்டை நிர்வகிப்பவர் என்ற முறையிலும், சிறப்பாகச் சமைப்பவர் என்ற முறையிலும் ஜோவிடம் அவர் கண்ட நேர்மறையான விஷயங்கள் பில்லின் பட்டியலில் இடம்பெற்றிருந்தன. ஜோவின் பட்டியலில் பில்லின் கடின உழைப்பும், குடும்பத்திற்காக அவர் வழங்கும் பொருளாதார உதவியும் குறிப்பிடப்பட்டிருந்தன. ஜோவின் பட்டியல் இவ்வாறு இருந்தது:

- கடந்த பன்னிரண்டு வருடங்களில் அவர் ஒருநாள்கூட வேலைக்குச் செல்லாமல் இருந்ததில்லை. அவர் தன் வேலையில் முழுமூச்சுடன் ஈடுபடுபவர்.

- இத்தனை வருடங்களில் அவருக்குப் பல பதவி உயர்வுகள் கிடைத்துள்ளன. தன் செயற்திறனை மேம்படுத்திக் கொள்ளக்கூடிய வழிமுறைகளைப் பற்றி அவர் எப்போதும் சிந்தித்துக் கொண்டிருக்கிறார்.

- வீட்டிற்கான தவணைத் தொகையை ஒவ்வொரு மாதமும் அவர் கணக்காகச் செலுத்திவிடுகிறார்.

- மின்சாரம், கேஸ், மற்றும் தண்ணீருக்கான கட்டணத் தொகைகளைத் தவறாமல் செலுத்திவிடுகிறார்.

- மூன்று வருடங்களுக்கு முன் எங்களுக்காக ஒரு சொகுசுக் காரை வாங்கினார்.
- வசந்தகாலத்திலும் கோடைக்காலத்திலும் ஒவ்வொரு வாரமும் அவர் எங்கள் வீட்டுப் புல்வெளியைச் சீர்படுத்துவார். தன்னால் முடியாதபோது யாருக்கேனும் பணம் கொடுத்து அதைச் செய்ய வைப்பார்.
- இலையுதிர்காலத்தில் கொட்டிக் கிடக்கும் சருகுகளை அவரே பெருக்கி அள்ளுவார் அல்லது யாரையேனும் அதற்காக வேலைக்கு அமர்த்துவார்.
- குடும்பச் செலவிற்கு அவர் ஏராளமான பணம் கொடுக்கிறார்.
- கிறிஸ்துமஸின்போது குடும்பத்தாருக்குப் பரிசுகள் வாங்குவதற்கு அவர் எனக்குப் பணம் கொடுக்கிறார்.
- பகுதிநேர வேலையில் நான் சம்பாதிக்கும் பணத்தை நான் என் விருப்பம்போல் செலவு செய்ய அவர் என்னை அனுமதிக்கிறார்.

பில்லின் பட்டியல் இவ்வாறு இருந்தது:

- அவள் தினமும் படுக்கையை ஒழுங்குபடுத்துகிறாள்.
- ஒவ்வொரு வாரமும் வீட்டை முழுவதுமாகச் சுத்தம் செய்கிறாள்.
- ஒவ்வொரு நாள் காலையிலும் குழந்தைகளுக்கு நல்ல காலை உணவு கொடுத்து அவர்களைப் பள்ளிக்குத் தயார் செய்கிறாள்.
- வாரத்திற்கு சுமார் மூன்று முறை இரவு உணவு சமைக்கிறாள்.
- மளிகைச் சாமான்களை அவளே வாங்கிக் கொள்கிறாள்.
- குழந்தைகள் வீட்டுப் பாடத்தைச் செய்து முடிப்பதற்கு உதவுகிறாள்.
- குழந்தைகளைப் பள்ளிக்கும் தேவாலய நிகழ்ச்சிகளுக்கும் கூட்டிச் செல்கிறாள்.
- ஞாயிறு மதப்பள்ளி வகுப்பில் அவள் கற்பிக்கிறாள்.
- சலவைக்காரரிடம் என் உடைகளைக் கொடுத்துச் சலவை செய்து வைக்கிறாள்.
- பாத்திரங்களைக் கழுவுகிறாள். உடைகளுக்கு இஸ்திரியும் போடுகிறாள்.

இனிவரும் வாரங்களில் இருவரும் பரஸ்பரம் ஒருவரிடம் ஒருவர் காணக்கூடிய நல்ல விஷயங்களை இப்பட்டியலில் சேர்த்துக் கொள்ளுமாறு நான் அவர்களுக்குப் பரிந்துரைத்தேன். அதோடு,

வாரத்திற்கு இருமுறை ஒவ்வொருவரும் ஏதேனும் ஒரு நேர்மறையான விஷயத்தைத் தேர்ந்தெடுத்து, ஒருவரை ஒருவர் வார்த்தைகள் மூலம் பாராட்ட வேண்டும் என்றும் அவர்களிடம் பரிந்துரைத்தேன். இன்னொரு முக்கியமான விஷயத்தையும் அவர்களுக்குத் தெரிவித்தேன். பில் ஒருவேளை ஏதேனும் ஒரு விஷயத்திற்காக ஜோவைப் பாராட்டினால், அதே கணத்தில் ஜோ அவரைப் பாராட்டக்கூடாது; மாறாக, பில்லின் பாராட்டை வெறுமனே ஏற்றுக் கொண்டு, "அதை வெளிப்படுத்தியதற்கு நன்றி," என்று மட்டும் கூற வேண்டும் என்று ஜோவிடம் கூறினேன். இதே விஷயத்தை நான் பில்லிடமும் கூறினேன். இரண்டு மாதங்கள் வரை தொடர்ந்து ஒவ்வொரு வாரமும் இதைச் செய்யுமாறு நான் அவர்களை ஊக்குவித்தேன். அது தங்களுக்கு உதவியாக இருப்பதாக அவர்கள் உணர்ந்தால், தொடர்ந்து அவர்கள் அதைச் செய்து வரலாம் என்றும் கூறினேன். ஒருவேளை இந்தப் பரிசோதனை அவர்களது இல்லற வாழ்வில் எந்த முன்னேற்றத்தையும் ஏற்படுத்தவில்லை என்றால், அந்த முயற்சி தோல்வியில் முடிந்ததாக ஒதுக்கிவிடுமாறு கூறினேன்.

அடுத்த நாள் நான் என் வீட்டிற்குத் திரும்பினேன். இரண்டு மாதங்கள் கழித்து அவர்கள் இருவரையும் தொடர்பு கொண்டு அவர்களது முன்னேற்றத்தைப் பற்றி விசாரிக்க வேண்டும் என்று குறிப்பெடுத்து வைத்தேன். கோடைக்காலத்தின் மத்தியில் அவர்கள் இருவரிடமும் தனித்தனியாகப் பேசினேன். பில்லின் மனப்போக்கு பெருமளவில் முன்னேறியிருந்ததைக் கண்டு நான் ஆச்சரியம் அடைந்தேன். தன் மனைவி ஜோவிற்கும் நான் அதே அறிவுரையைக் கொடுத்திருக்கிறேன் என்பதை பில் ஊகித்திருந்தார். ஆனால் அது பற்றிக் கவலைப்படவில்லை. பில் அதை மிகவும் விரும்பினார். அவரது கடின உழைப்பிற்கும், குடும்பத்திற்கு அவர் வழங்கும் பொருளாதார உதவிக்கும் ஜோ தனது பாராட்டை அவருக்குத் தெரிவித்துக் கொண்டிருந்தார். "அவள் உண்மையில் மீண்டும் என்னை ஓர் ஆண்மகனாக உணர வைத்திருக்கிறாள். நாங்கள் பயணிக்க வேண்டிய தூரம் இன்னும் அதிகம் இருக்கிறது. ஆனால் நாங்கள் சரியான பாதையில் சென்று கொண்டிருக்கிறோம் என்று நான் நம்புகிறேன்," என்று பில் என்னிடம் கூறினார்.

ஆனால் ஜோவிடம் நான் பேசியபோது, அவரது மனப்போக்கில் மிகக் குறைந்த முன்னேற்றமே ஏற்பட்டிருந்ததை நான் அறிந்தேன். அவர், "டாக்டர் சேப்மேன், எங்கள் உறவில் சற்று முன்னேற்றம் ஏற்பட்டுள்ளது. நீங்கள் பரிந்துரைத்ததுபோல் பில் என்னை வார்த்தைகளால் பாராட்டுகிறார். அவர் உண்மையிலேயே என்னைப் பாராட்டுகிறார் என்று நான் நினைக்கிறேன். ஆனால் அவர் என்னோடு சிறிது நேரம்கூடச் செலவிடுவதில்லை. அவர் எப்போதும் வேலையிலேயே மும்முரமாக இருக்கிறார். நாங்கள் இருவரும் சேர்ந்து இருப்பதற்கு நேரமே இருப்பதில்லை," என்று கூறினார்.

ஜோவின் கருத்தைக் கேட்டபோது, என் மனத்தில் மின்னல் பளிச்சிட்டது. நான் ஒரு முக்கியமான விஷயத்தைக் கண்டுபிடித்துள்ளேன் என்பதை நான் அறிந்தேன். ஒருவருடைய காதல் மொழி மற்றவருடைய காதல் மொழியாகவும் இருக்க வேண்டும் என்ற அவசியம் இல்லை.

பில்லின் முதன்மைக் காதல் மொழி பாராட்டு வார்த்தைகள் என்பது வெளிப்படையாகத் தெரிந்தது. அவர் ஒரு கடின உழைப்பாளி. அவர் தன் வேலையை அனுபவித்தார். ஆனால் அவர் தன் மனைவியிடம் இருந்து அதிகமாக விரும்பிய விஷயம், தான் செய்யும் வேலைக்காக அவள் தன்னைப் பாராட்ட வேண்டும் என்பதுதான். அந்த விருப்பம் குழந்தைப் பருவத்திலேயே அவரிடம் வேர்விட்டிருக்கக்கூடும். வளர்ந்த பிறகும்கூட, வாய்வழிப் பாராட்டு அவருக்கு முக்கியமாக இருந்தது. ஆனால் ஜோவைப் பொறுத்தவரை, அவளது தேவை முற்றிலும் வேறானது. நேர்மறையான வார்த்தைகள் அவளுக்குப் பிடித்திருந்தது உண்மைதான். ஆனால் அவளது மனம் வேறு எதற்காகவோ ஆழமாக ஏங்கியது. அவளது காதல் மொழி வேறாக இருந்தது.

உங்கள் வாழ்க்கைத் துணைவரின் காதல் மொழி பாராட்டு வார்த்தைகளாக இருந்தால், நீங்கள் கீழ்க்கண்டவற்றைச் செய்யலாம்:

1 உங்கள் வாழ்க்கைத் துணைவரின் முதன்மைக் காதல் மொழி "பாராட்டு வார்த்தைகள்" என்பதை நீங்கள் உங்களுக்கு நினைவூட்டிக் கொள்வதற்கு, கீழே கொடுக்கப்பட்டுள்ளதை *3*க்கு *5* அங்குல அட்டை ஒன்றில் அச்சிட்டு, முகம் பார்க்கும் கண்ணாடியிலோ அல்லது நீங்கள் தினமும் பார்க்கும் ஓர் இடத்திலோ ஒட்டி வையுங்கள்:

வார்த்தைகள் முக்கியமானவை!
வார்த்தைகள் முக்கியமானவை!
வார்த்தைகள் முக்கியமானவை!

2 ஒவ்வொரு நாளும் நீங்கள் உங்கள் வாழ்க்கைத் துணைவருக்குக் கொடுக்கும் பாராட்டு வார்த்தைகளை ஒரு வாரம்வரை குறித்து வைத்துக் கொள்ளுங்கள். அந்த வார இறுதியில் உங்கள் துணைவரோடு உட்கார்ந்து, நீங்கள் குறித்து வைத்துள்ளவற்றை மறுபரிசீலனை செய்யுங்கள்.

திங்கட்கிழமையன்று நான் இவ்வாறு கூறினேன்:
"இன்று பிரமாதமாகச் சமைத்திருக்கிறாய்."
"இந்த உடையில் நீ உண்மையிலேயே அழகாக இருக்கிறாய்."
"நீங்கள் உங்கள் அழுக்குத் துணிகளை அதற்கான கூடையில் போட்டதை நான் உண்மையிலேயே பாராட்டுகிறேன்."

செவ்வாய்க்கிழமையன்று நான் இவ்வாறு கூறினேன்: . . .

எவ்வளவு நன்றாக நீங்கள் பாராட்டு வார்த்தைகளை நீங்கள் கூறத் துவங்குகிறீர்கள் என்பதைக் கண்டு நீங்கள் அசந்து போய்விடுவீர்கள்.

3 ஒரு மாதம் வரை, ஒவ்வொரு நாளும் உங்கள் வாழ்க்கைத் துணைவருக்கு ஒரு வித்தியாசமான பாராட்டைக் கொடுக்கப் போவதாக ஓர் இலக்கை நிர்ணயித்துக் கொள்ளுங்கள். தினமும் ஓர் ஆப்பிளைச் சாப்பிடுவது மருத்துவரிடம் போக வேண்டிய அவசியமில்லாமல் செய்வதுபோல், தினமும் ஒரு பாராட்டை வழங்குவது, திருமண ஆலோசனையாளரிடம் செல்வதற்கான அவசியம் இல்லாமல் செய்யக்கூடும். (இந்தப் பாராட்டுக்களையும் குறிப்பெடுத்து வைத்துக் கொள்ளுங்கள். ஒரே பாராட்டை நீங்கள் மீண்டும் கொடுக்காமல் இருக்க உங்களுக்கு அது உதவும்.)

4 நீங்கள் செய்தித்தாள்கள், இதழ்கள், மற்றும் புத்தகங்களைப் படிக்கும்போதும், தொலைக்காட்சி நிகழ்ச்சிகளைப் பார்க்கும்போதும், வானொலி நிகழ்ச்சிகளைக் கேட்கும்போதும், மக்கள் அவற்றில் பயன்படுத்தும் பாராட்டு வார்த்தைகளைக் கவனியுங்கள். மக்கள் உரையாடும்போது கவனமாகக் கேளுங்கள். அந்தப் பாராட்டு வாசகங்களை ஒரு நோட்டுப் புத்தகத்தில் குறிப்பெடுத்துக் கொள்ளுங்கள். (அவை கேலிச்சித்திரங்களாக இருந்தால், அவற்றை வெட்டியெடுத்து உங்கள் நோட்டுப் புத்தகத்தில் ஒட்டி வையுங்கள்.) இவற்றை அவ்வப்போது படித்து, உங்கள் வாழ்க்கைத் துணைவரிடம் நீங்கள் பயன்படுத்தக் கூடியவற்றைத் தேர்ந்தெடுங்கள். அதில் ஒன்றை நீங்கள் பயன்படுத்தும்போது, நீங்கள் அதைப் பயன்படுத்திய தேதியைக் குறித்துக் கொள்ளுங்கள். உங்கள் நோட்டுப் புத்தகம் உங்கள் காதல் புத்தகமாக மாறிவிடும். வார்த்தைகள் முக்கியமானவை என்பதை நினைவில் கொள்ளுங்கள்!

5 உங்கள் காதல் கணவனுக்கோ அல்லது காதல் மனைவிக்கோ ஒரு காதல் கடிதம் அல்லது காதல் வாசகத்தை எழுதி, அமைதியாகவோ அல்லது ஆர்ப்பரிப்புடனோ கொடுங்கள். வார்த்தைகள் முக்கியமானவை!

6 உங்கள் கணவனையோ அல்லது மனைவியையோ அவரது பெற்றோர் அல்லது நண்பர்களின் முன்னிலையில் பாராட்டுங்கள். உங்களுக்கு இரண்டு மடங்கு பாராட்டுக் கிடைக்கும்: உங்கள் வாழ்க்கைத் துணைவர் தான் நேசிக்கப்படுவதாக உணர்வார். இப்படிப்பட்ட ஒரு மருமகனோ அல்லது மருமகளோ தங்களுக்குக் கிடைத்ததற்குத் தாங்கள் அதிர்ஷ்டம் செய்துள்ளதாக அவரது பெற்றோர் உணர்வர்.

7 உங்கள் வாழ்க்கைத் துணைவரின் வலிமைகளைக் கண்டுகொண்டு, அவற்றை நீங்கள் எவ்வளவு பாராட்டுகிறீர்கள் என்பதை அவரிடம் தெரிவியுங்கள். அப்போது உங்கள் எதிர்பார்ப்பிற்கு ஏற்றவாறு நடந்து கொள்வதற்கு அவள் கடினமாக முயற்சிக்கக்கூடிய சாத்தியக்கூறுகள் அதிகம்.

8 உங்கள் கணவரோ அல்லது மனைவியோ எவ்வளவு சிறப்பானவர் என்பதை உங்கள் குழந்தைகளிடம் கூறுங்கள். இதை உங்கள் கணவன் அல்லது மனைவியின் முதுகிற்குப் பின்னாலும், அவரது முன்னிலையிலும் கூறுங்கள்.

9 உங்கள் கணவன் அல்லது மனைவியைப் பற்றி விவரித்து ஒரு கவிதை எழுதுங்கள். உங்களுக்குக் கவிதை எழுத வராவிட்டால், உங்கள் உணர்வுகளை வெளிப்படுத்தும் ஒரு வாழ்த்து அட்டையைத் தேர்ந்தெடுத்து, அதில் உள்ள சிறப்பு வார்த்தைகளை அடிக்கோடிட்டு, இறுதியில் உங்கள் சொந்த வார்த்தைகளைச் சேர்த்து, அதை உங்கள் வாழ்க்கைத் துணைவரிடம் கொடுங்கள்.

10 வார்த்தைகளால் பாராட்டுவது உங்களுக்குக் கடினமாக இருப்பதாக நீங்கள் உணர்ந்தால், ஒரு கண்ணாடியின் முன்னால் நின்று பயிற்சி செய்யுங்கள். வார்த்தைகள் முக்கியமானவை என்பதை நினைவில் கொள்ளுங்கள்.

5

காதல் மொழி 2
பிரத்யேகமான நேரம்

துவக்கத்திலேயே நான் பெட்டி ஜோவின் முதன்மைக் காதல் மொழியைக் கண்டுகொண்டிருக்க வேண்டும். லிட்டில் ராக் நகரில் அந்த வசந்தகால இரவில் நான் அவளையும் அவளது கணவன் பில்லையும் சந்தித்தபோது அவள் என்ன கூறினாள்? "குடும்பத்தை அவர் நன்றாகப் பார்த்துக் கொள்கிறார். எங்களுக்கு வேண்டிய அனைத்தையும் தாராளமாகக் கொடுக்கிறார். ஆனால் என்னோடு அவர் கடுகளவு நேரம்கூடச் செலவழிப்பதில்லை. நாங்கள் இருவரும் சேர்ந்து அனுபவிக்க முடியவில்லை எனும்போது, எங்களிடம் இருக்கும் வீடு, சொகுசுக் கார், மற்றும் பிற பொருட்களால் என்ன பிரயோஜனம்?" அவளது விருப்பம் என்ன? தன் கணவன் பில்லோடு பிரத்யேகமான நேரத்தைச் செலவிட அவள் விரும்பினாள். தன் கணவன் தன்மீது கவனம் செலுத்த வேண்டும்

என்று அவள் ஆசைப்பட்டாள். தன் கணவன் தன்மீது அக்கறை கொள்ள வேண்டும், தனக்காக நேரம் ஒதுக்க வேண்டும், தன்னோடு சேர்ந்து பல விஷயங்களைச் செய்ய வேண்டும் என்று அவள் ஏங்கினாள்.

'பிரத்யேகமான நேரம்' என்று நான் இங்கு குறிப்பிடுவதற்கு, ஒருவர்மீது நீங்கள் முழுமையாகக் கவனம் செலுத்துவது என்று அர்த்தம். சோபாவில் அமர்ந்து கொண்டு இருவரும் சேர்ந்து தொலைக்காட்சி பார்ப்பது என்பது அதன் பொருளல்ல. அவ்வாறு நீங்கள் நேரத்தைச் செலவிடும்போது சன் டிவி அல்லது விஜய் டிவியின்மீதுதான் உங்கள் கவனம் குவிந்திருக்கும், உங்கள் மனைவியின்மீது அல்ல. நான் இங்கு கூற வரும் விஷயம், தொலைக்காட்சியை அணைத்துவிட்டு, சோபாவில் உங்கள் மனைவியோடு சேர்ந்து அமர்ந்து, இருவரும் ஒருவரை ஒருவர் பார்த்தபடி, பரஸ்பரம் முழுமையான கவனம் செலுத்திப் பேசிக் கொண்டிருக்க வேண்டும் என்பதுதான். அல்லது நீங்கள் இருவர் மட்டும் தனியாகக் காலாற நடந்து வரலாம். அல்லது சேர்ந்து ஓர் உணவகத்திற்குச் சென்று, ஒருவரை ஒருவர் பார்த்தபடி பேசிக் கொண்டே உணவருந்தலாம். ஓர் உணவகத்தில் உணவருந்திக் கொண்டிருக்கும் ஒரு காதல் ஜோடிக்கும், ஒரு திருமணமான ஜோடிக்கும் இடையே உள்ள வித்தியாசத்தைக் கிட்டத்தட்ட உங்களால் எப்போதும் கண்டுபிடித்துவிட முடியும் என்பதைக் கவனித்திருக்கிறீர்களா? காதல் ஜோடிகள் ஒருவர் முகத்தை ஒருவர் பார்த்துப் பேசிக் கொண்டே இருப்பார்கள். திருமணமான ஜோடிகள் அங்கு உட்கார்ந்து அந்த உணவகத்தை நோட்டம் விட்டுக் கொண்டிருப்பார்கள். அவர்கள் அங்கு உணவருந்தச் சென்றுள்ளதாக நீங்கள் நினைத்துக் கொள்வீர்கள்!

நான் என் மனைவியுடன் சோபாவில் அமர்ந்து, எந்தவிதமான கவனச் சிதறலும் இன்றி இருபது நிமிடங்கள் அவரோடு செலவிட்டால், அவரும் எனக்கு அதையே திருப்பிச் செய்கிறார். நாங்கள் இருவரும் ஒருவருக்கு ஒருவர் எங்கள் வாழ்வின் இருபது நிமிடங்களைக் கொடுத்துக் கொண்டிருக்கிறோம். அந்த இருபது நிமிடங்கள் ஒருபோதும் மீண்டும் எங்களுக்குக் கிடைக்கப் போவதில்லை. நாங்கள் ஒருவருக்கொருவர் எங்கள் வாழ்வைக் கொடுத்துக் கொள்கிறோம். அன்பை வெளிப்படுத்துவதற்கான ஒரு சக்திவாய்ந்த உணர்ச்சிரீதியான தகவல் தொடர்புச் சாதனம் அது.

ஒரே மருந்தைக் கொண்டு எல்லா வியாதிகளையும் குணப்படுத்த முடியாது. நான் பில்லிற்கும் ஜோவிற்கும் கொடுத்த அறிவுரையில் ஒரு பெருந்தவறைச் செய்துவிட்டேன். வார்த்தைகள் மூலம் கிடைக்கும் பாராட்டு பில்லிற்கு எவ்வளவு முக்கியத்துவம் வாய்ந்ததாக இருந்ததோ, அதே அளவு அது ஜோவிற்கும் முக்கியத்துவம் மிக்க ஒன்றாக இருக்கும் என்று நான் அனுமானித்துவிட்டேன். அவர்கள் இருவரும் ஒருவருக்கு ஒருவர் போதுமான அளவிற்கு வார்த்தைகளால் பாராட்டுக்களைத் தெரிவித்தால், அவர்கள் உறவின் உணர்ச்சிரீதியான சூழல் மாறி, இருவரும் தாங்கள் நேசிக்கப்படுவதாக உணர்வார்கள் என்று நான் நம்பியிருந்தேன். பில்லிற்கு அது நல்ல பலனளித்தது. தன் மனைவி ஜோவைப் பற்றி அவர் அதிக நேர்மறையாக உணரத் துவங்கினார். தனது

கடின உழைப்பிற்கு ஜோவிடம் இருந்து உண்மையான பாராட்டுக் கிடைத்ததை அவர் உணரத் துவங்கினார். ஆனால் ஜோவிடம் இது வேலை செய்யவில்லை. ஏனெனில் பாராட்டு வார்த்தைகள் அவளது முதன்மையான காதல் மொழியாக இருக்கவில்லை. பிரத்யேகமான நேரம்தான் அவளது முதன்மையான காதல் மொழியாக இருந்தது.

நான் மீண்டும் பில்லைத் தொலைபேசியில் அழைத்து, இரண்டு மாதங்களாக அவர் மேற்கொண்டிருந்த முயற்சிகளுக்காக அவருக்கு நன்றி தெரிவித்தேன். அவர் ஜோவை வார்த்தைகளால் பாராட்டும் செயலைச் சிறப்பாகச் செய்துள்ளார் என்றும், அவரது பாராட்டுக்கள் ஜோவின் காதுகளில் விழுந்துள்ளன என்றும் அவரிடம் கூறினேன். “ஆனால் அவள் இப்போதும் மகிழ்ச்சியாக இல்லை. அவளது வாழ்வில் எந்த முன்னேற்றமும் ஏற்பட்டுள்ளதாக எனக்குத் தோன்றவில்லை,” என்று அவர் கூறினார்.

“நீங்கள் கூறுவது சரிதான். அவள் மகிழ்ச்சியாக இல்லாததற்கான காரணம் என்ன என்பதும் எனக்குத் தெரியும் என்று நான் நினைக்கிறேன். நான் தவறான காதல் மொழியை உங்களுக்குப் பரிந்துரைத்ததுதான் பிரச்சனை,” என்று நான் கூறினேன். நான் கூறியதன் அர்த்தம் அவருக்குத் துளிகூடப் புரியவில்லை. தான் நேசிக்கப்படுவதாக ஒருவரை உணரச் செய்யும் விஷயம், இன்னொருவருக்கு அப்படிப்பட்ட உணர்வை ஏற்படுத்துவதில்லை என்று நான் அவருக்கு விளக்கினேன்.

வார்த்தைகளால் வெளிப்படுத்தப்படும் பாராட்டுக்கள்தான் தனது காதல் மொழி என்று அவர் ஒப்புக் கொண்டார். தான் சிறுவனாக இருந்தபோது அத்தகையப் பாராட்டுக்கள் தனக்கு எவ்வளவு முக்கியத்துவம் வாய்ந்தவையாக இருந்தன என்று அவர் என்னிடம் தெரிவித்தார். அதோடு, தான் செய்த விஷயங்களுக்காக ஜோவிடமிருந்து கிடைத்தப் பாராட்டு வார்த்தைகள் தன்னை மிகவும் மகிழ்ச்சியாக உணரச் செய்ததாகவும் அவர் கூறினார். ஆனால் ஜோவின் காதல் மொழி பாராட்டு வார்த்தைகள் அல்ல, பிரத்யேகமான நேரம் என்பதை நான் அவருக்கு எடுத்துரைத்தேன். எந்த கவனச் சிதறலும் இன்றி ஒருவர்மீது கவனம் செலுத்துவதைப் பற்றி அவருக்கு விளக்கினேன். மனைவியிடம் பேசும்போது செய்தித்தாளைப் படித்துக் கொண்டோ அல்லது தொலைக்காட்சி நிகழ்ச்சிகளைப் பார்த்துக் கொண்டோ இல்லாமல், அவரது கண்களை நேருக்கு நேர் பார்த்து, அவர்மீது முழுமையான கவனம் செலுத்தி, அவர் செய்ய விரும்பும் ஏதேனும் ஒரு விஷயத்தை மனப்பூர்வமாக அவருடன் சேர்ந்து செய்வது பற்றி பில்லிடம் எடுத்துக் கூறினேன். “சிம்பொனி இசை நிகழ்ச்சிக்கு நான் உடன் வருவது என் மனைவிக்கு மிகவும் பிடிக்கும்,” என்று பில் கூறினார். அவர்களது இல்லற வாழ்வில் காதல் மீண்டும் தலைதூக்கவிருந்ததை என்னால் காண முடிந்தது.

“டாக்டர் சேப்மேன், அவள் எப்போதும் இதைப் பற்றித்தான் குறைபட்டுக் கொண்டே இருந்து வந்துள்ளாள். நான் அவளுடன் சேர்ந்து எந்த விஷயத்தையும் செய்வதில்லை. அவளோடு நான் கொஞ்ச நேரம்கூடச் செலவழிப்பதில்லை. ‘திருமணத்திற்கு முன்பு நாம் இருவரும்

சேர்ந்து பல இடங்களுக்குச் சென்றோம், பல விஷயங்களைச் செய்தோம். ஆனால் இப்போது அதற்கு உங்களுக்கு நேரமில்லை. எப்போதும் நீங்கள் உங்கள் வேலையையே கட்டிக் கொண்டு அழுகிறீர்கள்," என்று அவள் அடிக்கடிக் கூறி வருகிறாள். அது அவளது காதல் மொழியாக இருக்கலாம். அதில் எந்த சந்தேகமும் இல்லை. ஆனால் நான் என்ன செய்வது? என் வேலை அழுத்தம் அதிகமாக உள்ளதே!" என்று அவர் கூறினார்.

"அதைப் பற்றிக் கூறுங்கள்," என்று நான் அவரிடம் கேட்டேன்.

தான் வேலை பார்த்து வந்த பெருநிறுவனத்தில் பதவி ஏணியில் தான் ஏறி வந்த கதைகளை அடுத்தப் பத்து நிமிடங்களுக்கு அவர் என்னிடம் கூறினார். தனது கடின உழைப்பைப் பற்றியும், தனது சாதனைகள் குறித்துத் தான் மிகவும் மகிழ்ச்சியாக இருப்பது பற்றியும் அவர் என்னிடம் தெரிவித்தார். எதிர்காலத்திற்கான தனது கனவுகளைப் பற்றி என்னிடம் தெரிவித்த அவர், அடுத்த ஐந்து வருடங்களுக்குள், தான் சென்றடைய விரும்பிய இடத்தை நிச்சயமாகச் சென்றடையப் போவதாகவும் கூறினார்.

"அந்த இடத்தில் நீங்கள் தனியாக இருக்க விரும்புகிறீர்களா அல்லது உங்கள் மனைவி ஜோ மற்றும் உங்கள் குழந்தைகளுடன் இருக்க விரும்புகிறீர்களா?" என்று நான் அவரைக் கேட்டேன்.

"அவள் என்னுடன் இருக்க வேண்டும் என்று நான் விரும்புகிறேன். அவள் அதை என்னோடு சேர்ந்து மகிழ்ச்சியாக அனுபவிக்க வேண்டும் என்று நான் ஆசைப்படுகிறேன். அதனால்தான் நான் வேலையில் அதிக நேரம் செலவிடுவதைப் பற்றி அவள் என்னை விமர்சிப்பது என் மனத்தைப் புண்படுத்துகிறது. நான் எங்கள் அனைவருக்காகவும்தான் கடினமாக உழைக்கிறேன். அவளும் அதில் பங்கு கொள்ள வேண்டும் என்று நான் எதிர்பார்க்கிறேன். ஆனால் அவள் எப்போதும் எதிர்மறையாகவே இருக்கிறாள்."

"பில், ஜோ ஏன் இவ்வளவு எதிர்மறையாக நடந்து கொள்கிறாள் என்று உங்களால் பார்க்க முடிகிறதா?" என்று நான் கேட்டேன். மேலும், "அவரது காதல் மொழி பிரத்யேகமான நேரம்தான். நீங்கள் அவருடன் கொஞ்ச நேரம்கூடச் செலவிடாததால் அவரது காதல் கேணி தூர்ந்து போயுள்ளது. உங்கள் அன்பில் அவர் பாதுகாப்பாக உணரவில்லை. அவரைப் பொறுத்தவரை உங்கள் வேலைதான் உங்கள் நேரத்தை விழுங்கிக் கொண்டிருப்பதாக அவர் தன் மனத்தில் எண்ணிக் கொண்டிருக்கிறார். அதனால் அவர் அதன்மீது தன் கோபத்தை வெளிக்காட்டுகிறார். அவர் உண்மையில் உங்கள் வேலையை வெறுக்கவில்லை. உங்களிடமிருந்து மிகக் குறைவான அன்பே தன்னை நோக்கி வருகிறது என்ற விஷயத்தைத்தான் அவர் வெறுக்கிறார். இதற்கு ஒரே ஒரு விடைதான் உள்ளது. அதற்கு நீங்கள் அதிக விலை கொடுத்தாகத்தான் வேண்டும். ஜோவிற்காக நீங்கள் நேரம் ஒதுக்கியாக வேண்டும். சரியான காதல் மொழியைக் கொண்டு நீங்கள் அவரிடம் உங்கள் காதலையும் அன்பையும் வெளிப்படுத்த வேண்டும்," என்று கூறினேன்.

“நீங்கள் கூறுவது சரி என்று எனக்குத் தெரிகிறது. நான் எங்கிருந்து துவங்குவது?”

“ஜோவைப் பற்றிய நேர்மறையான விஷயங்களைப் பட்டியலிட்டிருந்த உங்கள் குறிப்பேடு இப்போது உங்கள் கைவசம் உள்ளதா?”

“ஆம், அது என்னிடம்தான் உள்ளது.”

“நாம் இன்னொரு பட்டியலைத் தயார் செய்யப் போகிறோம். ஜோ உங்களுடன் சேர்ந்து என்னவெல்லாம் செய்ய விரும்புவார் என்று நீங்கள் நினைக்கிறீர்களோ அவற்றைப் பட்டியலிடுங்கள். உங்களுடன் சேர்ந்து செய்ய விரும்பியதாக இத்தனை வருடங்களாக அவர் எவற்றையெல்லாம் குறிப்பிட்டுள்ளார் என்பதை நினைவுபடுத்திப் பாருங்கள்,” என்று நான் கூறினேன்.

பில்லின் பட்டியல் இவ்வாறு அமைந்திருந்தது:

- எங்கள் சொகுசு வண்டியை எடுத்துக் கொண்டு மலைப் பிரதேசங்களில் ஒரு வார இறுதியைக் கழிப்பது (சில சமயங்களில் குழந்தைகளுடனும், சில சமயங்களில் நாங்கள் இருவர் மட்டும்).
- மதிய உணவிற்காகச் சந்திப்பது (ஏதேனும் ஒரு நல்ல உணவகத்தில் அல்லது சில சமயங்களில் மெக்டொனால்ட்ஸ் துரித உணவகத்தில்).
- எங்கள் குழந்தைகளைப் பார்த்துக் கொள்வதற்கு ஒருவரை ஏற்பாடு செய்துவிட்டு, அவளை இரவு உணவிற்காக வெளியே அழைத்துச் செல்வது (நாங்கள் இருவர் மட்டும்).
- இரவில் நான் வீட்டிற்கு வந்தவுடன் அவளோடு அமர்ந்து அன்றைய தினத்தில் நடந்தவற்றைப் பற்றி அவளிடம் பேசுவது; அன்றைய தினம் அவளுக்கு நடந்தவற்றைப் பற்றி அவள் கூறுவதைக் கேட்பது. (நாங்கள் இருவரும் பேசும்போது நான் தொலைக்காட்சி நிகழ்ச்சிகளைப் பார்ப்பதை அவள் விரும்புவதில்லை.)
- குழந்தைகள் தங்கள் பள்ளி அனுபவங்களைப் பற்றிக் கூறுவதை அவர்களுடன் அமர்ந்து கேட்பதற்கு நேரம் ஒதுக்குவது.
- குழந்தைகளுடன் விளையாடுவதற்கு நேரத்தைச் செலவிடுவது.
- சனிக்கிழமைகளில் அவளையும் குழந்தைகளையும் அழைத்துக் கொண்டு சிற்றுலாவிற்குச் செல்வது (எறும்புகளையும் ஈக்களையும் பற்றிக் குறைகூறாமல்) .
- குறைந்தபட்சம் வருடத்திற்கு ஒருமுறையாவது குடும்பத்துடன் விடுமுறையைக் கழிப்பது.
- அவளோடு பேசிக் கொண்டே காலார நடப்பது. (நான் அவளை முந்திச் செல்லக்கூடாது.)

“பல வருடங்களாக அவள் இந்த விஷயங்களைப் பற்றித்தான் பேசி வந்திருக்கிறாள்,” என்று பில் கூறினார்.

“என் பரிந்துரை என்னவாக இருக்கும் என்று உங்களுக்குத் தெரியும் இல்லையா?” என்று நான் கேட்டேன்.

பதிலுக்கு அவர், “நான் இவற்றைச் செய்ய வேண்டும், அப்படித்தானே?” என்று கேட்டார்.

“மிகவும் சரியாகக் கூறினீர்கள். வாரத்திற்கு ஒரு விஷயம் என்ற கணக்கில் அடுத்த இரண்டு மாதங்கள் இவற்றை ஒவ்வொன்றாகச் செய்யுங்கள். உங்களுக்கு எங்கிருந்து நேரம் கிடைக்கும்? நீங்கள் அறிவில் சிறந்தவர். உங்களுக்குத் தேவையான நேரத்தை உங்களால் உருவாக்கிக் கொள்ள முடியும். நீங்கள் சிறப்பாக முடிவெடுக்கும் திறமையற்றவராக இருந்திருந்தால், நீங்கள் இப்போது இருக்கும் உயர்ந்த நிலையை உங்களால் எட்டியிருக்க முடியாது. உங்கள் வாழ்க்கையைத் திட்டமிடக்கூடிய திறன் பெற்றவர் நீங்கள். அத்திட்டங்களில் உங்கள் மனைவியைச் சேர்த்துக் கொள்ளும் திறனும் உங்களிடம் உள்ளது.”

“அதை நான் அறிவேன். அது என்னால் முடியும்,” என்று அவர் கூறினார்.

“பில், இதற்காக நீங்கள் உங்கள் தொழில்ரீதியான இலக்குகளைக் குறைத்துக் கொள்ளத் தேவையில்லை. ஆனால் நீங்கள் இப்படிச் செய்தால், உச்சியை அடையும்போது அங்கு ஜோவும் உங்கள் குழந்தைகளும் உங்களுடன் இருப்பார்கள் என்பது உறுதி.”

பிரத்யேகமான நேரத்தின் மைய அம்சமாக விளங்குவது இருவரும் ஒன்றாக இணைந்து இருப்பது. அருகாமையில் இருப்பது என்பது இதன் பொருளல்ல. ஒன்றாக இணைந்து இருப்பது என்பதற்கு ஒருமுகப்படுத்தப்பட்ட கவனம் செலுத்துவது என்று பொருள்.

“எல்லாவற்றிற்கும் மேலாக நான் அதைத்தான் விரும்புகிறேன். நான் உச்சத்தில் இருக்கிறேனோ இல்லையோ, ஜோ மகிழ்ச்சியாக இருக்க வேண்டும் என்று விரும்புகிறேன். அவளோடும் குழந்தைகளோடும் வாழ்க்கையை மகிழ்ச்சியாக அனுபவிக்க வேண்டும் என்று விரும்புகிறேன்.”

வருடங்கள் உருண்டோடிவிட்டன. பில்லும் ஜோவும் உச்சியை அடைந்து திரும்பிவிட்டனர். ஆனால் அவர்கள் அதை இணைந்து

செய்துள்ளனர் என்பதுதான் இதில் முக்கியமான விஷயம். அவரது குழந்தைகள் இப்போது சிறகு முளைத்துக் கூட்டைவிட்டு வெளியேறிவிட்டனர். இந்த வருடங்கள்தான் தங்கள் வாழ்வில் மிகச் சிறந்த வருடங்கள் என்று அவர்கள் இருவரும் ஒப்புக் கொள்கின்றனர். பில் இப்போது சிம்பொனி இசையின் பரம ரசிகர் ஆகிவிட்டார். தன் கணவர் பில்லிடம் தான் மெச்சும் விஷயங்களைப் பற்றி ஜோ எழுதும் பட்டியல் முடிவே இல்லாமல் சென்று கொண்டிருக்கிறது. அவற்றைப் பற்றி ஜோ கூறுவதைக் கேட்க பில் ஒருபோதும் சலித்துக் கொள்வதே இல்லை. பில் இப்போது தன் சொந்த நிறுவனத்தைத் துவங்கியுள்ளார். இப்போது மீண்டும் அவர் வேறொரு சிகரத்தை நெருங்கிக் கொண்டிருக்கிறார். அதோடு, இப்போது அவரது வேலை ஜோவிற்குப் போட்டியாகவும் இல்லை. உண்மையில் ஜோ தன் கணவனின் வேலை குறித்து உற்சாகமாக இருக்கிறார். தன் கணவர் அதில் முன்னேறுவதற்கு ஊக்குவிப்பும் வழங்குகிறார். தன் கணவனின் வாழ்வில் தனக்குத்தான் முதலிடம் கொடுக்கப்பட்டுள்ளது என்பதை ஜோ அறிந்திருந்தார். அவரது காதல் கேணி இப்போது நிரம்பியுள்ளது.

பிரத்யேகமான நேரத்தின் மைய அம்சமாக விளங்குவது இருவரும் ஒன்றாக இணைந்து இருப்பது. அருகாமையில் இருப்பது என்பது இதன் பொருளல்ல. ஒரே அறையில் அமர்ந்திருக்கும் இருவர் அருகருகில்தான் இருக்கின்றனர். ஆனால் அவர்கள் ஒன்றாக இணைந்திருக்க வேண்டும் என்பது அவசியமில்லை. ஒன்றாக இணைந்து இருப்பது என்பதற்கு ஒருமுகப்படுத்தப்பட்டக் கவனம் செலுத்துவது என்று பொருள். ஒரு தந்தை தன் இரண்டு வயது மகனுடன் தரையில் உட்கார்ந்து, அவனுடன் பந்தை உருட்டி விளையாடும்போது, அவரது கவனம் அந்தப் பந்தின்மீது இருப்பதில்லை. மாறாக, அவரது கவனம் அவரது குழந்தையின்மீது உள்ளது. அந்தக் குறுகிய கணத்தில் அவர்கள் ஒன்றாக இணைந்து இருக்கிறார்கள், அது மிகக் குறைவான நேரம் நீடித்தாலும்கூட. ஆனால், அவர் தொலைபேசியில் பேசிக் கொண்டே தன் குழந்தையிடம் பந்தை உருட்டிவிடுகிறார் என்றால், அவரது கவனம் சிதறியுள்ளது என்று பொருள். தாங்கள் இருவரும் ஒன்றாக இணைந்து நேரத்தைச் செலவிடுவதாகச் சில தம்பதியர் நினைத்துக் கொண்டிருக்கின்றனர். ஆனால் யதார்த்தத்தில், அவர்கள் வெறுமனே ஒருவருக்கொருவர் அருகாமையில் வாழ்ந்து கொண்டிருக்கின்றனர், அவ்வளவுதான். அவர்கள் ஒரே நேரத்தில் ஒரே வீட்டில் இருக்கின்றனர். ஆனால் இருவரும் இணைந்து இருக்கவில்லை. தன் மனைவியிடம் பேசும்போது தொலைக்காட்சியில் விளையாடு நிகழ்ச்சியைப் பார்த்துக் கொண்டிருக்கும் கணவன் அவளுக்குத் பிரத்யேகமான நேரத்தைக் கொடுக்கவில்லை. ஏனெனில், அவள்மீது முழுமையான கவனம் செலுத்தப்படவில்லை.

பிரத்யேகமான நேரம் என்பதற்கு, நாம் நம் வாழ்க்கைத் துணையுடன் ஒன்றாக இருக்கும் நேரத்தில் அவரது கண்களை உற்று நோக்கியபடி நேரத்தைச் செலவிட வேண்டும் என்பது பொருளல்ல. மாறாக, நாம் இருவரும் சேர்ந்து ஒரு காரியத்தைச் செய்கிறோம்,

அடுத்தவரிடம் நாம் முழுமையான கவனம் செலுத்துகிறோம் என்பதுதான் இதன் பொருள். நாம் இருவரும் இணைந்து செய்யும் விஷயம் இங்கு முக்கியமல்ல. நாம் இருவரும் ஒருமித்தக் கவனத்துடன் இணைந்து செயல்படுகிறோம் என்பதுதான் இங்கு முக்கியம். நாம் இணைந்து செய்யும் செயல், நாம் இணைந்திருப்பது போன்ற ஓர் உணர்வை ஏற்படுத்தும் ஒரு சாதனம்தான். ஒரு தந்தை தன் இரண்டு வயது மகனுடன் பந்து உருட்டி விளையாடிக் கொண்டிருப்பதில் உள்ள முக்கியமான விஷயம் அவர்கள் ஈடுபட்டுள்ள அந்த விளையாட்டு அல்ல, மாறாக அந்தத் தந்தைக்கும் மகனுக்கும் இடையே உருவாகும் உணர்ச்சிகள்தான்.

அதேபோல, டென்னிஸ் விளையாடிக் கொண்டிருக்கும் ஒரு கணவனும் மனைவியும், அது உண்மையிலேயே பிரத்யேகமான நேரமாக இருந்தால் விளையாட்டில் கவனம் செலுத்த மாட்டார்கள். தாங்கள் இருவரும் ஒன்றாக இணைந்து நேரத்தைச் செலவிடுகிறோம் என்ற விஷயத்தில்தான் அவர்கள் கவனம் முழுவதும் நிலைகொண்டு இருக்கும். உணர்ச்சியளவில் என்ன நிகழ்கிறது என்பதுதான் முக்கியமான விஷயம். இருவருக்கும் பொதுவான ஒரு விஷயத்தில் இணைந்து நேரத்தைச் செலவிடுவது, அவ்விருவரும் ஒருவர்மீது ஒருவர் அக்கறை கொண்டுள்ளார்கள் என்பதையும், ஒன்றாக இணைந்து இருப்பதில் மகிழ்ச்சி கொள்கிறார்கள் என்பதையும், ஒன்றாக இணைந்து செயல்பட விரும்புகிறார்கள் என்பதையும் வெளிப்படுத்துகிறது.

பாராட்டு வார்த்தைகளைப் போலவே, பிரத்யேகமான நேரம் என்ற காதல் மொழிக்கும் பல வட்டார வழக்குகள் உண்டு. மிகப் பொதுவான வட்டாரப் பேச்சு மொழிகளில் ஒன்று பிரத்யேகமான உரையாடல். பிரத்யேகமான உரையாடல் என்பது, இரண்டு தனிநபர்கள் பரிவுமிக்க உரையாடல் மூலம் தங்கள் அனுபவங்களையும், எண்ணங்களையும், உணர்வுகளையும், விருப்பங்களையும் ஒரு தோழமையான, இடையூறற்ற முறையில் பகிர்ந்து கொள்வதைக் குறிக்கும். தங்கள் கணவனோ அல்லது மனைவியோ தங்களிடம் ஒரு வார்த்தைகூடப் பேசுவதில்லை என்று பெரும்பாலானவர்கள் கூறுவது, தங்களது வாழ்க்கைத் துணைவர் உண்மையிலேயே தங்களிடம் ஒரு வார்த்தைகூடப் பேசுவதில்லை என்ற பொருளில் அல்ல. மாறாக, பரிவுமிக்க உரையாடலில் அவர்கள் எப்போதாவதுதான் ஈடுபடுகிறார்கள் என்ற அர்த்தத்தில்தான் அவர்கள் அவ்வாறு கூறுகிறார்கள். உங்கள் துணைவரின் முதன்மையான காதல் மொழி பிரத்யேகமான நேரமாக இருந்தால், தான் நேசிக்கப்படுவதாக அவர் உணர்வதற்குப் பரிவு மிக்க அப்படிப்பட்ட உரையாடல்கள் அத்தியாவசியமானவை.

பிரத்யேகமான உரையாடலானது முதலாவது காதல் மொழியில் இருந்து சற்று வேறுபட்டது. பாராட்டு வார்த்தைகள் நாம் என்ன கூறுகிறோம் என்பதில் கவனம் செலுத்துகின்றன. ஆனால் பிரத்யேகமான உரையாடல் நாம் எதைக் கேட்டுக் கொண்டிருக்கிறோம் என்பதில் கவனம் செலுத்துகின்றது. உங்கள்மீதான காதலை நான் பிரத்யேகமான நேரத்தின் மூலம் உங்களுடன் பகிர்ந்து கொண்டிருக்கிறேன், அந்த நேரத்தை நான் உங்களுடன் உரையாடுவதில் செலவிடப் போகிறேன்

என்றால், உங்களை மனம் திறந்து பேச வைத்து, நீங்கள் கூறுபவற்றைப் பரிவோடு கேட்பதில் நான் கவனம் செலுத்தப் போகிறேன் என்று பொருள். நான் உங்களிடம் கேள்விகள் கேட்பேன், ஆனால் உங்களுக்கு இடையூறு அளிக்கும் நோக்கத்தில் அல்ல. மாறாக, உங்கள் எண்ணங்களையும், உணர்வுகளையும், விருப்பங்களையும் புரிந்து கொள்ள வேண்டும் என்ற உண்மையான விருப்பத்தால்தான்.

பாட்ரிக்கை நான் சந்தித்தபோது அவருக்கு வயது நாற்பத்து மூன்று. அப்போது அவருக்குத் திருமணமாகிப் பதினேழு ஆண்டுகள் ஆகியிருந்தன. அவர் இன்றும் என் நினைவில் இருப்பதற்குக் காரணம் அவர் முதன்முதலில் கூறிய வார்த்தைகள் மிகவும் மிகைப்படுத்தப்பட்டவையாக இருந்தன. அவர் என் அலுவலகத்திற்கு வந்து அங்கிருந்த நாற்காலியில் அமர்ந்து தன்னை என்னிடம் அறிமுகம் செய்து கொண்ட பிறகு, மிகுந்த உணர்ச்சியுடன், "டாக்டர் சேப்மேன், நான் இதுவரை ஒரு முட்டாளாக இருந்து வந்திருக்கிறேன். நான் உண்மையிலேயே ஒரு முட்டாள்தான்," என்று கூறினார்.

"நீங்கள் இந்த முடிவுக்கு வர என்ன காரணம்?" என்று நான் கேட்டேன்.

"எனக்குத் திருமணம் ஆகிப் பதினேழு ஆண்டுகள் ஆகின்றன. என் மனைவி என்னைவிட்டுப் பிரிந்து விலகிச் சென்றுவிட்டாள். நான் எவ்வளவு பெரிய முட்டாளாக இருந்து வந்திருக்கிறேன் என்பதை இப்போது நான் உணர்கிறேன்," என்று அவர் கூறினார்.

நான் என் முதல் கேள்வியை அவரிடம் மீண்டும் கேட்டேன். "எந்த விதத்தில் நீங்கள் ஒரு முட்டாளாக இருந்து வந்துள்ளீர்கள்?"

"என் மனைவி வேலை முடிந்து வீட்டிற்கு வந்து தனது அலுவலகத்தில் உள்ள பிரச்சனைகளைப் பற்றி என்னிடம் கூறுவாள். நான் அவற்றைக் கேட்டுவிட்டு, அவள் என்ன செய்ய வேண்டும் என்று எனக்குத் தோன்றுகிறதோ அதை அவளிடம் கூறுவேன். நான் அவளுக்கு எப்போதும் அறிவுரை கொடுத்துக் கொண்டேயிருந்தேன். பிரச்சனையை அவள் எதிர்கொள்ள வேண்டும் என்று அவளுக்கு நான் வலியுறுத்தினேன். 'பிரச்சனைகள் தானாக ஓடிப் போவதில்லை. அதில் சம்பந்தப்பட்ட நபர்கள் அல்லது உன்னுடைய மேற்பார்வையாளரிடம் நீ அது குறித்துப் பேச வேண்டும். பிரச்சனைகளை நீ கையாள வேண்டும்,' என்று நான் அவளுக்கு அறிவுறுத்தினேன். அடுத்த நாள் அவள் தன் அலுவலகத்தில் இருந்து திரும்பியதும் அதே பிரச்சனைகளைப் பற்றி என்னிடம் கூறுவாள். முந்தைய நாள் நான் அவளுக்குப் பரிந்துரைத்த விஷயங்களை அவள் பின்பற்றினாளா என்று நான் அவளிடம் கேட்பேன். அவள் இல்லையென்று தலையாட்டுவாள். எனவே நான் மீண்டும் அவளுக்கு என் அறிவுரையை வழங்குவேன். அடுத்த நாளும் அவள் வீட்டிற்கு வந்து அதே பிரச்சனைகளைப் பற்றிப் பேசுவாள். நான் மீண்டும் அதே கேள்வியைக் கேட்பேன். அவள் இல்லையென்று தலையசைப்பாள்."

"தொடர்ந்து இப்படி மூன்று அல்லது நான்கு நாட்கள் நடந்த பிறகு எனக்குக் கோபம் வந்துவிடும். நான் அவளுக்குக் கொடுத்த

அறிவுரையை ஏற்றுக் கொள்ள அவள் தயாராக இல்லை என்றால் என்னிடமிருந்து எந்த அனுதாபத்தையும் அவள் எதிர்பார்க்கக்கூடாது என்று நான் அவளிடம் கோபமாகக் கூறுவேன். அவள் தன் அலுவலகத்தில் அப்படிப்பட்ட அழுத்தமான சூழலில் வேலை செய்ய வேண்டியதில்லை. அவள் வெறுமனே நான் கூறியபடி நடந்துகொண்டால், தன் பிரச்சனைகளை அவளால் தீர்க்க முடியும். அவள் அப்படிப்பட்ட அழுத்தமான சூழலில் வாழந்து வருவதைப் பார்க்க எனக்கு மிகவும் கஷ்டமாக இருந்தது. ஏனென்றால் அவள் அப்படி வாழ வேண்டிய அவசியமில்லை என்பதை நான் அறிந்திருந்தேன். அடுத்த முறை அவள் அப்பிரச்சனையைப் பற்றிப் பேசத் துவங்கியபோது, 'எனக்கு அதைப் பற்றிக் கேட்க விருப்பமில்லை. நீ என்ன செய்ய வேண்டும் என்று நான் ஏற்கனவே உன்னிடம் கூறிவிட்டேன். என் அறிவுரையை நீ ஏற்றுக் கொள்ளப் போவதில்லை என்றால் நீ கூறுவதைக் கேட்க நான் விரும்பவில்லை,' என்று நான் கூறினேன்.

பிரச்சனைகளை ஆய்வு செய்து தீர்வுகளை உருவாக்க நாம் பயிற்றுவிக்கப்பட்டு இருக்கிறோம். திருமணம் என்பது ஓர் உறவு, அது செய்து முடிக்கப்பட வேண்டிய ஒரு பணித்திட்டமோ அல்லது தீர்க்கப்பட வேண்டிய ஒரு பிரச்சனையோ அல்ல என்பதை நாம் மறந்துவிடுகிறோம்.

"நான் அங்கிருந்து அகன்று, என் வேலையைக் கவனிக்கத் துவங்கிவிடுவேன். நான் எப்படிப்பட்ட முட்டாளாக இருந்திருக்கிறேன் என்பதைப் பாருங்கள். அவள் தன் வேலையில் இருந்த பிரச்சனைகளைப் பற்றி என்னிடம் கூறியபோது அவள் என்னிடம் இருந்து அறிவுரையை எதிர்பார்த்து இருக்கவில்லை என்பதை நான் இப்போது உணர்கிறேன். அவளுக்கு என் அனுதாபம் மட்டும்தான் தேவைப்பட்டது. அவள் கூறுவதை நான் காது கொடுத்துக் கேட்க வேண்டும், அவள்மீது நான் கவனம் செலுத்த வேண்டும், அவள் அனுபவித்துக் கொண்டிருந்த வலியையும் அழுத்தத்தையும் என்னால் புரிந்து கொள்ள முடிந்தது என்று நான் அவளிடம் கூற வேண்டும் என்று மட்டுமே அவள் விரும்பினாள். நான் அவளை நேசிக்கிறேன், எப்போதும் அவளோடு இருக்கிறேன் என்று அறிந்து கொள்ள அவள் விரும்பினாள். அவள் என் அறிவுரையை வேண்டவில்லை; அவளது சூழ்நிலையை நான் புரிந்து கொண்டேன் என்று அறிந்து கொள்ள மட்டுமே அவள் ஆசைப்பட்டாள். ஆனால் நான் அவளைப் புரிந்து கொள்ள ஒருபோதும் முயற்சிக்கவில்லை. அவளுக்கு அறிவுரை கொடுப்பதிலேயே நான் மும்முரமாக இருந்தேன்.

எப்படிப்பட்ட ஒரு முட்டாள் நான்! இப்போது அவள் என்னிடமிருந்து விலகிச் சென்றுவிட்டாள். இப்படிப்பட்ட விஷயங்களை நாம் அனுபவித்துக் கொண்டிருக்கும்போது, நம்மால் ஏன் இவற்றைப் பார்க்க முடிவதில்லை? எங்கள் வாழ்வில் நடந்து கொண்டிருந்த விஷயங்களை நான் சரியாகப் பார்க்கத் தவறிவிட்டேன். அவளை நான் எவ்வாறு காயப்படுத்தியுள்ளேன் என்பது எனக்கு இப்போதுதான் புரிகிறது."

பேட்ரிக்கின் மனைவி பிரத்யேகமான உரையாடலுக்காக ஏங்கிக் கொண்டிருந்திருக்கிறாள். தனது வலியையும் எரிச்சலையும் காது கொடுத்துக் கேட்பதன் மூலம் தன் கணவன் தன்மீது கவனம் செலுத்த வேண்டும் என்று அவள் மிகவும் விரும்பினாள். அவள் கூறுவதைக் கேட்பதில் பேட்ரிக் கவனம் செலுத்தவில்லை. மாறாக, பேசுவதில் மும்முரமாக இருந்தான். அவளது பிரச்சனையைக் கேட்டறிந்து, அதற்கான ஒரு தீர்வைக் கண்டுபிடிக்கும் வரை மட்டுமே அவன் அவள் கூறியதைக் கேட்டான். ஆதரவும் புரிதலும் வேண்டி அவள் விடுத்த அறைகூவல் தன் காதுகளை எட்டும் அளவு தேவையான நேரம் அவன் பொறுமையாகக் கேட்கவில்லை.

நம்மில் பலர் பேட்ரிக்கைப்போல் பேசுகிறோம். பிரச்சனைகளை ஆய்வு செய்து தீர்வுகளை உருவாக்க நாம் பயிற்றுவிக்கப்பட்டு இருக்கிறோம். திருமணம் என்பது ஓர் உறவு, அது செய்து முடிக்கப்பட வேண்டிய ஒரு பணித்திட்டம் அல்ல, அல்லது தீர்க்கப்பட வேண்டிய ஒரு பிரச்சனை அல்ல என்பதை நாம் மறந்துவிடுகிறோம். ஓர் உறவு என்பது, அடுத்தவரின் எண்ணங்கள், உணர்ச்சிகள், மற்றும் விருப்பங்களைப் புரிந்து கொள்ளும் கண்ணோட்டத்தில் அவர் கூறுவதைப் பரிவுடன் காது கொடுத்துக் கேட்பதை உள்ளடக்கியது. அடுத்தவர் நம் அறிவுரை நாடும்போது மட்டுமே நாம் அதைக் கொடுக்கத் தயாராக இருக்க வேண்டும். அப்போதுகூட, அவர் நம்மைவிடத் தாழந்தவர், நாம் அவரைவிட உயர்ந்தவர் என்ற எண்ணத்துடன் ஒருபோதும் நாம் அறிவுரை வழங்கக்கூடாது. காது கொடுத்துக் கேட்பதற்கு நம்மில் பெரும்பாலானவர்கள் வெகு குறைவாகவே பயிற்றுவிக்கப்பட்டு இருக்கிறோம். கேட்பதைக் காட்டிலும் சிந்திப்பதிலும் பேசுவதிலும் நாம் அதிகத் திறன் கொண்டவர்களாக இருக்கிறோம். அடுத்தவர் கூறுவதைக் கேட்பது ஓர் அந்நிய மொழியைக் கற்றுக் கொள்வதைப்போல் சிரமமானதாக இருக்கக்கூடும். ஆனால் நாம் நம் காதலை வெளிப்படுத்த விரும்பினால் அதை நாம் கற்றுக் கொண்டாகத்தான் வேண்டும். குறிப்பாக, உங்கள் வாழ்க்கைத் துணைவரின் முதன்மையான காதல் மொழி பிரத்யேகமான நேரமாக இருந்து, அவரது வட்டாரப் பேச்சு மொழியானது பிரத்யேகமான உரையாடலாக இருக்கும் பட்சத்தில், காது கொடுத்துக் கேட்கும் கலையைக் கற்றுக் கொள்வது அவசியம். அதிர்ஷ்டவசமாக, பிறர் கூறுவதைக் கவனமாகக் கேட்கும் கலையை உருவாக்குவதைப் பற்றி எண்ணற்றப் புத்தகங்களும் கட்டுரைகளும் எழுதப்பட்டுள்ளன. எங்கோ எழுதப்பட்டுள்ளவற்றை மீண்டும் நான் உங்களுக்கு எடுத்துரைக்கப் போவதில்லை. ஆனால் சில நடைமுறை உத்திகளை நான் உங்களுக்குப் பரிந்துரைக்க விரும்புகிறேன்.

1 உங்கள் கணவனோ அல்லது மனைவியோ பேசும்போது அவரது கண்களை நேருக்கு நேர் பாருங்கள்

அது உங்கள் மனம் அலைபாயாமல் இருக்கவும், உங்கள் கவனம் முழுவதும் அவர்மீதுதான் உள்ளது என்பதை அவருக்குத் தெரிவிக்கவும் உதவும்.

2 உங்கள் துணைவர் பேசுவதைக் கேட்டுக் கொண்டிருக்கும் அதே சமயத்தில் வேறு வேலையில் ஈடுபடாதீர்கள்

பிரத்யேகமான நேரம் என்பது எந்தவிதமான கவனச் சிதறலும் இன்றி அடுத்தவருக்கு முழுமையான கவனத்தைக் கொடுப்பது என்பதை நினைவில் கொள்ளுங்கள். உங்களுக்கு மிகவும் விருப்பமான ஒரு நிகழ்ச்சியை நீங்கள் தொலைக்காட்சியில் பார்த்துக் கொண்டிருக்கிறீர்கள் அல்லது உங்களுக்குப் பிடித்தமான ஒரு புத்தகத்தைப் படித்துக் கொண்டிருக்கிறீர்கள் அல்லது உங்கள் மனத்திற்குப் பிடித்த ஏதோ ஒரு விஷயத்தைச் செய்து கொண்டிருக்கிறீர்கள் என்று வைத்துக் கொள்வோம். அதைப் பாதியில் நிறுத்திவிட்டு உடனடியாக உங்களால் வர முடியாவிட்டால், உங்கள் துணைவரிடம் உண்மையைக் கூறிவிடுங்கள். "நீ என்னிடம் பேச விரும்புகிறாய் என்பது எனக்குத் தெரிகிறது. அதைக் கேட்க நானும் ஆர்வமாக இருக்கிறேன். ஆனால் நீ பேசுவதைக் கேட்பதில் நான் முழுமையான கவனம் செலுத்த வேண்டும் என்று விரும்புகிறேன். ஆனால் இக்கணத்தில் என்னால் அதைச் செய்ய முடியாது. நீ எனக்கு ஒரு பத்து நிமிட அவகாசம் கொடுத்தால், இதை முடித்துவிட்டு வந்துவிடுகிறேன். பிறகு உன்னுடன் ஆற அமர்ந்து நீ கூறுவதைக் கேட்கிறேன்," என்று கூறுவது இதற்கான ஒரு நேர்மறையான வழி. பெரும்பாலான துணைவர்கள் இப்படிப்பட்ட ஒரு வேண்டுகோளை நிச்சயமாக மதிப்பார்கள்.

3 உணர்வுகளுக்கு உங்கள் காதுகளைக் கூர்தீட்டுங்கள்

"என் கணவன்/மனைவி இப்போது எப்படிப்பட்ட உணர்ச்சியை அனுபவித்துக் கொண்டிருக்கிறார்?" என்று உங்களை நீங்களே கேட்டுக் கொள்ளுங்கள். அதற்கான விடை உங்களிடம் உள்ளது என்று நீங்கள் நினைக்கும்போது அதை உறுதி செய்து கொள்ளுங்கள். எடுத்துக்காட்டாக, "நான் (இதை . . .) செய்ய மறந்துவிட்டதால் நீ ஏமாற்றமாக உணர்கிறாய் என்று நான் நினைக்கிறேன்," என்று கூறுவது, தன் உணர்வுகளை அவர் தெளிவுபடுத்திக் கொள்ள அவருக்கு ஒரு வாய்ப்பைத் தருகிறது. அவர் கூறுவதை நீங்கள் மிகவும் உன்னிப்பாகக் கேட்டுக் கொண்டிருக்கிறீர்கள் என்பதையும் அது அவருக்குத் தெரியப்படுத்துகிறது.

4 உடல்மொழியைக் கண்காணியுங்கள்

மடக்கப்பட்டக் கைமூட்டுகள், நடுங்கும் கைகள், கண்ணீர், நெறிக்கப்பட்டப் புருவங்கள், கண் இயக்கங்கள் ஆகியவை அடுத்தவர் எப்படி உணர்கிறார் என்பதற்கான சில சமிக்கைகளை உங்களுக்குக் கொடுக்கும். சில சமயங்களில் உடல்மொழி ஒரு விஷயத்தையும், வார்த்தைகள் வேறொரு விஷயத்தையும் தெரிவிக்கும். உங்கள் கணவனோ அல்லது மனைவியோ உண்மையிலேயே என்ன சிந்தித்துக் கொண்டிருக்கிறார், எப்படி உணர்ந்து கொண்டிருக்கிறார் என்பதை உறுதி செய்து கொள்ள அவரிடம் கேட்டுத் தெரிந்து கொள்ளுங்கள்.

5 இடையூறு செய்யாதீர்கள்

ஒரு சராசரி நபர், அடுத்தவரது பேச்சில் குறுக்கிட்டுத் தனது சொந்த கருத்துக்களை வெளிப்படுத்துவதற்கு முன் வெறும் பதினேழு வினாடிகள் மட்டுமே அந்த நபர் கூறுவதைக் கேட்கிறார் என்று சமீபத்திய ஆய்வுகள் தெரிவிக்கின்றன. நீங்கள் பேசும்போது என் ஒட்டுமொத்தக் கவனமும் உங்கள்மீது உள்ளது என்றால், நான் என்னைத் தற்காத்துக் கொள்ள முயற்சிக்க மாட்டேன், உங்கள்மீது பழிசுமத்த முற்பட மாட்டேன், பிடிவாதமாக என் நிலைமையைப் பற்றி வலியுறுத்திக் கொண்டிருக்க மாட்டேன். உங்கள் எண்ணங்களையும் உணர்வுகளையும் கண்டறிவதுதான் என் இலக்காக இருக்கும். உங்களைப் புரிந்து கொள்வது மட்டுமே என் நோக்கமாக இருக்கும்.

பேசக் கற்றுக் கொள்வது

பிரத்யேகமான உரையாடலானது ஒருவர் பரிவுடன் கேட்பதை மட்டும் எதிர்பார்ப்பதில்லை. அவர் தன்னை வெளிப்படுத்திக் கொள்ள வேண்டும் என்றும் அது எதிர்பார்க்கிறது. ஒரு மனைவி, "என் கணவர் என்னிடம் பேசினால் நன்றாக இருக்கும். அவர் என்ன சிந்தித்துக் கொண்டிருக்கிறார் அல்லது எவ்வாறு உணர்ந்து கொண்டிருக்கிறார் என்பது ஒருபோதும் எனக்குத் தெரிவதில்லை," என்று கூறும்போது, நெருக்கத்திற்காக அவள் ஏங்குகிறாள் என்று அர்த்தம். அவள் தன் கணவனிடம் நெருக்கமாக இருக்க விரும்புகிறாள். ஆனால் தனக்குத் தெரியாத ஒருவருடன் அவளால் எப்படி நெருக்கமாக இருக்க முடியும்? தான் நேசிக்கப்படுவதாக அவள் உணர்வதற்கு அவன் தன்னை வெளிப்படுத்திக் கொள்ளக் கற்றுக் கொள்ள வேண்டும். அவளது முதன்மையான காதல் மொழி பிரத்யேகமான நேரமாகவும், அவளது வட்டார வழக்கு பிரத்யேகமான உரையாடலாகவும் இருந்தால், அவன் தனது எண்ணங்களையும் உணர்வுகளையும் அவளிடம் கூறாதவரை அவளது காதல் கேணி ஒருபோதும் நிரம்பியிருக்காது.

நம்மில் பெரும்பாலானவர்களால் சுலபமாக நம்மை வெளிப்படுத்திக் கொள்ள முடிவதில்லை. பெரும்பாலான குடும்பங்களில் மக்கள் தங்கள் எண்ணங்களையும் உணர்வுகளையும் வெளிப்படையாகத் தெரிவிப்பது ஊக்குவிக்கப்படுவதில்லை, மாறாக, கண்டிக்கப்படுகின்றது. ஒரு பொம்மை வேண்டும் என்று கேட்டால், குடும்பத்தின் பொருளாதார நிலைமை பற்றி ஒரு சொற்பொழிவைக் கேட்க நேரிடுகிறது. அந்த பொம்மையை விரும்பியது குறித்த ஒரு குற்ற உணர்வுடன் அச்சிறுவன் அங்கிருந்து நகர நேர்கிறது. தனது விருப்பங்களை வெளிப்படுத்தக்கூடாது என்று அவன் விரைவில் கற்றுக் கொள்கிறான். அவன் தன் கோபத்தை வெளிப்படுத்தியபோது, தன் பெற்றோர்களிடம் இருந்து கடுமையான, கண்டிப்பான வார்த்தைகளை அவன் கேட்க நேர்கிறது. எனவே கோப உணர்வுகளை வெளிப்படுத்துவது பொருத்தமான செயல் அல்ல என்று அவன் கற்றுக் கொள்கிறான். தன் தந்தையுடன் கடைவீதிக்குச் செல்ல முடியாதது குறித்த ஏமாற்ற உணர்வை வெளிப்படுத்தியதற்காகக் குற்ற உணர்வை அனுபவிக்க நேர்ந்த அக்குழந்தை, தன் ஏமாற்றத்தைத் தனக்குள் புதைத்து வைக்கக் கற்றுக் கொள்கிறான். நாம் வளர்ந்து பெரியவர்களாகும்போது, நம் உணர்வுகளை மறுக்கக் கற்றுக் கொண்டுவிடுகிறோம். நம் உணர்ச்சிகளுடனான நமது தொடர்பு கிட்டத்தட்ட முறிந்துவிடுகிறது.

நம்மில் பெரும்பாலானவர்களால் சுலபமாக நம்மை வெளிப்படுத்திக் கொள்ள முடிவதில்லை. பெரும்பாலான குடும்பங்களில் மக்கள் தங்கள் எண்ணங்களையும் உணர்வுகளையும் வெளிப்படையாகத் தெரிவிப்பது ஊக்குவிக்கப்படுவதில்லை, மாறாக, கண்டிக்கப்படுகின்றது.

ஒரு மனைவி தன் கணவனிடம், “டான் செய்த காரியத்தைப் பற்றி நீங்கள் எப்படி உணர்கிறீர்கள்?” என்று கேட்கிறாள். அதற்கு அவளது கணவன் இவ்வாறு பதிலளிக்கிறான்: “அவன் செய்தது தவறு என்று நான் நினைக்கிறேன். அவன் என்ன செய்திருக்க வேண்டும் என்றால் . . .” ஆனால் அவன் தன் உணர்வுகளை அவளிடம் கூற மறுக்கிறான். தன் எண்ணங்களை மட்டுமே அவன் வெளிப்படுத்துகிறான். கோபம் கொள்ளவோ, மனம் புண்படவோ அல்லது ஏமாற்றமாக உணரவோ தகுந்த காரணங்கள் அவனிடம் இருக்கக்கூடும். ஆனால் அவன் இத்தனைக் காலமாக வெறும் சிந்தனை உலகிலேயே வாழ்ந்து பழகிவிட்டதால் அவனால் தன் உணர்வுகளை அங்கீகரிக்கக்கூட

முடியவில்லை. பிரத்யேகமான உரையாடல் மொழியைக் கற்றுக் கொள்வதென்று அவன் தீர்மானிக்கும்போது, அது அவனுக்கு ஓர் அன்னிய மொழியைக் கற்றுக் கொள்வதைப்போல் இருக்கும். தன் உணர்ச்சிகளை அடக்கி வைத்து இவ்வளவு காலம் அவன் வாழ்ந்து வந்திருந்தாலும், தான் உணர்ச்சிரீதியானவன் என்பதை உணர்ந்து கொண்டு, தன் உணர்வுகளுடன் தொடர்புகளை ஏற்படுத்திக் கொள்வதுதான் அவன் செய்ய வேண்டிய முதல் காரியம்.

பிரத்யேகமான உரையாடல் மொழியை நீங்கள் கற்றுக் கொள்ள வேண்டும் என்றால், வீட்டிற்கு வெளியே இருக்கும்போது உங்களிடம் ஏற்படும் உணர்ச்சிகளைக் கவனிக்கத் துவங்குங்கள். ஒரு சிறிய குறிப்பேட்டை எப்போதும் கையில் வைத்திருங்கள். ஒவ்வொரு நாளும் மூன்று முறை உங்களுக்கு நீங்களே இவ்வாறு கேட்டுக் கொள்ளுங்கள்: "கடந்த மூன்று மணிநேரங்களாக எப்படிப்பட்ட உணர்ச்சிகள் என்னுள் தோன்றின? காலையில் நான் வேலைக்குச் சென்று கொண்டிருந்தபோது எனக்குப் பின்னால் காரோட்டிக் கொண்டு வந்தவர் கிட்டத்தட்ட என் காரை இடித்தபடி ஓட்டி வந்தபோது நான் எப்படி உணர்ந்தேன்? ஒரு தானியங்கிப் பெட்ரோல் நிலையத்தில் நான் என் காருக்குப் பெட்ரோல் போட்டுக் கொண்டிருந்தபோது, பெட்ரோல் நிரம்பி வழிந்து என் காரை நாசப்படுத்தியபோது நான் எப்படி உணர்ந்தேன்? காலையில் நான் அலுவலகத்தை வந்தடைந்தவுடன் என் உதவியாளருக்கு வேறொரு முக்கிய வேலை கொடுக்கப்பட்டுள்ளது என்பதை நான் அறிந்தபோது எவ்வாறு உணர்ந்தேன்? நான் மேற்கொண்டிருந்த ஒரு பணித்திட்டத்தை முடித்துக் கொடுப்பதற்கு இன்னும் இரண்டு வாரங்கள் இருப்பதாக நான் நினைத்துக் கொண்டிருந்த வேளையில், அதை மூன்றே நாட்களில் முடித்துக் கொடுக்க வேண்டும் என்று என் மேலதிகாரி கூறியபோது நான் எப்படி உணர்ந்தேன்?"

உங்கள் உணர்வுகளை உங்கள் குறிப்பேட்டில் எழுதிக் கொள்ளுங்கள். எந்தெந்த நிகழ்வுகள் அந்த உணர்வுகளைத் தோற்றுவித்தன என்பதை உங்களுக்கு நினைவூட்ட உதவும் ஓரிரு வார்த்தைகளையும் அவற்றின் அருகே எழுதுங்கள். உங்கள் பட்டியல் கீழ்க்கண்டவாறு தோன்றக்கூடும்:

நிகழ்வு	உணர்வுகள்
என் காரை இடித்தவர்	கோபம்
பெட்ரோல் நிலையம்	மிகுந்த ஏமாற்றம்
உதவியாளர் இல்லாதது	ஏமாற்றம்
பணித்திட்டம் 3 நாட்களில் முடிக்கப்பட வேண்டிய கட்டாயம்	எரிச்சல், கவலை

உங்கள் உணர்ச்சிரீதியான சுபாவத்தைக் குறித்த விழிப்புணர்வு உங்களுக்கு ஏற்படும்வரை தினமும் இந்தப் பயிற்சியை மூன்று முறை செய்யுங்கள். உங்கள் குறிப்பேட்டைப் பயன்படுத்தி, உங்களுக்கு ஏற்பட்ட உணர்ச்சிகளையும், அவற்றைத் தோற்றுவித்த நிகழ்வுகளையும் உங்கள் கணவனுடனோ அல்லது மனைவியுடனோ தொடர்ந்து பேசி வாருங்கள். ஒருசில வாரங்களில், உங்கள் உணர்ச்சிகளை அவரிடம் தயக்கமின்றி வெளிப்படுத்தத் துவங்கிவிடுவீர்கள். இறுதியில், உங்கள் கணவன் அல்லது மனைவி மற்றும் உங்கள் குழந்தைகள் குறித்து உங்களுக்குள் ஏற்படும் உணர்ச்சிகளையும், உங்கள் வீட்டில் ஏற்படும் நிகழ்வுகளையும் பற்றி நீங்கள் எவ்விதத் தயக்கமும் இன்றி சௌகரியமாகப் பேசுவீர்கள். உணர்ச்சிகள் தாமாகவே நல்லவையோ கெட்டவையோ அல்ல என்பதை நினைவில் கொள்ளுங்கள். அவை வெறுமனே நம் வாழ்வில் தோன்றும் நிகழ்வுகளுக்கு நாம் அளிக்கும் உளவியல்ரீதியான பதில் நடவடிக்கைகள்தாம்.

நம் எண்ணங்களையும் உணர்ச்சிகளையும் அடிப்படையாகக் கொண்டு நாம் தீர்மானங்களை மேற்கொள்கிறோம். நெடுஞ்சாலையில் நீங்கள் காரில் சென்று கொண்டிருந்தபோது உங்களுக்குப் பின்னால் காரோட்டி வந்தவர் உங்கள் காரை இடித்தபடி ஓட்டி வந்தபோது நீங்கள் கோபப்பட்டீர்கள். அப்போது உங்களுக்குள் இப்படிப்பட்ட எண்ணங்கள் தோன்றியிருக்கக்கூடும்: அவன் தன் காரை ஓரங்கட்டினால் நன்றாக இருக்கும்; அவன் என்னை முந்திச் சென்றுவிட்டால் நன்றாக இருக்கும்; நான் மட்டும் பிடிபட மாட்டேன் என்றால், ஆக்சிலரேட்டரை அழுத்தி விரைவாகச் சென்றுவிடுவேன்; அவன் எதிர்பாராத நேரத்தில் நான் என் பிரேக்கைப் போட்டுக் காரை நிறுத்தி, அவன் என்னை வந்து இடித்து, அவனது காப்பீட்டு நிறுவனம் எனக்கு ஒரு புதிய காரை வாங்கித் தரும்படிச் செய்வேன்; நான் என் காரை ஓரங்கட்டி அவன் என்னைக் கடந்து செல்ல வைப்பேன்.

இறுதியில் நீங்கள் ஏதோ ஒரு தீர்மானத்தை எடுத்தீர்கள் அல்லது அந்த ஓட்டுனர் திரும்பிச் சென்றுவிட்டார் அல்லது உங்களைக் கடந்து சென்றுவிட்டார். நீங்கள் பாதுகாப்பாக உங்கள் அலுவலகத்தை வந்தடைந்தீர்கள். நம் வாழ்வின் ஒவ்வொரு நிகழ்விலும், அவற்றைக் குறித்த உணர்ச்சிகளும், எண்ணங்களும், விருப்பங்களும் நமக்குள் ஏற்படுகின்றன. இறுதியில் அவற்றிற்குப் பொருத்தமான நடவடிக்கைகளை நாம் மேற்கொள்கிறோம். இந்தச் செயல்முறையை நாம் வெளிப்படுத்துவதைத்தான் சுயவெளிப்பாடு என்று நாம் அழைக்கிறோம். பிரத்யேகமான உரையாடலை நீங்கள் கற்றுக் கொள்ள விரும்பினால், நீங்கள் பின்தொடர வேண்டிய வழி இதுதான்.

ஆளுமை வகைகள்

நாம் அனைவரும் நம் உணர்ச்சிகளுடனான தொடர்பில் இருந்து துண்டிக்கப்பட்டுவிடவில்லை. ஆனால் பேசுவது என்று வரும்போது, நாம் அனைவருமே நம் ஆளுமையின் தாக்கத்திற்கு ஆளாகிறோம். இரண்டு அடிப்படை ஆளுமை வகைகளை நான் பார்த்திருக்கிறேன். முதல்

வகையை "சலனமற்ற சாக்கடல்" என்று நான் அழைக்கிறேன். இஸ்ரேலில் கலிலீ நீர்ப்பரப்பு தெற்காகப் பாய்ந்து ஜோர்டான் நதி வழியாகச் சாக்கடலைச் சென்று அடைகிறது. சாக்கடல் எங்கும் போவதில்லை. அது பெற்றுக் கொள்கிறது, ஆனால் எதையும் கொடுப்பதில்லை. இந்த வகையான ஆளுமையைக் கொண்டவர்கள், நாள் முழுவதும் பல அனுபவங்களையும், உணர்ச்சிகளையும், எண்ணங்களையும் பெறுகின்றனர். அந்தத் தகவல்கள் அனைத்தையும் பாதுகாப்பாக வைப்பதற்கு அவர்கள் தங்களிடம் ஒரு பெரிய சேமிப்புக் கிடங்கைக் கொண்டுள்ளனர். அத்தகவல்களைப் பற்றிப் பேசாமல் இருப்பதில் அவர்கள் பரிபூரண மகிழ்ச்சியுடன் இருக்கின்றனர். சாக்கடல் ஆளுமை கொண்ட ஒருவரிடம் நீங்கள், "உங்களுக்கு என்ன பிரச்சனை? ஏன் இன்றிரவு நீங்கள் பேசாமல் இருக்கிறீர்கள்?" என்று கேட்டால், அவரது பதில், "எனக்கு ஒரு பிரச்சனையும் இல்லை. எனக்கு ஏதோ பிரச்சனை என்று ஏன் நீங்கள் நினைக்கிறீர்கள்?" என்பதாக இருக்கக்கூடும். அது முற்றிலும் நேர்மையான பதில்தான். தான் பேசாமல் இருப்பது குறித்து அவர் திருப்தியாக உணர்கிறார். சென்னையில் இருந்து மதுரை வரை ஒரு வார்த்தைகூடப் பேசாமல் அவரால் காரோட்டிச் செல்ல முடியும். அது குறித்து அவர் மகிழ்ச்சியாகவே உணர்வார்.

ஒரு நாளில் அன்று நடந்தவற்றில் ஏதேனும் மூன்று விஷயங்களைப் பற்றியும், அவை குறித்து நீங்கள் எவ்வாறு உணர்கிறீர்கள் என்பதைப் பற்றியும் இருவருமே பேச வேண்டும். ஓர் ஆரோக்கியமான திருமணத்திற்குக் குறைந்தபட்சம் இந்த தினசரித் தேவை உள்ளது.

இதற்கு நேரெதிர் ஆளுமை "சலசலப்பான சிற்றோடை." இந்த ஆளுமையைக் கொண்டிருப்பவர்களுக்குக் கண்கள் வழியாகவோ அல்லது காதுகள் வழியாகவோ நுழையும் எதுவும் வாய் வழியாக வெளியே வந்துவிடும். இந்த இரண்டு செயல்களுக்கு இடையே வெறும் அறுபது வினாடிகள் இடைவெளி இருந்தால் அதிகம். அவர்கள் தாங்கள் பார்ப்பவற்றையும், கேட்பவற்றையும் உடனே அடுத்தவரிடம் கூறிவிடுவார்கள். தங்களோடு பேசுவதற்கு வீட்டில் ஒருவரும் இல்லையென்றால், அவர்கள் வேறு யாரையேனும் அழைத்துப் பேசுவார்கள். "நான் என்ன பார்த்தேன் தெரியுமா? நான் என்ன கேள்விப்பட்டேன் தெரியுமா?" தொலைபேசியில் யாரையும் பிடிக்க முடியாவிட்டால், அவர்கள் தங்களிடமே பேசிக் கொள்வார்கள்.

ஏனெனில் அவர்களிடம் சேமிப்புக் கிடங்கு இல்லை. பல சமயங்களில் ஒரு சாக்கடல் ஒரு சலசலக்கும் சிற்றோடையைத் திருமணம் செய்து கொள்கிறது. அவ்வாறு நிகழ்வதற்குக் காரணம், அவர்கள் காதலித்துக் கொண்டிருந்தபோது ஒருவர் மற்றொருவருடைய ஆளுமையால் கவர்ந்திழுக்கப்பட்டனர்.

நீங்கள் ஒரு சாக்கடலாக இருந்து, ஒரு சலசலக்கும் ஓடையைக் காதலிக்கிறீர்கள் என்றால், உங்கள் மாலைப் பொழுது இனிமையாக அமையும். "இன்றிரவு அவளுடனான உரையாடலை நான் எப்படித் துவங்குவது? அந்த உரையாடலை எப்படித் தொடரச் செய்வது?" என்று நீங்கள் உங்கள் மூளையைக் கசக்கிக் கொள்ள வேண்டியதில்லை. உண்மையில், நீங்கள் சிந்திக்க வேண்டியதே இல்லை. நீங்கள் செய்ய வேண்டியதெல்லாம், வெறுமனே தலையசைத்து, "ஆமாம்," என்று கூற வேண்டியது மட்டும்தான். மீதியை அவள் பார்த்துக் கொள்வாள். மாலைப் பொழுது முழுவதையும் அவள் தன் பேச்சால் நிரப்பிவிடுவாள். நீங்கள் அங்கிருந்து புறப்படும்போது, "ஆஹா, அவள் எவ்வளவு அற்புதமான பெண்," என்று மனத்திற்குள் கூறிக் கொள்வீர்கள். மறுபுறம், நீங்கள் ஒரு சலசலக்கும் ஓடையாக இருந்து, ஒரு சாக்கடலைக் காதலிக்கிறீர்கள் என்றால், அப்போதும் உங்கள் மாலைப் பொழுது இனிமையாகவே கழியும். ஏனெனில், சாக்கடல்கள்தான் உலகிலேயே மிகச் சிறப்பாகக் கேட்கக்கூடியவர்கள். நீங்கள் மூன்று மணிநேரம் தொடர்ந்து பேசுவீர்கள். நீங்கள் கூறுவதை அவன் மிகவும் உன்னிப்பாகக் கவனித்துக் கொண்டிருப்பான். நீங்கள் வீட்டிற்குப் புறப்படும்போது, "அவர் எவ்வளவு அற்புதமானவர்," என்று மனத்திற்குள் கூறுவீர்கள். நீங்கள் ஒருவரை ஒருவர் கவர்ந்திழுக்கிறீர்கள். ஆனால் திருமணமாகி ஐந்து வருடங்கள் கழித்து, அந்த சலசலக்கும் ஓடை ஒருநாள் காலையில் விழித்தெழுந்து, "திருமணமாகி ஐந்து ஆண்டுகள் ஆகிவிட்டன. ஆனால் அவரை என்னால் அறிந்து கொள்ள முடியவில்லை," என்று கூறுகிறது. அந்த சாக்கடலோ, "அவளைப் பற்றி எனக்கு நன்றாகத் தெரியும். அவள் தன் சலசலப்பை நிறுத்திவிட்டு, என்னை நிம்மதியாக இருக்கவிட்டால் நன்றாக இருக்கும்," என்று கூறுகிறது. இதில் நல்ல செய்தி என்னவென்றால், சாக்கடலால் பேசக் கற்றுக் கொள்ள முடியும், சலசலக்கும் நீரோடையால் காது கொடுத்துக் கேட்கக் கற்றுக் கொள்ள முடியும். நாம் நம் ஆளுமையின் தாக்கத்திற்கு ஆளாகியிருக்கிறோம், ஆனால் நாம் அதன் கட்டுப்பாட்டில் இல்லை.

புதிய விஷயங்களைக் கற்றுக் கொள்வதற்கான வழிகளில் ஒன்று, தினமும் இருவரும் சேர்ந்து சிறிது நேரத்தைச் செலவிடுவது. அன்றைய தினம் நடந்தவற்றில் ஏதேனும் மூன்று விஷயங்களைப் பற்றியும், அவற்றைப் பற்றி நீங்கள் எவ்வாறு உணர்கிறீர்கள் என்றும் ஒவ்வொருவரும் பேச வேண்டும். ஓர் ஆரோக்கியமான திருமணத்திற்குக் குறைந்தபட்சம் இந்த தினசரித் தேவை உள்ளது. இந்த தினசரித் தேவையை நீங்கள் நிறைவேற்றத் துவங்கினால், ஒருசில வாரங்களில் அல்லது மாதங்களில் உங்கள் இருவருக்கு இடையிலும் பிரத்யேகமான உரையாடல் நிகழ்வதை நீங்கள் காண்பீர்கள்.

பிரத்யேகமான நடவடிக்கைகள்

பிரத்யேகமான நேரம் என்னும் அடிப்படைக் காதல் மொழியைப் பயன்படுத்துவது, உங்கள் துணைவர்மீது முழுமையான கவனம் செலுத்துவது ஆகியவற்றோடு கூடவே, இன்னொரு வட்டாரப் பேச்சு மொழியும் உள்ளது. பிரத்யேகமான நடவடிக்கைகள்தான் அது. சமீபத்தில் நான் நடத்திய ஒரு திருமணப் பயிலரங்கில், தம்பதியர்களிடம் பின்வரும் வாக்கியத்தைப் பூர்த்தி செய்யுமாறு கூறினேன்: "நான் என் கணவன்/மனைவியால் மிக அதிகமாக நேசிக்கப்படுவதாக உணர்வது எப்போதென்றால், __________________." திருமணமாகி எட்டு வருடங்கள் ஆகியிருந்த, இருபத்தொன்பது வயது நிரம்பிய ஒரு கணவர் அதற்கு இப்படி பதிலளித்திருந்தார்: "எனக்கு விருப்பமான நடவடிக்கைகளையும், என் மனைவிக்கு விருப்பமான நடவடிக்கைகளையும் நாங்கள் இருவரும் ஒன்றாகச் சேர்ந்து செய்யும்போது நான் மிகவும் நேசிக்கப்படுவதாக உணர்கிறேன். நாங்கள் அதிகம் பேசுவோம். நாங்கள் மீண்டும் காதலித்துக் கொண்டிருப்பது போன்ற ஓர் உணர்வை அது தோற்றுவிக்கிறது." பிரத்யேகமான நேரத்தைத் தங்கள் முதன்மையான காதல் மொழியாகக் கொண்டிருக்கும் தனிநபர்களின் பொதுவான பதில் இதுதான். இருவரும் சேர்ந்து இருப்பது, சேர்ந்து நடவடிக்கைகளில் ஈடுபடுவது, ஒருவர்மீது ஒருவர் முழுமையான கவனம் செலுத்துவது ஆகியவை இங்கு மிகவும் முக்கியத்துவம் பெறுகின்றன.

பிரத்யேகமான நடவடிக்கைகள் என்பது உங்களில் ஒருவர் அல்லது நீங்கள் இருவருமே விருப்பம் கொண்டுள்ள நடவடிக்கைகளைக் குறிக்கும். நீங்கள் என்ன நடவடிக்கைகளை மேற்கொண்டிருக்கிறீர்கள் என்பது இங்கு முக்கியமல்ல, அதை ஏன் செய்து கொண்டிருக்கிறீர்கள் என்பதுதான் முக்கியம். இருவரும் சேர்ந்து அதை அனுபவிப்பதும், "அவர் என்மீது அக்கறை கொண்டுள்ளார். எனக்கு மகிழ்ச்சி அளிக்கும் விஷயத்தை அவர் என்னோடு சேர்ந்து செய்ய விரும்புகிறார். அதை நேர்மறையான மனப்போக்குடன் செய்கிறார்," என்ற உணர்வுடன் அங்கிருந்து செல்வதுதான் அதன் நோக்கம். அதுதான் காதல். சிலரைப் பொறுத்தவரை அதுதான் அன்பின் உச்சகட்ட வெளிப்பாடு.

டிரேசி சிம்பொனி இசையுடன் ஒட்டி வளர்ந்தாள். அவளது குழந்தைப் பருவம் முழுவதும் பழம்பெரும் இசையால் நிறைந்திருந்தது. குறைந்தபட்சம் வருடத்திற்கு ஒரு முறை அவளது பெற்றோர் அவளை சிம்பொனி இசை நிகழ்ச்சிக்கு அழைத்துச் சென்றனர். மறுபுறம் லேரி, நாட்டுப்புற மற்றும் மேலைநாட்டு இசையுடன் வளர்ந்தான். அவன் எந்தவோர் இசை நிகழ்ச்சியையும் நேரடியாகச் சென்று பார்த்ததில்லை. ஆனால் எந்நேரமும் வானொலியில் நாட்டுப்புற இசையைக் கேட்டான். சிம்பொனி இசையை அவன் விரும்பவில்லை. டிரேசியை அவன் திருமணம் செய்து கொண்டிருக்காவிட்டால் அவன் தன் வாழ்வில் ஒருபோதும் சிம்பொனி நிகழ்ச்சிக்குச் சென்றிருக்கவே மாட்டான். திருமணத்திற்கு முன்பு அவன் தீவிரமாகக் காதல் வயப்பட்டு இருந்தபோது அவளோடு சிம்பொனி இசை நிகழ்ச்சிக்குச் சென்றான். ஆனால் அந்த மகிழ்ச்சியான மனநிலையில்கூட, "இதையா இசை என்று

அழைக்கிறீர்கள்?” என்பது அவனது மனப்போக்காக இருந்தது. திருமணத்திற்குப் பிறகு, இனியொரு முறை சிம்பொனி நிகழ்ச்சிக்கு செல்வதில்லை என்று அவன் தீர்மானித்தான். ஆனால் பல வருடங்களுக்குப் பிறகு, டிரேசியின் முதன்மையான காதல் மொழி பிரத்யேகமான நேரம் என்பதையும், பிரத்யேகமான நடவடிக்கைகள் என்ற வட்டார வழக்கில் அவள் சிறப்பான நாட்டம் கொண்டிருந்தாள் என்பதையும், சிம்பொனி இசை நிகழ்ச்சிக்குச் செல்வது அதில் ஒன்று என்பதையும் அவன் கண்டறிந்தபோது, அதில் உற்சாகத்துடன் ஈடுபடுவதென்று அவன் தீர்மானித்தான். அவனது நோக்கம் தெளிவாக இருந்தது. சிம்பொனி நிகழ்ச்சிக்குப் போவது அவனது நோக்கமல்ல, மாறாக டிரேசியைக் காதலிப்பதும், அவளது காதல் மொழியைப் பேசுவதும்தான் அவனது நோக்கமாக இருந்தது. காலப்போக்கில் அவன் சிம்பொனியை ரசிக்கக் கற்றுக் கொண்டான். அவன் ஒருபோதும் சிம்பொனியை மனதார நேசிக்காமல் போகக்கூடும், ஆனால் டிரேசியைக் காதலிப்பதில் அவன் கைதேர்ந்தவன் ஆகிவிட்டான்.

ஒரு தோட்டத்தை உருவாக்குவது, சந்தைக்குச் செல்வது, புராதனப் பொருட்களை வாங்குவது, இசையைக் கேட்பது, இணைந்து சிற்றுலாவிற்குச் செல்வது, நீண்ட நடைபயணங்களை மேற்கொள்வது, இருவருமாகச் சேர்ந்து காரைக் கழுவுவது போன்றவை பிரத்யேகமான நடவடிக்கைகளில் அடங்கும். இதில் இன்னும் ஏராளமான நடவடிக்கைகள் அடங்கும். ஆனால் உங்கள் ஆர்வம் மற்றும் புதிய அனுபவங்களை முயற்சித்துப் பார்ப்பதற்கான உங்கள் விருப்பத்தால் மட்டுமே அப்பட்டியலில் உள்ள நடவடிக்கைகள் மட்டுப்படுத்தப்படுகின்றன. ஒரு பிரத்யேகமான நடவடிக்கையில் உள்ள இன்றியமையாத அம்சங்கள் இவை: (1) குறைந்தபட்சம் உங்களில் ஒருவராவது அதை செய்ய விரும்புகிறீர்கள் (2) அடுத்தவர் அதைச் செய்வதற்குத் தயாராக இருக்கிறார் (3) அதை ஏன் நீங்கள் செய்கிறீர்கள் என்பதை இருவரும் அறிந்துள்ளீர்கள் — சேர்ந்து இருப்பதன் மூலம் அன்பை வெளிப்படுத்துவதற்காகத்தான்!

பிரத்யேகமான நடவடிக்கைகளின் விளைவுகளில் ஒன்று, பிற்காலத்தில் நினைத்துப் பார்த்து மகிழ்வதற்கு அவை சிறந்த நினைவுகளைக் கொடுக்கின்றன என்பது. அதிகாலை வேளையில் தாங்கள் இருவரும் கடற்கரையில் காலாற நடந்தது, வசந்தகாலத்தில் இருவருமாகச் சேர்ந்து உருவாக்கிய பூந்தோட்டம், காட்டில் முயலைத் துரத்திச் சென்ற நேரம், இருவரும் இணைந்து முதன்முதலாகக் கால்பந்துப் போட்டியில் கலந்துகொண்ட இரவு, இருவரும் சேர்ந்து பனிச்சறுக்கில் கலந்து கொண்டு அவன் காலை உடைத்துக் கொண்ட நேரம், இருவருமாகச் சேர்ந்து சென்ற கேளிக்கைப் பூங்காக்கள், கச்சேரிகள், கோவில்கள், இரண்டு மைல் மலையேற்றத்திற்குப் பிறகு மனத்தைக் கொள்ளை கொண்ட நீர்வீழ்ச்சியின்கீழ் நின்றது ஆகியவற்றை நினைத்துப் பார்க்கக்கூடிய தம்பதிகள் உண்மையிலேயே அதிர்ஷ்டக்காரத் தம்பதிகள்தான். நீர்வீழ்ச்சியைச் சுற்றிப் படர்ந்திருந்த பனிமூட்டத்தை இப்போதுகூட அவர்களால் உணர முடியும். அவை யாவும் காதல் நினைவுகள் — குறிப்பாக, முதன்மைக் காதல் மொழி பிரத்யேகமான நேரமாக இருக்கும் ஒருவருக்கு.

அத்தகைய நடவடிக்கைகளுக்கு நாம் எங்கிருந்து நேரத்தைக் கண்டுபிடிப்பது, குறிப்பாக இருவரும் வேலைக்குச் செல்லும்போது? மதிய உணவிற்கும் இரவு உணவிற்கும் நாம் எவ்வாறு நேரத்தை ஒதுக்குகிறோமோ, அதேபோல் இவற்றுக்கும் நாம் நேரம் ஒதுக்க வேண்டியதுதான். ஏன்? ஏனெனில், உணவு எப்படி நம் ஆரோக்கியத்திற்கு முக்கியமானதோ, அதேபோல் இத்தகைய நடவடிக்கைகள் நம் திருமண வாழ்க்கை சிறப்பாக அமைவதற்கு இன்றியமையாதவை. அது கடினமானதா? இதற்காகக் கவனமாகத் திட்டமிட வேண்டுமா? ஆம். அப்படியானால் நம் சொந்த நடவடிக்கைகள் சிலவற்றை நாம் தியாகம் செய்ய வேண்டுமா? அப்படியும் இருக்கலாம். அப்படியானால், நமக்கு விருப்பம் இல்லாத விஷயங்களைக்கூடச் செய்ய வேண்டி இருக்குமா? நிச்சயமாக. அது பயனளிப்பதுதானா? சந்தேகமின்றி அது நிச்சயமாகப் பலனளிக்கும். அதில் எனக்கு என்ன நன்மை உள்ளது? தான் நேசிக்கப்படுவதாக நினைக்கும் ஒரு கணவன் அல்லது மனைவியுடன் சேர்ந்து வாழ்வதில் உள்ள மகிழ்ச்சியும், நான் அவரது காதல் மொழியைச் சரளமாகப் பேசக் கற்றுக் கொண்டுவிட்டேன் என்ற அறிதலும் எனக்குக் கிடைக்கும் நன்மைகள்.

முதலாவது காதல் மொழியான 'பாராட்டு வார்த்தைகள்' மற்றும் இரண்டாவது காதல் மொழியான 'பிரத்யேகமான நேரம்' ஆகியவற்றின் மதிப்பை எனக்குக் கற்றுக் கொடுத்த, லிட்டில் ராக் நகரைச் சேர்ந்த தம்பதி பில் மற்றும் ஜோவிற்கு என் தனிப்பட்ட நன்றியைத் தெரிவித்துக் கொள்கிறேன். மூன்றாவது காதல் மொழியைக் கற்றுக் கொள்வதற்காக இப்போது நாம் சிக்காகோ நோக்கிச் செல்லவிருக்கிறோம்.

உங்கள் வாழ்க்கைத் துணைவரின் காதல் மொழி பிரத்யேகமான நேரமாக இருந்தால், நீங்கள் கீழ்க்கண்டவற்றைச் செய்யலாம்:

1 உங்களில் ஒருவர் வளர்ந்து வந்த இடத்தின் வழியாக இருவரும் சேர்ந்து காலார நடந்து வாருங்கள். உங்கள் கணவன் அல்லது மனைவியின் குழந்தைப் பருவம் குறித்துக் கேள்விகள் கேளுங்கள். "உன் குழந்தைப் பருவத்தைப் பற்றிய மகிழ்ச்சியான நினைவுகள் எவை?" என்று கேளுங்கள். பிறகு, "உன் குழந்தைப் பருவத்தைப் பற்றிய மிகவும் துயரமான நினைவு எது?" என்று கேளுங்கள்.

2 நகரின் பூங்காவிற்குச் சென்று, சைக்கிளை வாடகைக்கு எடுத்து ஓட்டுங்கள். களைப்புறும் வரை ஓட்டிவிட்டு, பிறகு குளத்தின் அருகே உட்கார்ந்து, நீரில் தவழ்ந்து கொண்டிருக்கும் வாத்துகளைப் பாருங்கள். வாத்துகள் ஏற்படுத்தும் சத்தம் உங்களுக்குச் சலிப்பை ஏற்படுத்தினால் ரோஜா தோட்டத்திற்குச் செல்லுங்கள். உங்கள் ஒவ்வொருவருக்கும் எந்த நிற ரோஜா பிடிக்கும் என்பதையும், அதற்கான காரணத்தையும் கேட்டுத் தெரிந்து கொள்ளுங்கள்.

3 வசந்தகாலத்தில் அல்லது கோடைக்காலத்தில் ஒருநாள் மதிய வேளையில் உங்கள் கணவன் அல்லது மனைவியுடன் சேர்ந்து உணவருந்த முன்கூட்டியே ஏற்பாடு செய்து கொள்ளுங்கள். உயிரோடு இருப்பதற்காகக் கடவுளுக்கு நன்றி கூறுங்கள். நீங்கள் இறப்பதற்கு முன் செய்ய விரும்பும் ஏதேனும் ஒரு விஷயத்தை ஒருவருக்கொருவர் பகிர்ந்து கொள்ளுங்கள்.

4 உங்களுடன் சேர்ந்து அவர் செய்ய விரும்பும் ஐந்து நடவடிக்கைகளைப் பட்டியலிடும்படி அவரிடம் கேளுங்கள். மாதம் ஒரு நடவடிக்கை என்ற கணக்கில், அடுத்த ஐந்து மாதங்கள் அவற்றைச் செய்வதற்குத் திட்டமிடுங்கள்.

5 உங்களுடன் பேசும்போது உங்கள் மனைவி எந்த இடத்தில் அமர்வதை மிகவும் விரும்புவார் என்று அவரிடம் கேட்டுத் தெரிந்து கொள்ளுங்கள். அடுத்த வாரம் ஒருநாள் மதிய வேளையில் அவரைத் தொலைபேசியில் அழைத்து, "இந்த வாரம் ஏதேனும் ஒரு மாலை வேளையில் நம் வீட்டில் உள்ள மஞ்சள் நிற சோபாவில் உன்னுடன் சேர்ந்து உட்கார்ந்து பேச விரும்புகிறேன். உனக்கு எந்த நாள் வசதிப்படும்? உனக்கு எந்த நேரம் சௌகரியமாக இருக்கும்?" என்று கேளுங்கள். (அவருக்கு விருப்பமான இடம் உங்கள் குளியல் தொட்டியாக இருந்தால், 'மஞ்சள் நிற சோபா' என்று கூறாதீர்கள்.)

6 உங்கள் கணவன் அல்லது மனைவிக்கு மிகவும் விருப்பமான, ஆனால் நீங்கள் அவ்வளவாக விரும்பாத ஏதேனும் ஒரு நடவடிக்கையைப் பற்றிச் சிந்தியுங்கள்: கால்பந்து, சிம்பொனி, கர்னாடக இசைக் கச்சேரி, தொலைக்காட்சி, அல்லது தூக்கம். நீங்கள் உங்கள் தொடுவானங்களை விரிவுபடுத்துகிறீர்கள் என்றும், இந்த மாதத்தில் எப்போதாவது இந்த நடவடிக்கையில் அவரும் பங்கு கொள்ள வேண்டும் என்று நீங்கள் விரும்புவதாகவும் உங்கள் வாழ்க்கைத் துணைவரிடம் கூறுங்கள். அதற்கென்று ஒரு நாளை ஒதுக்கி, உங்களால் முடிந்த அளவுக்கு அதைச் சிறப்பாகச் செய்யுங்கள். அந்த நடவடிக்கையைப் பற்றிய கேள்விகளை இடையிடையே அவரிடம் கேளுங்கள்.

7 அடுத்த ஆறு மாதங்களுக்குள் நீங்கள் இருவர் மட்டும் சேர்ந்து ஏதேனும் ஓரிடத்திற்குச் சென்று ஒரு வார இறுதி விடுமுறையைக் கழிக்கத் திட்டமிடுங்கள். அது வார இறுதியாக இருப்பதை உறுதி செய்து கொள்ளுங்கள். இல்லையென்றால் அடிக்கொரு முறை உங்கள் அலுவலகத்தைத் தொலைபேசியில் தொடர்பு கொள்ள வேண்டியிருக்கும் அல்லது முப்பது நிமிடங்களுக்கு ஒருமுறை தொலைக்காட்சியில் ஓர் அறிக்கையைக் கேட்க வேண்டியிருக்கும். உங்களில் ஒருவருக்கு அல்லது உங்கள் இருவருக்கும் பிடித்தமான விஷயங்களை இருவரும் இணைந்து செய்வதன் மூலம் ஆசுவாசமாக இருப்பதில் கவனம் செலுத்துங்கள்.

8 அன்றைய தினத்தில் நடந்த நிகழ்ச்சிகளை ஒருவரோடு ஒருவர் பகிர்ந்து கொள்வதற்கு நேரம் ஒதுக்குங்கள். ஒருவருக்கொருவர் கருத்துப் பரிமாறிக் கொள்ளும் நேரத்தைவிட அதிக நேரத்தைத் தொலைக்காட்சிச் செய்திகளைப் பார்ப்பதில் செலவிட்டால், உங்கள் கணவன் அல்லது மனைவியைப் பற்றி அக்கறை கொள்வதைவிட அதிகமாக போஸ்னியாவைப் பற்றிக் கவலைப்படுவீர்கள்.

9 மூன்று மாதங்களுக்கு ஒருமுறை ஒருநாள் மாலையில் ‘நம் வரலாற்றை ஆய்வு செய்யலாம்’ நடவடிக்கையில் ஈடுபடுங்கள். உங்கள் கடந்தகாலத்தைப் பற்றி அலசுவதற்கு ஒரு மணிநேரத்தை ஒதுக்குங்கள். நீங்கள் இருவரும் பதிலளிப்பதற்கு ஐந்து கேள்விகளைத் தேர்ந்தெடுத்துக் கொள்ளுங்கள். உதாரணமாக:

(1) நீங்கள் பள்ளியில் படித்துக் கொண்டிருந்தபோது உங்களது மிகச் சிறந்த ஆசிரியர் யார்? மிக மோசமான ஆசிரியர் யார்? ஏன்?

(2) உங்களைப் பற்றி உங்களது பெற்றோர் எப்போது பெருமிதம் கொண்டனர்?

(3) உங்களது தாயார் செய்த மிக மோசமான தவறு எது?

(4) உங்களது தந்தையார் செய்த மிக மோசமான தவறு எது?

(5) உங்கள் குழந்தைப் பருவத்தின் மதம் தொடர்பான விஷயங்களில் எது உங்கள் நினைவில் உள்ளது?

ஒவ்வொரு மாலைப் பொழுதிலும், நீங்கள் பகிர்ந்து கொள்ளத் துவங்குவதற்கு முன், நீங்கள் ஆராயவிருக்கும் ஐந்து கேள்விகளும் உங்கள் இருவருக்கும் சம்மதம்தானா என்பதைத் தெரிந்து கொள்ளுங்கள். ஐந்து கேள்விகளின் முடிவில் சற்று நிறுத்தி, அடுத்த முறை நீங்கள் கேட்கப் போகும் ஐந்து கேள்விகளைத் தீர்மானித்துக் கொள்ளுங்கள்.

10 குளிர்காயும் இடத்தில் நெருப்பு மூட்டி அதன் அருகில் இருவரும் அமர்ந்து கொள்ளுங்கள். தரையில் கம்பளங்களை விரித்துத் தலையணைகளைப் பரப்பி வையுங்கள். குளிர்பானங்களையும் பாப்கார்னையும் எடுத்து வையுங்கள். உங்கள் தொலைக்காட்சி உடைந்துவிட்டதாக நினைத்துக் கொள்ளுங்கள். நீங்கள் காதலித்த நாட்களில் பேசிக் கொண்டிருந்ததைப்போல இப்போது பேசுங்கள். சூரிய உதயம் வரை அல்லது வேறு ஏதேனும் நடக்கும் வரை தொடர்ந்து பேசிக் கொண்டிருங்கள். தரை மிகவும் கடினமானதாக இருந்தால், உங்கள் படுக்கையறைக்குச் செல்லுங்கள். இந்த மாலைப் பொழுதை உங்களால் மறக்கவே முடியாது.

6

காதல் மொழி 3
பரிசுகள்

நான் சிக்காகோவில் மானுடவியலைப் பாடமாக எடுத்துப் படித்துக் கொண்டிருந்தபோது, உலகம் நெடுகிலும் பயணம் செய்து, விரிவான மக்களின் அமைப்பியல்கள் மூலம் பல அற்புதமான மனிதர்களைச் சந்தித்தேன். மத்திய அமெரிக்காவிற்குச் சென்று மாயன்கள் மற்றும் ஆஸ்டெக் பழங்குடி இன மக்களின் மேம்பட்டக் கலாச்சாரங்களைப் படித்தேன். பசிபிக் பெருங்கடலைத் தாண்டிச் சென்று மெலனேசியா மற்றும் பாலினேசியா ஆகிய தீவுக் கூட்டங்களைச் சேர்ந்த பழங்குடி மக்களைப் பற்றிப் படித்தேன். வடதுருவக் காடுகளைச் சேர்ந்த எஸ்கிமோக்கள் மற்றும் ஐனஸ் என்ற தொன்மையான ஜப்பானியப் பழங்குடி மக்களைப் பற்றியும் படித்தேன். காதல் மற்றும் திருமணம் ஆகியவற்றைச் சூழ்ந்திருந்த கலாச்சார அமைப்புகளை ஆய்வு செய்தேன்.

நான் ஆய்வு செய்த ஒவ்வொரு கலாச்சாரத்திலும், பரிசுகள் வழங்குவது என்பது காதல் மற்றும் திருமணத்தில் ஓர் அங்கம் வகித்தது என்பதைக் கண்டேன்.

மனிதவியலாளர்கள் பல கலாச்சாரங்கள் ஊடாகப் பரவி வரும் கலாச்சார அமைப்புகளால் கவரப்படுகின்றனர். அவர்களில் நானும் ஒருவன். பரிசு கொடுத்தல் என்பது கலாச்சார எல்லைகளைத் தாண்டிய, காதலின் அடிப்படை வெளிப்பாடாக இருக்குமோ? பரிசு கொடுத்தல் என்ற கொள்கை எப்போதும் காதலோடு உடன் வருகிறதோ? இவையெல்லாம் கல்விரீதியான மற்றும் தத்துவரீதியான கேள்விகள். ஆனால் இவற்றுக்கான விடை 'ஆம்' என்பதாக இருந்தால், வட அமெரிக்கத் தம்பதியினரின் நடைமுறை வாழ்வில் இது ஆழ்ந்த தாக்கத்தை ஏற்படுத்தும்.

டோமினிக்கா தீவிற்கு நான் மானுடவியல் தொடர்பான ஒரு பயணத்தை மேற்கொண்டேன். கரீபியத் தீவைச் சேர்ந்த மக்களின் கலாச்சாரத்தைப் படிப்பதுதான் எங்கள் நோக்கமாக இருந்தது. அந்தப் பிரயாணத்தின்போது நான் ஃப்ரெட்டைச் சந்தித்தேன். ஃப்ரெட் கரீபியத் தீவைச் சேர்ந்தவர் அல்ல. ஆனால், அவர் கறுப்பர் இனத்தைச் சேர்ந்த இருபத்தெட்டு வயது நிரம்பிய ஓர் இளைஞர். மீன் பிடிக்கும்போது ஏற்பட்ட விபத்து ஒன்றில் அவர் தனது ஒரு கையை இழந்திருந்தார். அந்த விபத்திற்குப் பிறகு அவரால் தனது மீன்பிடிப்புத் தொழிலில் தொடர்ந்து ஈடுபட முடியவில்லை. அவரிடம் நிறைய நேரம் இருந்தது. அவரது தோழமையை நான் வரவேற்றேன். அவரது கலாச்சாரத்தைப் பற்றி நாங்கள் இருவரும் மணிக்கணக்கில் பேசினோம்.

நான் முதன்முதலில் அவரது வீட்டிற்குச் சென்றபோது, "சிறிது ஜூஸ் அருந்துகிறீர்களா?" என்று அவர் என்னிடம் கேட்டார். அந்த வேண்டுகோளை நான் உற்சாகமாக ஏற்றுக் கொண்டேன். அவர் தனது தம்பியிடம், "திரு. கேரிக்கு சிறிது ஜூஸ் கொண்டு வா," என்று கூறினார். அவரது தம்பி அங்கிருந்து புறப்பட்டுத் தூசியான பாதை ஒன்றின் வழியாக நடந்து சென்று, ஒரு தென்னை மரத்தில் ஏறி ஓர் இளநீரைப் பறித்துக் கொண்டு வந்தார். "அதைச் சீவிக் கொடு," என்று ஃப்ரெட் அவருக்குக் கட்டளையிட்டார். அவரது தம்பி அதை ஓர் அரிவாளைக் கொண்டு சீவி அதன் உச்சியில் துளையிட்டார். ஃப்ரெட் அந்த இளநீரை என்னிடம் கொடுத்து, "உங்களுக்கான ஜூஸ்," என்று கூறினார். அது பச்சையாக இருந்தது. ஆனால் அதை நான் குடித்து முடித்தேன். ஏனெனில் அது ஓர் அன்புப் பரிசு என்பதை நான் அறிந்திருந்தேன். நான் அவரது நண்பர். நண்பர்களுக்கு நாம் ஜூஸ் கொடுப்பது வழக்கம்தானே?

பல வாரங்கள் நாங்கள் ஒன்றாகச் சுற்றித் திரிந்த பிறகு அந்தச் சிறிய தீவைவிட்டு நான் புறப்படவிருந்த நேரத்தில், ஃபிரெட் இறுதியாக ஓர் அன்புப் பரிசை எனக்குக் கொடுத்தார். அது கடலில் இருந்து அவர் எடுத்துக் கொண்டு வந்திருந்த, பதினான்கு அங்குல நீளம் கொண்ட, வளைந்து நெளிந்து இருந்த ஒரு குச்சி. பாறைகளில் அதைத் தேய்த்து, பட்டுத் துணியைப்போல் வழுவழுப்பாக்கியிருந்தார் அவர். அந்தக் குச்சி டோமினிக்கா தீவின் கடற்கரைகளில் பல காலம் வாழ்ந்து

வந்துள்ளதாகவும், அந்த அழகிய தீவின் நினைவாக நான் அதை வைத்துக் கொள்ள வேண்டும் என்றும் அவர் விரும்பினார். இன்றும்கூட நான் அந்தக் குச்சியைப் பார்க்கும்போது, அந்தக் கரீபியன் கடலின் அலைகள் சத்தத்தை என்னால் கேட்க முடிகிறது. அது டோமினிக்கா தீவின் நினைவுச் சின்னமாக இருக்கிறது என்பதைவிட, அன்பின் நினைவுச் சின்னமாக இருக்கிறது என்று கூறுவது மிகவும் பொருத்தமாக இருக்கும்.

ஒரு பரிசு என்பது உங்கள் கைகளில் பிடித்து, "அவர் என்னைப் பற்றி நினைத்துக் கொண்டிருந்தார்," அல்லது "அவள் என்னை நினைவில் வைத்திருக்கிறாள்," என்று நீங்கள் மகிழ்ச்சியுடன் கூறக்கூடிய ஏதோ ஒன்று. ஒருவருக்கு ஒரு பரிசை நீங்கள் வழங்குவதாக இருந்தால் முதலில் நீங்கள் அவரைப் பற்றிச் சிந்தித்திருக்க வேண்டும். பரிசு என்பதே ஓர் எண்ணத்தின் அடையாளம்தான். அந்தப் பரிசு பணம் கொடுத்து வாங்கப்பட்டதா இல்லையா என்பது முக்கியம் அல்ல. நீங்கள் அவரைப் பற்றி நினைத்தீர்கள் என்பதுதான் இங்கு முக்கியமான விஷயம். அவரைப் பற்றி உங்கள் மனத்தில் தோன்றிய எண்ணம் மட்டும் போதுமானதல்ல. அந்த எண்ணத்தின் வெளிப்பாடாக ஒரு பரிசை வாங்கி, அன்பின் வெளிப்பாடாக அதை அவருக்குக் கொடுப்பதுதான் இங்கு கருத்தில் கொள்ளப்பட வேண்டிய விஷயம்.

தோட்டத்தில் இருந்து ஒரு மலரைக் கொண்டு வந்து தங்கள் குழந்தைகள் தங்களுக்குப் பரிசாகக் கொடுக்கும் நாட்களை அன்னையர் நினைவில் வைத்திருப்பர். தோட்டத்தில் இருந்து மலர்களைப் பறிப்பது தங்களுக்கு விருப்பமில்லாதபோதுகூட, அந்த மலர்களைத் தங்கள் குழந்தைகள் தங்களுக்குக் கொடுக்கும்போது தாங்கள் நேசிக்கப்படுவதாக அவர்கள் உணர்கின்றனர். குழந்தைகள் தங்கள் ஆரம்பக் காலம் முதலாகவே தங்கள் பெற்றோருக்குப் பரிசுகள் கொடுப்பதில் நாட்டம் கொள்கின்றனர். பரிசு கொடுப்பது அன்பின் அடிப்படை என்பதை வலியுறுத்தும் இன்னொரு விஷயமாக இதைக் கொள்ளலாம்.

பரிசுகள் என்பது அன்பின் காட்சிரீதியான அடையாளங்கள். பெரும்பாலான திருமண விழாக்களில் மோதிரங்கள் மாற்றிக் கொள்ளப்படுகின்றன. அந்த விழாவை நடத்தி வைப்பவர், "இந்த மோதிரங்கள், முடிவே இல்லாத அன்பில் உங்கள் இருவரது இதயங்களையும் ஒன்று சேர்க்கும் அந்த உள்ளார்ந்த ஆன்மீக இணைப்பிற்கான வெளியுலக அடையாளங்கள்," என்று கூறுகிறார். இது அர்த்தமற்ற ஜோடனைப் பேச்சு அல்ல. இது ஒரு குறிப்பிடத்தக்க உண்மையை வார்த்தைகள்ரீதியாக வலியுறுத்துகிறது: அடையாளச் சின்னங்கள் உணர்ச்சிரீதியாக மதிப்பு வாய்ந்தவை. முறியும் நிலையை எட்டிவிட்ட ஒரு திருமண உறவின் இறுதிக் கட்டத்தில் அந்தக் கணவனோ அல்லது மனைவியோ தன் திருமண மோதிரத்தை அணிவதை நிறுத்துவது இந்த உண்மைக்கு மேலும் வலுவூட்டுகிறது. அவர்களது திருமண உறவு தீவிரமான பிரச்சனைக்கு உள்ளாகியுள்ளது என்பதற்கான காட்சிரீதியான அடையாளம் அது. ஒரு கணவர், "என் மனைவி தனது திருமண மோதிரத்தை என்மீது வீசி எறிந்துவிட்டுக் கோபத்துடன் கதவைப் படாரென்று சாத்திவிட்டு வீட்டைவிட்டு வெளியேறியபோது, எங்கள் திருமணம் தீவிரப் பிரச்சனைக்கு உள்ளாகி

இருந்தது என்பதை நான் அறிந்தேன். அவளது மோதிரத்தை நான் இரண்டு நாட்களாகத் தொடவில்லை. கடைசியில் நான் அதை எடுத்தபோது கட்டுப்படுத்த முடியாமல் அழுதேன்," என்று கூறினார். அந்த மோதிரம் இனிய இல்லறத்திற்கான அடையாளம். ஆனால் அது அந்த மனைவியின் கைகளில் தவழாமல் தரையில் புரண்டது. அவர்களது திருமண உறவு சீர்குலைந்து கொண்டிருந்ததற்கான காட்சிரீதியான நினைவுறுத்தல் அது. தனியே கிடந்த அந்த மோதிரம் அந்தக் கணவனின் மனத்தில் ஆழ்ந்த உணர்ச்சிகளைக் கிளறிவிட்டது.

அன்பிற்கான காட்சிரீதியான அடையாளங்கள் ஒருசிலரைவிட மற்றவர்களுக்கு அதிக முக்கியமானவையாக உள்ளன. அதனால்தான் திருமண மோதிரங்கள் குறித்துத் தனிநபர்கள் வெவ்வேறு மனப்போக்குகளைக் கொண்டிருக்கின்றனர். திருமணத்திற்குப் பிறகு சிலர் தங்கள் மோதிரத்தைக் கழற்றுவதே இல்லை. ஆனால் மற்றவர்கள் ஒருபோதும் அவற்றை அணிந்து கொள்வதே இல்லை. மக்கள் வெவ்வேறு முதன்மைக் காதல் மொழிகளைக் கொண்டுள்ளனர் என்பதைச் சுட்டிக்காட்டும் மற்றோர் அடையாளம் இது. பரிசுகளைப் பெறுவது எனது முதன்மைக் காதல் மொழியாக இருந்தால், நீங்கள் கொடுத்துள்ள அந்த மோதிரத்தின்மீது நான் மிக உயர்ந்த மதிப்பு வைத்திருப்பேன். அதை மிகவும் பெருமையோடு நான் என் விரலில் அணிந்து கொள்வேன். அதைத் தொடர்ந்து வரும் வருடங்களில் நீங்கள் எனக்குக் கொடுக்கும் பிற பரிசுகளும் என்னைப் பெரிதும் உணர்ச்சிவசப்படச் செய்யும். அப்பரிசுகளை அன்பின் வெளிப்பாடுகளாக நான் பார்ப்பேன். பரிசுகள் என்ற காட்சிரீதியான அடையாளங்கள் இல்லாதபட்சத்தில், நான் உங்கள் அன்பை சந்தேகிக்கக்கூடும்.

பரிசுகளைப் பெறுவது உங்கள் வாழ்க்கைத் துணைவரின் முதன்மைக் காதல் மொழியாக இருந்தால், பரிசுகள் கொடுப்பதில் உங்களால் வல்லவராக முடியும். நடைமுறையில் கற்றுக் கொள்வதற்கு மிகவும் எளிதான காதல் மொழி இதுதான்.

பரிசுகள் அனைத்து வண்ணங்களிலும், வடிவங்களிலும், அளவுகளிலும் வரும். சில பரிசுகள் மிகவும் விலையுயர்ந்தவையாக இருக்கும். மற்றவை இலவசமாகப் பெறப்பட்டவையாக இருக்கும். பரிசுகள் பெறுவதைத் தங்கள் முதன்மைக் காதல் மொழியாகக் கொண்டுள்ளவர்களுக்குப் பரிசின் விலை ஒரு பொருட்டே அல்ல, உங்கள் சக்திக்கு மிகவும் தாழ்ந்த நிலையில் அது இல்லாதவரை! ஒரு கோடீஸ்வரர் வெறும் ஒரு டாலர் பணம் பெறுமானமுள்ள பரிசுகளையே தொடர்ந்து

கொடுத்து வந்தால், அது உண்மையிலேயே காதலின் வெளிப்பாடுதானா என்று அவரது மனைவி சந்தேகிக்கக்கூடும். ஆனால் குடும்பத்தின் பொருளாதாரச் சூழ்நிலை அவ்வளவு திருப்திகரமானதாக இல்லாதபோது, அந்த ஒரு டாலர் பெறுமானமுள்ள பரிசு கோடிக்கணக்கான டாலர்கள் பெறுமானமுள்ள அன்பின் வெளிப்பாடாக ஏற்றுக் கொள்ளப்படும்.

பரிசுகளை உங்களால் வாங்க முடியும் அல்லது எங்கேனும் கண்டெடுக்க முடியும் அல்லது உருவாக்க முடியும். தன் மனைவிக்குக் கொடுப்பதற்காகத் தன் வண்டியை நிறுத்தி, சாலையோரம் வளர்ந்துள்ள ஒரு காட்டுப் பூவைப் பறிக்கும் ஒரு கணவர் அன்பின் வெளிப்பாடு ஒன்றைக் கண்டுகொண்டவர் என்று கூறலாம். உங்களுக்கு வசதி இருந்தால், ஐந்து டாலர்களுக்கும் குறைவான விலையில் ஓர் அழகிய வாழ்த்து அட்டையை உங்களால் வாங்க முடியும். நீங்கள் வசதியில்லாதவர் என்றால், அத்தகைய ஒரு வாழ்த்து அட்டையை எந்தச் செலவும் இன்றி உங்களால் உருவாக்க முடியும். நீங்கள் வேலை பார்க்கும் இடத்தில் இருந்து ஒரு பழைய காகிதத்தை எடுத்து நடுவில் இரண்டாக மடித்துக் கத்தரிக்கோலால் இதய வடிவம் ஒன்றைக் கத்தரித்து, அதில் "நான் உன்னைக் காதலிக்கிறேன்," என்று எழுதி உங்கள் பெயரைக் கையொப்பம் இடுங்கள். பரிசுகள் மிகவும் விலையுயர்ந்தவையாக இருக்க வேண்டிய அவசியம் இல்லை.

ஆனால் நீங்கள், "பரிசுகள் கொடுக்கும் பழக்கம் எனக்குக் கிடையாது. நான் வளர்ந்து வந்த காலத்தில் யாரும் எனக்குப் பரிசுகள் கொடுத்ததில்லை. பரிசுகளை எப்படித் தேர்ந்தெடுக்க வேண்டும் என்பதை நான் ஒருபோதும் கற்றதில்லை. அது எனக்கு இயல்பாக வருவதில்லை," என்று கூறுபவரா? வாழ்த்துக்கள், ஒரு சிறந்த காதலராக உருவாவதில் உள்ள முதல் விஷயத்தை நீங்கள் இப்போதுதான் கண்டுபிடித்திருக்கிறீர்கள். நீங்களும் உங்கள் வாழ்க்கைத் துணைவரும் வெவ்வேறு காதல் மொழி பேசுபவர்கள். இந்த உண்மையை நீங்கள் இப்போது கண்டுபிடித்துள்ள நிலையில், உங்கள் இரண்டாவது காதல் மொழியைக் கற்றுக் கொள்ளத் துவங்குங்கள். பரிசுகளைப் பெறுவது உங்கள் வாழ்க்கைத் துணைவரின் முதன்மைக் காதல் மொழியாக இருந்தால், பரிசுகள் கொடுப்பதில் உங்களால் வல்லவராக முடியும். உண்மையில், கற்றுக் கொள்வதற்கு மிகவும் எளிதான காதல் மொழி இதுதான்.

நீங்கள் எங்கிருந்து துவங்க வேண்டும்? உங்களுக்குத் திருமணமான நாள் தொடங்கி இத்தனை வருடங்களாக, தனக்குக் கிடைத்தப் பரிசுகளில் தனக்கு மிகவும் பிடித்தது என்று உங்கள் மனைவி உங்களிடம் உற்சாகத்துடன் வெளிப்படுத்தியுள்ள பரிசுகளைப் பட்டியலிடுங்கள். அவை நீங்கள் அவருக்குக் கொடுத்தப் பரிசுகளாக இருக்கலாம். அல்லது குடும்பத்தில் உள்ள பிற உறுப்பினர்களோ அல்லது நண்பர்களோ கொடுத்தவையாக இருக்கலாம். உங்கள் மனைவி மகிழ்ச்சியுடன் பெற விரும்பும் பரிசுப் பொருட்களைப் பற்றி இப்பட்டியல் உங்களுக்கு ஒரு சிறந்த யோசனையைக் கொடுக்கும். உங்கள் பட்டியலில் இருந்து எந்தப் பொருளைத் தேர்ந்தெடுத்து உங்கள் மனைவிக்கு வாங்கிக் கொடுப்பது

என்பதில் உங்களுக்குப் போதிய ஞானத் தெளிவு இல்லையென்றால், உங்கள் மனைவியைப் பற்றி நன்கு அறிந்த உங்கள் குடும்ப உறுப்பினர் ஒருவரின் உதவியை நாடுங்கள். இதற்கிடையில், நீங்கள் சௌகரியமாக உணரும் பரிசுகளை வாங்குங்கள், கண்டுபிடியுங்கள், அல்லது உருவாக்குங்கள். பிறகு அதை உங்கள் மனைவியிடம் கொடுங்கள். பரிசைக் கொடுப்பதற்கு ஒரு சிறப்பு நிகழ்வுக்காக அல்லது ஒரு முக்கியமான நாளுக்காகக் காத்திருக்காதீர்கள். பரிசுகளைப் பெறுவது உங்கள் வாழ்க்கைத் துணைவரின் முதன்மைக் காதல் மொழியாக இருக்கும்பட்சத்தில், நீங்கள் கொடுக்கும் எதுவொன்றும் அன்பின் வெளிப்பாடாக அவரால் ஏற்றுக் கொள்ளப்படும். (கடந்த காலத்தில் நீங்கள் கொடுத்தப் பரிசுகளைப் பற்றி உங்கள் மனைவி விமர்சித்து வந்திருந்து, நீங்கள் கொடுத்த எந்தப் பரிசும் அவருக்கு மகிழ்ச்சியளிக்கவில்லை என்றால், பரிசுகளைப் பெறுவது அவரது முதன்மைக் காதல் மொழி இல்லை என்பதைக் கிட்டத்தட்ட உறுதியாகக் கூறலாம்.)

பரிசுகளும் பணமும்

பரிசுகள் கொடுப்பதில் நீங்கள் சிறப்புற்று விளங்க வேண்டும் என்றால், பணத்தைப் பற்றிய உங்கள் மனப்போக்கை நீங்கள் மாற்ற வேண்டும். பணத்திற்கான நோக்கங்களைப் பற்றி நாம் ஒவ்வொருவரும் ஒரு தனிப்பட்டக் கண்ணோட்டத்தைக் கொண்டிருக்கிறோம். பணத்தைச் செலவழிப்பது தொடர்பாக நாம் அனைவரும் வெவ்வேறு உணர்ச்சிகளைக் கொண்டுள்ளோம். நம்மில் சிலருக்குப் பணம் செலவழிப்பது பிடிக்கும். பணத்தைச் செலவு செய்யும்போது நாம் நம்மைப் பற்றி நல்லவிதமாக உணர்கிறோம். மற்றவர்கள் சேமிப்பு மற்றும் முதலீட்டுக் கண்ணோட்டத்தைக் கொண்டுள்ளனர். பணத்தைச் சேமிக்கும்போதும், புத்திசாலித்தனமாக முதலீடு செய்யும்போதும் அவர்கள் தங்களைப் பற்றி நல்லவிதமாக உணர்கின்றனர்.

நீங்கள் ஒரு செலவாளியாக இருந்தால், உங்கள் வாழ்க்கைத் துணைவருக்குப் பரிசு வாங்குவதில் உங்களுக்கு எந்தச் சிரமமும் இருக்காது. ஆனால் நீங்கள் சேமிப்பவராக இருந்தால், அன்பை வெளிப்படுத்துவதற்குப் பணத்தைச் செலவழிப்பது பற்றிய யோசனை குறித்து ஓர் உணர்ச்சிபூர்வமான எதிர்ப்பை உங்களுக்குள் நீங்கள் அனுபவிப்பீர்கள். நீங்கள் உங்களுக்காக எந்தப் பொருட்களும் வாங்குவதில்லை. அப்படியிருக்கும்போது, உங்கள் வாழ்க்கைத் துணைவருக்காக ஏன் வாங்க வேண்டும்? ஆனால் அந்த மனப்போக்கு, பணத்தைச் சேமிப்பதன் மூலமாகவும் அதை முதலீடு செய்வதன் மூலமாகவும் உங்களுக்காகப் பலவற்றை நீங்கள் வாங்கிக் கொண்டிருக்கிறீர்கள் என்ற உண்மையை அங்கீகரிக்கத் தவறிவிடுகிறது. நீங்கள் சுயமதிப்பையும் உணர்ச்சிரீதியான பாதுகாப்பையும் வாங்கிக் கொண்டு இருக்கிறீர்கள். பணத்தை நீங்கள் கையாளும் விதத்தைக் கொண்டு உங்கள் சொந்த உணர்ச்சிரீதியான தேவைகளைப் பற்றி நீங்கள் அக்கறை எடுத்துக் கொள்கிறீர்கள். ஆனால் உங்கள் வாழ்க்கைத் துணைவரின் உணர்ச்சிரீதியான தேவைகளை நீங்கள் பூர்த்தி செய்யாமல்

விட்டுவிடுகிறீர்கள். பரிசுகளைப் பெறுவது அவரது முதன்மைக் காதல் மொழி என்பதை நீங்கள் கண்டறிந்தால், அவருக்காகப் பரிசுகள் வாங்குவதுதான் நீங்கள் செய்யக்கூடிய மிகச் சிறந்த முதலீடு என்பதை நீங்கள் புரிந்து கொள்வீர்கள். நீங்கள் உங்கள் உறவில் முதலீடு செய்கிறீர்கள். உங்கள் வாழ்க்கைத் துணைவரின் காதல் கேணியை நிரப்புகிறீர்கள். அவரது காதல் கேணி நிரம்பியிருக்கும்போது, நீங்கள் புரிந்து கொள்ளக்கூடிய ஒரு மொழியில் அவர் அந்த அன்பையும் காதலையும் உங்கள்மீது வெளிப்படுத்துவார். இருவரது உணர்ச்சிரீதியான தேவைகளும் நிறைவேற்றப்படும்போது, உங்கள் திருமண உறவு முற்றிலும் புதியதொரு பரிமாணத்தைப் பெறும். உங்கள் சேமிப்புகளைப் பற்றிக் கவலைப்படாதீர்கள். நீங்கள் எப்போதும் சேமித்துக் கொண்டுதான் இருப்பீர்கள். ஆனால் உங்கள் வாழ்க்கைத் துணைவரிடம் காதலை வெளிப்படுவதில் நீங்கள் செய்யும் முதலீடு, மிகப் பிரபலமான நிறுவனங்களின் பங்குகளில் முதலீடு செய்வதற்கு ஒப்பாகும்.

உங்களையே பரிசாகக் கொடுத்தல்

சில சமயங்களில், ஒருவர் தன் கையில் வைத்துக் கொள்ளக்கூடிய ஒரு பரிசைவிட, தொட்டுணர முடியாத ஒரு பரிசு அதிக அன்பையும் காதலையும் வெளிப்படுத்தும். உங்களையே பரிசாகக் கொடுப்பது என்று நான் அதை அழைக்கிறேன். உங்கள் வாழ்க்கைத் துணைவருக்குத் தேவையான நேரத்தில் நீங்கள் அவருடன் இருப்பது, பரிசுகளைப் பெறுவதைத் தன் முதன்மைக் காதல் மொழியாகக் கொண்டுள்ள ஒருவருக்கு அதிகமான அன்பை வெளிப்படுத்தும் செயலாகத் தென்படும். ஜேன் ஒருமுறை என்னிடம், "என் கணவர் டான் என்னைவிட அதிகமாக சாஃப்ட்பால் விளையாட்டைக் காதலிக்கிறார்," என்று கூறினாள்.

"ஏன் அப்படிக் கூறுகிறீர்கள்?" என்று நான் விசாரித்தேன்.

"எங்கள் குழந்தை பிறந்த அன்று அவர் சாஃப்ட்பால் விளையாடச் சென்றுவிட்டார். மதியம் முழுவதும் நான் மருத்துவமனையில் தனியாக இருந்த நேரத்தில் அவர் சாஃப்ட்பால் விளையாடிக் கொண்டிருந்தார்," என்று அவள் கூறினாள்.

"குழந்தை பிறந்த நேரத்தில் அவர் மருத்துவமனையில் இருந்தாரா?"

"குழந்தை பிறக்கும் வரை நெடுநேரம் அவர் மருத்துவமனையில்தான் இருந்தார். ஆனால் அதற்குப் பிறகு பத்து நிமிடங்கள் கழித்து அவர் சாஃப்ட்பால் விளையாடச் சென்றுவிட்டார். நான் மிகவும் மனமொடிந்து போனேன். எங்கள் வாழ்வில் அது ஒரு முக்கியமான கணம். அதை நாங்கள் இருவரும் சேர்ந்து அனுபவிக்க வேண்டும் என்று நான் விரும்பினேன். அவர் என்னுடன் இருக்க வேண்டும் என்று விரும்பினேன். ஆனால் அவர் என்னைத் தனியாக விட்டுவிட்டு விளையாடச் சென்றுவிட்டார்."

அந்தக் கணவன் ஒரு டஜன் ரோஜாக்களைத் தன் மனைவிக்குப் பரிசாக அனுப்பி வைத்திருந்தாலும், மருத்துவமனையில் தனது

மனைவியின் படுக்கையருகே வெறுமனே அவன் அமர்ந்து இருந்தால் வெளிப்படுத்தப்பட்டிருக்கும் அன்பிற்கு இணையான அன்பை அந்த ரோஜாக்களால் வெளிப்படுத்தியிருக்க முடியாது. அந்த அனுபவம் ஜேனை மிகவும் காயப்படுத்தியது என்பதை என்னால் உறுதியாகக் கூற முடியும். அந்தக் "குழந்தை"க்கு இப்போது பதினைந்து வயது. ஆனால் அந்த நிகழ்வு நேற்றுதான் நடந்தது என்பதுபோல் இப்போதும் அவள் அத்தனை உணர்ச்சிகரமாக அதைப் பற்றிப் பேசிக் கொண்டிருந்தாள். நான் அவளை மேலும் விசாரித்தேன். "உங்கள் கணவர் உங்களைவிட அதிகமாக சாஃப்ட்பாலை நேசிக்கிறார் என்று இந்த ஒரே ஓர் அனுபவத்தைக் கொண்டு முடிவுக்கு வந்துவிட்டீர்களா?"

"இல்லையில்லை, என் தாயாரின் இறுதிச் சடங்கு நாளன்றுகூட அவர் சாஃப்ட்பால் விளையாடச் சென்றுவிட்டார்," என்று அவள் கூறினாள்.

"உங்கள் தாயாரின் இறுதிச் சடங்கிற்கு அவர் வந்தாரா?"

"ஆம், அவர் அங்கு வந்தார். ஆனால் அது முடிந்த உடனேயே விளையாடச் சென்றுவிட்டார். என்னால் அதை நம்ப முடியவில்லை. என் சகோதர சகோதரிகள் அனைவரும் என்னுடன் என் வீட்டிற்கு வந்தனர். ஆனால் என் கணவர் மட்டும் சாஃப்ட்பால் விளையாடிக் கொண்டிருந்தார்."

பரிசுகளைப் பெறுவது உங்கள் வாழ்க்கைத் துணைவரின் முதன்மைக் காதல் மொழியாக இருந்தால், ஒரு நெருக்கடியான நேரத்தில் அவருடன் இருப்பதுதான் நீங்கள் அவருக்குக் கொடுக்கக்கூடிய மிகவும் சக்திவாய்ந்த பரிசாக இருக்க முடியும்.

பின்னர், நான் அந்த இரண்டு நிகழ்வுகளைப் பற்றி டானிடம் கேட்டேன். நான் மிகச் சரியாக எதைப் பற்றிப் பேசிக் கொண்டிருந்தேன் என்பதை அவர் அறிந்திருந்தார். "அவள் அதைப் பற்றிப் பேசுவாள் என்று எனக்குத் தெரியும். அவள் பிரசவ வலியால் அவதிப்பட்டுக் கொண்டிருந்த நேரத்திலும், குழந்தை பிறந்தபோதும் நான் அங்குதான் இருந்தேன். புகைப்படங்கள்கூட எடுத்தேன். நான் மிகவும் மகிழ்ச்சியாக இருந்தேன். எங்கள் விளையாட்டுக் குழுவில் இருந்தவர்களிடம் அந்த மகிழ்ச்சியான செய்தியைக் கூறுவதற்கு நான் மிகவும் ஆவலாக இருந்தேன். ஆனால் அன்று மாலை நான் மருத்துவமனைக்குத் திரும்பி வந்தபோது என் மகிழ்ச்சி மண்ணோடு மண்ணானது. அவள் என்மீது கடுங்கோபத்தில்

இருந்தாள். அவள் கூறியதை என்னால் நம்ப முடியவில்லை. எங்களுக்குக் குழந்தை பிறந்த செய்தியை நான் என் குழுவினரிடம் சென்று கூறியதைக் கேட்டு அவள் பெருமைப்படுவாள் என்று நான் நினைத்தேன்.

“அவளது தாயார் இறந்தபோது என்ன நடந்தது தெரியுமா? அவர் இறப்பதற்கு ஒரு வாரத்திற்கு முன்பு நான் வேலையிலிருந்து விடுப்பு எடுத்துக் கொண்டு, அந்த வாரம் முழுவதையும் மருத்துவமனையிலும், என் மாமியாரின் வீட்டில் சில பழுதுபார்க்கும் வேலைகளைச் செய்வதிலும் செலவிட்டு உதவிக் கொண்டிருந்தேன். என் மாமியார் இறந்து, அவரது இறுதிச் சடங்கு முடிந்த பிறகு, என்னால் முடிந்த அனைத்தையும் செய்து முடித்துவிட்டதாக நான் நினைத்தேன். எனக்குச் சற்று ஓய்வு தேவைப்பட்டது. என்னை ஆசுவாசப்படுத்திக் கொள்ள விரும்பினேன். எனக்கு சாஃப்ட்பால் விளையாடப் பிடிக்கும். அது என்னை ஆசுவாசப்படுத்திக் கொள்ளவும், நான் இருந்த மன அழுத்தத்தில் இருந்து விடுபடவும் உதவும் என்று எனக்குத் தெரியும். நான் சற்று ஆசுவாசம் பெற வேண்டும் என்று என் மனைவி விரும்புவாள் என்று நான் நினைத்தேன்.

“அவளுக்கு எது முக்கியம் என்று நான் நினைத்தேனோ, நான் அதைச் செய்திருந்தேன். ஆனால் அது அவளுக்குப் போதுமானதாக இல்லை. அந்த இரண்டு நாட்களையும் நான் மறக்க அவள் என்னை ஒருபோதும் அனுமதிக்கவில்லை. அவளைவிட நான் சாஃப்ட்பாலைக் காதலிப்பதாக அவள் கூறுகிறாள். என்ன ஓர் அபத்தமான பேச்சு!”

உடனிருப்பதன் சக்தியைப் புரிந்திராத ஓர் உண்மையான கணவன் அவன். அவனது மனைவியைப் பொறுத்தவரை, அவளது கணவன் அவளோடு இருப்பதுதான் அவளுக்குப் பிற அனைத்தையும்விட மிகவும் முக்கியமாகத் தோன்றியது. பரிசுகளைப் பெறுவது உங்கள் வாழ்க்கைத் துணைவரின் முதன்மைக் காதல் மொழியாக இருந்தால், ஒரு நெருக்கடியான நேரத்தில் அவருடன் இருப்பதுதான் நீங்கள் அவருக்குக் கொடுக்கக்கூடிய மிகவும் சக்திவாய்ந்த பரிசு. இங்கு உங்கள் உடல் உங்கள் காதலின் அடையாளமாக மாறிவிடுகிறது. அந்த அடையாளத்தை நீக்கும்போது, அன்பு உணர்வு அங்கிருந்து மறைந்துவிடுகிறது. டானும் ஜேனும் என்னிடம் தொடர்ந்து ஆலோசனை பெற்றபோது, தங்கள் கடந்தகாலக் காயங்களையும் தவறான புரிதல்களையும் பற்றித் தீரக் கலந்தாலோசித்தனர். இறுதியில், ஜேன் தன் கணவனை மன்னித்தாள். தான் தன் மனைவியின் அருகில் இருப்பது அவளுக்கு ஏன் அவ்வளவு முக்கியம் என்பது டானுக்குத் தெளிவாகியது.

உங்கள் வாழ்க்கைத் துணைவர் உங்களுக்கு அருகில் இருப்பது உங்களுக்கு முக்கியம் என்றால், அதை அவரிடம் தெளிவாக எடுத்துக்கூறுமாறு நான் உங்களை வலியுறுத்துகிறேன். உங்கள் மனத்தில் உள்ளவற்றை அவர் புரிந்து கொள்ள வேண்டும் என்று எதிர்பார்க்காதீர்கள். மறுபுறம், உங்கள் வாழ்க்கைத் துணைவர் உங்களிடம், “இன்றிரவும் நாளையும் நீங்கள் என்னோடு இருக்க வேண்டும்,” என்று கூறினால், அவர் கூறுவதைத் தீவிரமாக எடுத்துக் கொள்ளுங்கள். உங்கள் கண்ணோட்டத்தில் இருந்து பார்க்கும்போது அது உங்களுக்கு

முக்கியமானதாகத் தோன்றாமல் போகலாம். ஆனால் அவரது அந்த வேண்டுகோளுக்கு நீங்கள் செவிசாய்க்காவிட்டால், நீங்கள் நினைக்காத ஒரு நோக்கத்தை நீங்கள் அவருக்குத் தெரிவித்துக் கொண்டிருக்கக்கூடும். ஒருமுறை ஒரு கணவர் என்னிடம் இவ்வாறு கூறினார்: "என் தாயார் இறந்தபோது, இறுதிச் சடங்கில் கலந்து கொண்டு இரண்டு மணிநேரத்திற்குள் அலுவலகத்திற்கு வந்துவிட வேண்டும் என்று என் மனைவியின் மேற்பார்வையாளர் என் மனைவியிடம் கூறினார். அன்று எனக்குத் தனது ஆதரவு மிகவும் தேவை என்று தான் நினைத்ததாகவும், அன்று முழுதும் தன்னால் அலுவலகத்திற்கு வர முடியாது என்றும் என் மனைவி அந்த மேற்பார்வையாளரிடம் கூறினாள்.

" 'இன்று முழுவதும் நீ வேலைக்கு வரவில்லை என்றால் உன் வேலை போய்விடும்,' என்று அந்த மேற்பார்வையாளர் பதிலளித்தார்.

"அதற்கு என் மனைவி, 'என் வேலையைவிட எனக்கு என் கணவர்தான் முக்கியம்,' என்று கூறினாள். அன்று முழுவதும் அவள் என்னுடன் செலவிட்டாள். முன்பு எப்போதும் இல்லாத அளவுக்கு நான் மிகவும் அதிகமாக நேசிக்கப்பட்டதுபோல் அன்று உணர்ந்தேன். அவள் கூறியதை நான் இதுவரை மறக்கவில்லை. இதில் இன்னொரு விஷயம், என் மனைவியின் வேலை பறிபோகவில்லை. விரைவில் அவளது மேற்பார்வையாளர் வேலையைவிட்டுச் சென்றுவிட்டார். அவரது வேலை என் மனைவிக்குக் கொடுக்கப்பட்டது," என்று அவர் கூறினார். அந்த மனைவி தன் கணவனின் காதல் மொழியைப் பேசியிருந்தார். அதை அந்தக் கணவன் ஒருபோதும் மறக்கவில்லை.

காதலைப் பற்றி எழுதப்பட்டுள்ள அனைத்தும், கொடுத்தல்தான் காதலின் அடிப்படை என்பதைச் சுட்டிக்காட்டுகின்றன. ஐந்து காதல் மொழிகளும் நம் வாழ்க்கைத் துணைவருக்குக் கொடுப்பதைப் பற்றிப் பேசுகின்றன. ஆனால் சிலருக்கு, பரிசுகளைப் பெறுவதும், காதலை வெளிப்படுத்தும் காட்சிரீதியான அடையாளங்களும் அன்பை மிகத் தெளிவாக எடுத்துரைக்கின்றன. சிக்காகோவில் ஜிம் மற்றும் ஜேனிஸை நான் சந்தித்தபோது அந்த உண்மையை நான் நன்றாகப் புரிந்து கொண்டேன்.

திருமண உறவைப் பற்றிய எனது பயிலரங்கில் அவர்கள் கலந்து கொண்டனர். சனிக்கிழமை மதியம் பயிலரங்கு முடிந்த பிறகு ஓஹேர் விமான நிலையத்திற்கு என்னை அழைத்துச் செல்ல அவர்கள் முன்வந்தனர். என் விமானம் புறப்படுவதற்கு இரண்டு மூன்று மணிநேரங்கள் இருந்தன. எனவே ஏதேனும் ஓர் உணவகத்திற்குச் செல்வதற்கு என் விருப்பத்தை அவர்கள் கேட்டனர். நான் கடும் பசியுடன் இருந்ததால் அவர்கள் அழைப்பை உடனடியாக ஏற்றுக் கொண்டேன். அன்று மதியம் நான் ஓர் இலவச உணவைவிட அதிகமானவற்றைப் பெற்றேன்.

ஜிம்மும் ஜேனிஸும் மத்திய இல்லினாய் பகுதியில் பண்ணை வீட்டில் வளர்ந்தனர். அவர்கள் இருவரும் சுமார் நூறு மைல் தொலைவில் இருந்த இரு வேறு இடங்களில் வசித்து வந்தனர். திருமணத்திற்குப் பிறகு அவர்கள் இருவரும் சிக்காகோவிற்குக் குடிபெயர்ந்தனர். அவர்களுக்குத்

திருமணமாகிப் பதினைந்து வருடங்கள் ஆகியிருந்தன. அவர்களுக்கு மூன்று குழந்தைகள் இருந்தனர். நாங்கள் அமர்ந்த உடனேயே ஜேனிஸ் பேசத் துவங்கினாள்: “டாக்டர் சேப்மேன், நாங்கள் உங்களை விமான நிலையத்திற்கு அழைத்துச் செல்ல ஒப்புக் கொண்டதற்குக் காரணம் எங்கள் வாழ்வில் நடந்த அதிசயத்தைப் பற்றி உங்களிடம் கூறுவதற்குத்தான்.” அதிசயம் என்ற வார்த்தையை எப்போது கேட்டாலும் எனக்கு ஆர்வம் அதிகமாகிவிடும், குறிப்பாக, அந்த வார்த்தையைக் கூறுபவரைப் பற்றி நான் அறியாமல் இருக்கும்போது. அவர் என்ன வினோதமான கதையைக் கூறப் போகிறார் என்று நான் வியந்து கொண்டிருந்தாலும், என் எண்ணங்களை எனக்குள்ளேயே வைத்துக் கொண்டேன். ஜேனிஸ் கூறுவதை ஒருமித்தக் கவனத்துடன் கேட்டேன். அவர் என்னை அதிர்ச்சிக்கு ஆளாக்கவிருந்தார்.

“டாக்டர் சேப்மேன், எங்கள் வாழ்வில் ஓர் அதிசயத்தை நிகழ்த்துவதற்குக் கடவுள் உங்களைப் பயன்படுத்தியுள்ளார்,” என்றாள் அவள். ஒரு கணம் முன்னதாக, அதிசயம் என்ற வார்த்தையை அவள் பயன்படுத்துவதைப் பற்றி வியந்து கொண்டிருந்தேன். இப்போது அந்த அதிசயத்திற்கு என்னை ஒரு வாகனமாக அவள் தன் மனத்தில் நினைத்திருந்தது என்னை இழுத்து நிறுத்தியது. நான் இப்போது அவள் கூறுவதை இன்னும் தீவிரமாகக் கவனித்துக் கொண்டிருந்தேன். ஜேனிஸ் தொடர்ந்தாள்: “மூன்று வருடங்களுக்கு முன்பு, திருமணத்தைப் பற்றிய உங்கள் பயிலரங்கில் முதன்முறையாக நாங்கள் இங்கு சிக்காகோவில் கலந்துகொண்டோம். அப்போது நான் மிகவும் பரிதவித்துக் கொண்டிருந்தேன். ஜிம்மைவிட்டு விலகிப் போவதைப் பற்றி நான் தீவிரமாக யோசித்துக் கொண்டிருந்தேன். அதை நான் ஜிம்மிடமும் கூறினேன். எங்கள் மணவாழ்க்கை நெடுங்காலமாக வெறுமையாக இருந்து வந்திருந்தது. நான் ஒட்டுமொத்தமாக நம்பிக்கை இழந்திருந்தேன். எனக்கு ஜிம்மின் அன்பு தேவை என்று பல வருடங்களாக நான் அவரிடம் குறைகூறி வந்திருந்தேன். ஆனால் அவர் ஒருபோதும் அதைக் கண்டுகொள்ளவில்லை. நான் என் குழந்தைகளை நேசித்தேன். அவர்களும் என்னை நேசித்தனர் என்பதை நான் அறிந்தேன். ஆனால் ஜிம்மிடமிருந்து எந்தக் காதலும் என்னை நோக்கி வரவில்லை என்பதுபோல் நான் உணர்ந்தேன். உண்மையில், நான் அவரை வெறுக்கும் நிலைக்கு வந்துவிட்டிருந்தேன். அவர் ஒழுங்குமுறையுடன்கூடிய ஒரு மனிதர். அனைத்தையும் ஒரு வழக்கப்படி செய்பவர். ஒரு கடிகாரத்தைப் போன்றவர் அவர். யாராலும் அவரது வழக்கத்தை மாற்ற முடியாது.”

அவள் மேலும் தொடர்ந்தாள்: “நான் ஒரு நல்ல மனைவியாக இருப்பதற்குப் பல வருடங்கள் முயற்சித்தேன். சமையல் செய்தேன். பாத்திரங்களைக் கழுவினேன். துணிகளைத் துவைத்து, அவற்றுக்கு இஸ்திரி போட்டு வைத்தேன். தவறாமல் ஒவ்வொரு நாளும் இவற்றைச் செய்தேன். ஒரு நல்ல மனைவி என்னவெல்லாம் செய்ய வேண்டும் என்று நான் நினைத்தேனோ அவற்றையெல்லாம் நான் செய்தேன். அவருடன் நான் தாம்பத்திய உறவு கொண்டேன். ஏனெனில், அது அவருக்கு முக்கியம் என்பதை நான் அறிந்திருந்தேன். ஆனால் அவரிடமிருந்து என் பக்கம் எந்தக் காதலும் வரவில்லை என்று எனக்குத் தோன்றியது.

எங்களுக்குத் திருமணம் முடிந்தவுடன் அவர் என்னைக் காதலிப்பதை நிறுத்திவிட்டார் என்றும், அவர் என்னை உதாசீனப்படுத்துகிறார் என்றும் எனக்குத் தோன்றியது. அவர் என்னைப் பயன்படுத்துகிறார், ஆனால் பாராட்டுவதில்லை என்பதுபோல் உணர்ந்தேன்.

"என் உணர்வுகளைப் பற்றி நான் அவரிடம் பேசியபோதெல்லாம், அவர் என்னைப் பார்த்துச் சிரித்து, சமூகத்தில் உள்ள மற்ற எவரொருவரையும்போல் நாங்களும் ஒரு நல்ல இல்லற வாழ்க்கை நடத்திக் கொண்டிருப்பதாகக் கூறுவார். நான் ஏன் மகிழ்ச்சியின்றி இருந்தேன் என்பதை அவர் புரிந்து கொள்ளவே இல்லை. செலுத்த வேண்டிய கட்டணங்கள் யாவும் செலுத்தப்பட்டுவிட்டதையும், நாங்கள் ஓர் அருமையான வீட்டில் வசிப்பதையும், ஒரு புதிய கார் வைத்திருப்பதையும், எனக்குப் பிடித்திருந்தால் வேலைக்குச் செல்லலாம் இல்லையென்றால் வேண்டாம் என்பதையும் அவர் எனக்கு நினைவுபடுத்துவார். எந்நேரமும் குறைகூறிக் கொண்டிருப்பதற்கு மாறாக நான் மகிழ்ச்சியாக இருக்க வேண்டும் என்று அவர் கூறுவார். அவர் என் உணர்வுகளைப் புரிந்து கொள்ள முயற்சிக்கக்கூட இல்லை. அவர் என்னை முற்றிலுமாக ஒதுக்கித் தள்ளுவதாக நான் உணர்ந்தேன்," என்றாள்.

தன் தேநீர்க் கோப்பையை நகற்றி வைத்துவிட்டு, சற்று முன்னே வந்து, "இருந்தாலும், மூன்று வருடங்களுக்கு முன்பு நாங்கள் உங்கள் பயிலரங்கில் கலந்து கொண்டோம். திருமணம் பற்றிய எந்தவொரு பயிலரங்கிலும் அதற்கு முன்பு நாங்கள் கலந்து கொண்டதில்லை. எனவே உங்கள் பயிலரங்கில் என்ன எதிர்பார்க்க வேண்டும் என்று எனக்குத் தெரிந்திருக்கவில்லை. வெளிப்படையாகக் கூறினால், நான் அதிலிருந்து எதையும் எதிர்பார்க்கவில்லை. ஜிம்மை யாராலும் மாற்ற முடியாது என்று நான் நம்பினேன். அந்தப் பயிலரங்கில் கலந்து கொள்வதற்கு முன்பும், அதற்குப் பின்பும் ஜிம் என்னிடம் அவ்வளவாக எதுவும் கூறவில்லை. உங்கள் பயிலரங்கு அவருக்குப் பிடித்திருந்ததுபோல் தோன்றியது. நீங்கள் மிகவும் வேடிக்கையானவர் என்று அவர் என்னிடம் கூறினார். ஆனால் பயிலரங்கில் கூறப்பட்ட எந்தவொரு கருத்து மற்றும் யோசனையைப் பற்றி அவர் என்னிடம் பேசவில்லை. அதை நான் அவரிடம் இருந்து எதிர்பார்க்கவும் இல்லை. எனவே நானும் அவரிடம் அது குறித்து எதுவும் கேட்கவில்லை. நான் ஏற்கனவே கூறியதுபோல், நான் முற்றிலுமாக நம்பிக்கை இழந்துவிட்டிருந்தேன்," என்று கூறினாள்.

அவள் மேலும் தொடர்ந்தாள்: "பயிலரங்கு சனிக்கிழமை நிறைவடைந்தது உங்களுக்குத் தெரியும். சனிக்கிழமை இரவும் ஞாயிற்றுக்கிழமையும் வழக்கம்போல் இருந்தன. ஆனால் திங்கட்கிழமை மதியம் அவர் தன் அலுவலகத்தில் இருந்து வந்து எனக்கு ஒரு ரோஜாவைக் கொடுத்தார். 'அது எங்கிருந்து கிடைத்தது?' என்று நான் அவரைக் கேட்டேன். 'தெருவோரம் பூ விற்பனை செய்யும் ஒருவரிடம் இருந்து நான் வாங்கினேன். இந்த ரோஜாவிற்கு நீ பொருத்தமானவள் என்று எனக்குத் தோன்றியது,' என்று அவர் கூறினார். நான் அழத் துவங்கினேன். 'ஜிம், இது எனக்கு எவ்வளவு மகிழ்ச்சி அளிக்கிறது

தெரியுமா?' என்றேன் நான்.

"பிறகு செவ்வாய்க்கிழமையன்று மதியம் சுமார் ஒன்றரை மணிக்கு அவர் என்னைத் தன் அலுவலகத்தில் இருந்து தொலைபேசியில் அழைத்து, இரவு உணவிற்குப் பீட்சா வாங்கிக் கொண்டு வருவதைப் பற்றி எனது அபிப்பிராயத்தைக் கேட்டார். ஒரு நாள் இரவு சமையல் செய்வதிலிருந்து ஓய்வு கிடைப்பது எனக்கு மகிழ்ச்சி அளிக்கும் என்று அவர் நினைத்ததாக என்னிடம் கூறினார். அது ஓர் அற்புதமான யோசனையாக எனக்குத் தோன்றுவதாக நான் அவரிடம் கூறினேன். எனவே அவர் வீட்டிற்கு வந்தபோது பீட்சா வாங்கிக் கொண்டு வந்திருந்தார். நாங்கள் அனைவரும் சேர்ந்து குதூகலமாகக் கொண்டாடினோம். குழந்தைகள் பீட்சாவை மிகவும் ரசித்து உண்டனர். பீட்சா வாங்கி வந்ததற்காக அவர்கள் தங்கள் தந்தையாருக்கு நன்றியும் தெரிவித்தனர். நான் என் கணவரை அரவணைத்து, அவரது இந்தச் செயலை நான் மிகவும் மகிழ்ச்சியாக அனுபவித்ததாக அவரிடம் கூறினேன்.

"அவர் புதன்கிழமையன்று வீட்டிற்கு வந்தபோது, எங்கள் குழந்தைகள் ஒவ்வொருவருக்கும் தனித்தனியாக ஒரு பெட்டி நிறைய இனிப்புப் பாப்கார்ன்களும் இனிப்பு வேர்க்கடலைகளும் வாங்கி வந்தார். எனக்குப் பூந்தொட்டியுடன்கூடிய ஒரு சிறிய செடியை வாங்கி வந்தார். இரண்டு நாட்களுக்கு முன்பு தான் வாங்கிக் கொடுத்த ரோஜா உலர்ந்துவிடும், எனவே சில காலம் நிலைத்து இருக்கக்கூடிய ஏதோ ஒன்றை நான் விரும்பக்கூடும் என்று தான் நினைத்ததாக அவர் கூறினார். நான் ஒரு மாயாலோகத்தில் இருப்பதுபோல் எனக்குத் தோன்றியது. ஜிம் செய்து கொண்டிருந்த காரியங்களை என்னால் நம்ப முடியவில்லை. அவற்றையெல்லாம் அவர் ஏன் செய்து கொண்டிருந்தார் என்பதையும் என்னால் யோசிக்க முடியவில்லை. வியாழக்கிழமை இரவு உணவிற்குப் பிறகு, அவர் எனக்கு ஒரு வாழ்த்து அட்டையைக் கொடுத்தார். என்மீது தான் கொண்டிருந்த அன்பை எப்போதும் வெளிப்படுத்த முடியாத தன்னுடைய இயலாமையைப் பற்றியும், ஆனால் தான் என்மீது கொண்டுள்ள அக்கறையை அந்த வாழ்த்து அட்டை எனக்குத் தெரிவிக்கும் என்று நம்புவதாகவும் அந்த வாழ்த்து அட்டையில் இருந்த செய்தி கூறியது. மீண்டும் நான் அழுதேன். அவரை ஏறிட்டுப் பார்த்தேன். அவரை ஆரத் தழுவி முத்தமிட்டேன். 'சனிக்கிழமை இரவு நம் குழந்தைகளைப் பார்த்துக் கொள்வதற்கு ஒருவரை ஏற்பாடு செய்துவிட்டு, நாம் இருவரும் வெளியே சென்று உணவருந்தினால் என்ன?' என்று அவர் கேட்டார். 'அருமையான யோசனை,' என்று நான் கூறினேன். வெள்ளிக்கிழமை மதியம் அவர் ஒரு கேக் கடைக்குச் சென்று எங்கள் ஒவ்வொருவருக்கும் பிடித்தமான கேக்கை வாங்கி வந்து எங்களுக்கு ஓர் இன்ப அதிர்ச்சி கொடுத்தார்.

"சனிக்கிழமை நான் வானத்தில் மிதந்து கொண்டிருந்தேன். ஜிம்மிற்கு என்னவாயிற்று என்று எனக்குத் தெரியவில்லை. அது எவ்வளவு காலம் நீடித்திருக்கும் என்பதும் எனக்குத் தெரிந்திருக்கவில்லை. ஆனால் ஒவ்வொரு நொடியையும் நான் மகிழ்ச்சியாக அனுபவித்துக்

கொண்டிருந்தேன். இரவு உணவிற்குப் பிறகு உணவகத்தில் வைத்து, 'ஜிம், என்ன நடந்து கொண்டிருக்கிறது என்று நீங்கள் கூற வேண்டும். எனக்கு ஒன்றும் புரியவில்லை,' என்று நான் அவரிடம் கூறினேன்."

அவள் என்னை உற்றுப் பார்த்துவிட்டு, "டாக்டர் சேப்மேன், நீங்கள் இதைப் புரிந்து கொள்ள வேண்டும். எங்களுக்குத் திருமணம் ஆன நாள் முதலாக இவர் எனக்கு மலர்களைக் கொடுத்ததில்லை. எந்தவொரு முக்கியமான நாளன்றும் எனக்கு வாழ்த்து அட்டையைக் கொடுத்ததில்லை. 'அது பண விரயம். நீ அந்த அட்டையைப் படித்துவிட்டுத் தூக்கி எறிந்துவிடுவாய்,' என்று அவர் எப்போதும் கூறினார். ஐந்து வருடங்களில் நாங்கள் ஒரே ஒரு முறை மட்டுமே இரவில் வெளியே சென்று உணவருந்தினோம். குழந்தைகளுக்கென்று அவர் ஒருபோதும் எதுவும் வாங்கி வந்ததில்லை. அவர்களுக்கு உண்மையிலேயே தேவையானவற்றை மட்டும்தான் நான் அவர்களுக்காக வாங்க வேண்டும் என்று அவர் என்னிடம் எதிர்பார்த்தார். இரவு உணவிற்காக அவர் ஒருபோதும் பீட்சா வாங்கி வீட்டிற்குக் கொண்டு வந்ததில்லை. ஒவ்வோர் இரவும் நான் சமைத்து, உணவைத் தயாராக வைத்திருக்க வேண்டும் என்று அவர் எதிர்பார்த்தார். அவரது நடத்தையில் ஏற்பட்ட ஒரு பெரும் மாற்றம் இது," என்று கூறினாள்.

நான் ஜிம்மைப் பார்த்து, "என்ன நிகழ்ந்து கொண்டிருக்கிறது என்று உணவகத்தில் வைத்து உங்கள் மனைவி கேட்டதற்கு நீங்கள் என்ன விடையளித்தீர்கள்?" என்று கேட்டேன்.

"காதல் மொழிகளைப் பற்றிய உங்கள் சொற்பொழிவை அந்தப் பயிலரங்கில் கேட்டேன் என்றும், அவளது காதல் மொழி பரிசுகள் என்பதை நான் உணர்ந்து கொண்டேன் என்றும் என் மனைவியிடம் கூறினேன். திருமணமான நாள் முதலாக நான் அவளுக்கு ஒரு பரிசுகூடக் கொடுக்கவில்லை என்பதையும் நான் கூறினேன். திருமணத்திற்கு முன் நாங்கள் இருவரும் காதலித்த நேரத்தில் நான் அவளுக்கு மலர்கள் மற்றும் பிற சிறு பரிசுகளைக் கொடுத்தது என் நினைவுக்கு வந்தது. ஆனால் திருமணத்திற்கு பிறகு அத்தகைய பரிசுகளுக்கு எங்களிடம் போதிய பணமில்லை என்பதை நான் கண்டேன். ஒரு வாரம்வரை ஒவ்வொரு நாளும் நான் அவளுக்கு ஒரு பரிசு கொடுக்க முயற்சிக்கப் போவதாகவும், அது அவளிடம் ஏதேனும் மாற்றத்தை ஏற்படுத்தப் போகிறதா என்று பார்க்கப் போவதாகவும் நான் முடிவு செய்திருந்ததாக அவளிடம் கூறினேன். அந்த வாரத்தில் அவளது மனப்போக்கில் ஒரு மாபெரும் வித்தியாசம் ஏற்பட்டிருந்ததை நான் கண்டேன் என்பதை நான் ஒப்புக் கொள்ளத்தான் வேண்டும்.

"சரியான காதல் மொழியைக் கற்றுக் கொள்வது தான் நேசிக்கப்படுவதாக அடுத்தவரை உணரச் செய்வதற்கு மிகவும் இன்றியமையாதது என்று நீங்கள் கூறியது முற்றிலும் சரி என்றும், அதை நான் முழுமையாக உணர்ந்து கொண்டதாகவும் அவளிடம் கூறினேன். அத்தனை வருடங்களாக நான் முட்டாள்தனமாக நடந்து கொண்டதற்காகவும், அன்பிற்கான அவளது தேவையை நான் நிறைவேற்றத் தவறியதற்காகவும் நான் அவளிடம் மன்னிப்புக் கேட்டேன். நான் அவளை உண்மையிலேயே காதலிப்பதாகவும், எனக்காகவும்

குழந்தைகளுக்காகவும் அவள் செய்த அனைத்து விஷயங்களையும் நான் பாராட்டுவதாகவும் நான் அவளிடம் கூறினேன். கடவுளின் துணையுடன் மீதியுள்ள என் வாழ்நாள் முழுவதும் நான் அவளுக்குப் பரிசுகளை வழங்கப் போவதாகவும் அவளிடம் தெரிவித்தேன்.

" 'ஆனால் உங்கள் வாழ்நாள் முழுவதும் ஒவ்வொரு நாளும் உங்களால் எனக்குப் பரிசுப் பொருட்களை வாங்க முடியாது. உங்களுக்கு அது கட்டுப்படி ஆகாது,' என்று அவள் கூறினாள். 'தினமும் என்னால் உனக்குப் பரிசு கொடுக்க முடியாமல் போகலாம். ஆனால் வாரத்திற்கு ஒரு முறை நிச்சயமாக என்னால் முடியும். கடந்த ஐந்து வருடங்கள் நான் உனக்குக் கொடுத்ததைவிட இனி ஒவ்வொரு வருடமும் ஐம்பத்திரண்டு பரிசுகள் கூடுதலாக உனக்குக் கிடைக்கும். நான் உனக்குக் கொடுக்கவிருக்கும் அனைத்துப் பரிசுகளையும் கடையிலிருந்து நான் வாங்கப் போவதாக யார் சொன்னது? சில பரிசுகளை நானேகூட உருவாக்கக்கூடும். அல்லது கேரி சேப்மேனின் யோசனைப்படி, வசந்தகாலத்தில் நம் தோட்டத்தில் பூத்துக் குலுங்கும் மலர்களில் இருந்து ஒன்றை இலவசமாகப் பறித்து உனக்குப் பரிசாகக் கொடுப்பேன்,' என்று நான் கூறினேன்.' "

ஜெனிஸ் இடைமறித்து, "இந்த மூன்று வருடங்களில் ஒரு வாரம்கூட அவர் எனக்குப் பரிசு கொடுக்க மறந்ததில்லை. அவர் ஒரு புதிய மனிதராகியுள்ளார். நாங்கள் மிகவும் மகிழ்ச்சியாக வாழ்ந்து கொண்டிருக்கிறோம். எங்கள் குழந்தைகள் இப்போது எங்களைக் காதல் பறவைகள் என்று அழைக்கின்றனர். என் காதல் கேணி நிரம்பியுள்ளது. உண்மையில், அது நிரம்பி வழிந்து கொண்டிருக்கிறது," என்று கூறினாள்.

நான் ஜிம்மிடம் திரும்பி, "உங்கள் விஷயம் எப்படி ஜிம்? ஜெனிஸ் உங்களைக் காதலிப்பதாக நீங்கள் உணர்கிறீர்களா?" என்று கேட்டேன்.

"டாக்டர் சேப்மேன், அவள் எப்போதுமே என்னைக் காதலித்து வந்துள்ளதாக நான் உணர்கிறேன். இவ்வுலகிலேயே அவள்தான் சிறந்த வீட்டு நிர்வாகி. சமையலிலும் அவள் கைதேர்ந்தவள். அவள் என் ஆடைகளைத் துவைத்து, அவற்றுக்கு இஸ்திரி போட்டு வைக்கிறாள். குழந்தைகளின் தேவைகளைச் சிறப்பாகக் கவனித்துக் கொள்கிறாள். அவள் என்னைக் காதலிக்கிறாள் என்று எனக்குத் தெரியும்." பிறகு, என்னைப் பார்த்துப் புன்னகைத்துவிட்டு, "என் காதல் மொழி எது என்று இப்போது உங்களுக்குத் தெரிந்திருக்கும், சரிதானே?" என்று ஜிம் கேட்டார்.

அது நிச்சயமாக எனக்குத் தெரிந்தது. அதோடு, அதிசயம் என்று ஜெனிஸ் ஏன் கூறினாள் என்பதும் எனக்குப் புரிந்தது.

பரிசுகள் விலையுயர்ந்தவையாக இருக்க வேண்டியதில்லை. அவை ஒவ்வொரு வாரமும் கொடுக்கப்பட வேண்டியதும் இல்லை. ஆனால் சிலருக்கு, பரிசுகளின் மதிப்பு அவற்றின் விலையைப் பொறுத்தது அல்ல, அவை முழுக்க முழுக்க அன்பைப் பொறுத்தது.

ஏழாவது அத்தியாயத்தில் ஜிம்மின் காதல் மொழியை நாம் தெளிவுபடுத்தலாம்.

உங்கள் வாழ்க்கைத் துணைவரின் காதல் மொழி பரிசுகளைப் பெறுவதாக இருந்தால், நீங்கள் கீழ்க்கண்டவற்றைச் செய்யலாம்:

1 பலவிதமான பரிசுகளைக் கொடுத்துப் பாருங்கள். காலையில் ஒரு டப்பா நிறைய சாக்லேட்டுகளை உங்கள் மனைவிக்காக வைத்துவிட்டுச் செல்லுங்கள். மதியம் அவருக்கு மலர்களை அனுப்பி வையுங்கள். மாலையில் உங்கள் கணவனுக்கு ஒரு சட்டையைப் பரிசாகக் கொடுங்கள். "என்ன நடந்து கொண்டிருக்கிறது?" என்று அவர் கேட்டால், "உங்கள் காதல் கேணியை நிரப்ப முயற்சிக்கிறேன்," என்று கூறுங்கள்.

2 இயற்கை உங்கள் வழிகாட்டியாக இருக்க அனுமதியுங்கள். அடுத்த முறை நீங்கள் காலாற நடந்து செல்லும்போது, உங்கள் வாழ்க்கைத் துணைவருக்குக் கொடுப்பதற்கான ஒரு பரிசைத் தேடுங்கள். அது ஒரு கல்லாகவோ, ஒரு குச்சியாகவோ, அல்லது ஒரு மலராகவோ இருக்கலாம். இயற்கையிலிருந்து கண்டெடுத்த உங்கள் பரிசுக்கு நீங்கள் ஒரு சிறப்பு அர்த்தத்தைக்கூடக் கொடுக்கலாம். எடுத்துக்காட்டாக, ஒரு வழுவழுப்பான கல், உங்கள் வாழ்வில் சமன்படுத்தப்பட்டுள்ள பல மேடு பள்ளங்களைக் குறிப்பதாக இருக்கலாம். ஒரு ரோஜா, உங்கள் மனைவியிடம் நீங்கள் காணும் அழகை உங்களுக்கு நினைவூட்டுவதாக அமையக்கூடும்.

3 கையால் உருவாக்கிய பொருட்களின் மதிப்பை உணர்ந்து கொள்ளுங்கள். உங்கள் கணவனுக்கு ஒரு பரிசை நீங்களே உங்கள் கைகளால் உருவாக்குங்கள். இதற்காக நீங்கள் ஒரு கைவினை வகுப்பில் சேர்ந்து பயில வேண்டியிருக்கலாம். நீங்கள் அப்பயிற்சியில் ஈடுபடுவதற்கான முக்கிய நோக்கம் உங்கள் கணவனுக்கு ஒரு பரிசை உருவாக்குவதுதான். கையால் உருவாக்கப்பட்ட ஒரு பரிசு பெரும்பாலும் குடும்பச் சொத்தாக மாறிவிடும்.

4 ஏதேனும் ஒரு வாரம் தினமும் உங்கள் மனைவிக்கு ஒரு பரிசு கொடுங்கள். அது ஒரு சிறப்பான வாரமாக இருக்க வேண்டியதில்லை. எந்த வாரமாக வேண்டுமானாலும் இருக்கலாம். அது உங்கள் இருவரின் நினைவிலும் என்றும் நிலைத்து நிற்கும் என்பதில் சந்தேகமில்லை. நீங்கள் உண்மையிலேயே அதிக ஆற்றல் நிரம்பியவர் என்றால், ஒரு மாதத்திற்கு நீங்கள் அதைத் தொடர்ந்து செய்யலாம். கவலை வேண்டாம், உங்கள் வாழ்நாள் முழுவதும் ஒவ்வொரு நாளும் நீங்கள் பரிசு தர வேண்டும் என்று உங்கள் மனைவி எதிர்பார்க்க மாட்டார்.

5 பரிசுகளுக்கான யோசனைக் குறிப்பேடு ஒன்றை வைத்துக் கொள்ளுங்கள். "எனக்கு அது பிடித்திருக்கிறது," அல்லது "அது போன்ற ஒன்று எனக்கு வேண்டும்," என்று உங்கள் மனைவி கூறுவதை நீங்கள் கேட்கும் ஒவ்வொரு முறையும், அதை உங்கள் குறிப்பேட்டில் குறித்து வைத்துக் கொள்ளுங்கள். நீங்கள் கவனித்துக் கேட்டால், அந்தப் பட்டியல் நீண்டு கொண்டே போகும். நீங்கள் ஒரு பரிசுப் பொருளை வாங்கச் செல்லும்போது அது உங்களுக்கு ஒரு சிறந்த கையேடாக அமையும்.

6 உங்கள் கணவனுக்கோ அல்லது மனைவிக்கோ எந்தப் பரிசை வாங்குவது என்று தெரியாமல் நீங்கள் குழம்பி நிற்கிறீர்கள் என்றால், ஒரு நண்பரையோ அல்லது உங்கள் கணவன் அல்லது மனைவியைப் பற்றி நன்றாகத் தெரிந்துள்ள உங்கள் குடும்ப உறுப்பினர் ஒருவரையோ உங்களுக்கு உதவுமாறு கேளுங்கள். ஒரு பரிசை வாங்கிக் கொடுத்துத் தன் நண்பர் ஒருவரை மகிழ்ச்சிப்படுத்தப் பெரும்பான்மையான மக்கள் ஆர்வத்துடன் இருப்பர், குறிப்பாக, அது அந்த நண்பருடைய பணமாக இருக்கும்பட்சத்தில்!

7 தேவையான நேரத்தில் உடனிருங்கள். உங்கள் கணவனிடமோ அல்லது மனைவியிடமோ, "இந்த மாதம் நீ விரும்பும் ஏதேனும் ஒரு விசேஷமான நாளன்று அல்லது சிறப்பு நிகழ்வன்று நான் உன்னுடன் இருக்க விரும்புகிறேன். எப்போது என்பதை நீ கூறு. நீ குறிப்பிடும் நாளில், குறிப்பிடும் நேரத்தில் அங்கு இருப்பதற்கு நான் என்னாலான அனைத்து முயற்சிகளையும் மேற்கொள்வேன்," என்று கூறுங்கள். நல்லதை எதிர்பார்த்திருங்கள். தயாராக இருங்கள்.

8 உங்கள் கணவனுக்கோ அல்லது மனைவிக்கோ ஒரு புத்தகத்தைக் கொடுத்து, அதை அவருக்காக நீங்கள் படித்துக் காட்டுவதாக ஒப்புக் கொள்ளுங்கள். பிறகு ஒவ்வொரு வாரமும் ஓர் அத்தியாயத்தை அவருடன் சேர்ந்து கலந்தாய்வு செய்வதற்கு ஒப்புக் கொள்ளுங்கள். அவர் படிக்க வேண்டும் என்று நீங்கள் விரும்பும் ஒரு புத்தகத்தைத் தேர்ந்தெடுக்காதீர்கள். உங்கள் கணவனோ அல்லது மனைவியோ எதில் ஆர்வம் கொண்டுள்ளாரோ, அந்தத் தலைப்பு தொடர்பான புத்தகத்தைத் தேர்ந்தெடுங்கள்: கிரிக்கெட், தையல், நிதி நிர்வாகம், குழந்தை வளர்ப்பு, சமயம், அல்லது உல்லாசப் பயணம் போன்ற எதுவாக வேண்டுமானாலும் அது இருக்கலாம்.

9 காலாகாலத்திற்கும் நிலைத்து நிற்கும் ஒரு பரிசைக் கொடுங்கள். உங்கள் வாழ்க்கைத் துணைவரின் பிறந்த நாள், அல்லது உங்களது திருமண நாள், அல்லது வேறு ஏதேனும் விசேஷமான நாளன்று அவருக்குப் பிடித்தமான ஒரு தொண்டு நிறுவனம் அல்லது

கோவிலுக்கு ஒரு பெரும் தொகையை நன்கொடையாகக் கொடுங்கள். உங்கள் வாழ்க்கைத் துணைவருக்கு ஒரு வாழ்த்து அட்டையை அனுப்பி வைத்து, நீங்கள் செய்துள்ள உதவியை அதில் குறிப்பிட்டு எழுதுமாறு அந்தத் தொண்டு நிறுவனத்திடம் கூறுங்கள். அவர்கள் அதை உற்சாகமாகச் செய்வார்கள். உங்கள் கணவன் அல்லது மனைவி பெரும் மகிழ்ச்சி அடைவார்.

10 ஒரு வாழும் பரிசைக் கொடுங்கள். உங்கள் வாழ்க்கைத் துணைவரைக் கௌரவப்படுத்தும் வகையில் ஒரு மரக்கன்று அல்லது ஒரு மலர்ச்செடியை வாங்கி உங்கள் வீட்டில் நட்டு வையுங்கள். அதை உங்கள் சொந்தத் தோட்டத்தில் நட்டு, அதற்கு நீரூற்றிப் பராமரிக்கலாம். அல்லது பலரும் அனுபவிக்கும் வண்ணம் அதை ஒரு பொதுஜனப் பூங்காவிலோ அல்லது ஒரு காட்டிலோ நடலாம். இந்தப் பரிசிற்கு ஒவ்வொரு வருடமும் உங்களுக்கு நற்பெயர் கிடைக்கும். நீங்கள் நட்டது ஓர் ஆப்பிள் மரமாக இருந்தால், அதில் வளரும் ஆப்பிளை நீங்கள் நிச்சயமாகச் சுவைப்பீர்கள்.

7

காதல் மொழி 4
பணிவிடைகள்

ஜிம் மற்றும் ஜேனிஸைவிட்டுச் செல்வதற்கு முன், "ஜேனிஸ் உங்களைக் காதலிப்பதாக நீங்கள் உணர்கிறீர்களா?" என்ற என் கேள்விக்கு ஜிம் அளித்த விடையை நாம் ஆய்வு செய்யலாம்.

"டாக்டர் சேப்மேன், அவள் எப்போதுமே என்னைக் காதலித்து வந்துள்ளதாக நான் உணர்கிறேன். இவ்வுலகிலேயே அவள்தான் சிறந்த வீட்டு நிர்வாகி. சமையலிலும் அவள் கைதேர்ந்தவள். அவள் என் ஆடைகளைத் துவைத்து, அவற்றுக்கு இஸ்திரி போட்டு வைக்கிறாள். குழந்தைகளின் தேவைகளைச் சிறப்பாகக் கவனித்துக் கொள்கிறாள். அவள் என்னைக் காதலிக்கிறாள் என்று எனக்குத் தெரியும்."

ஜிம்மின் முதன்மைக் காதல் மொழியை நான் 'பணிவிடைகள்' என்று அழைக்கிறேன். உங்கள் கணவனோ அல்லது மனைவியோ தனக்கு நீங்கள் செய்ய வேண்டும் என்று விரும்பும் விஷயங்களைத்தான் பணிவிடைகள் என்று நான் இங்கு குறிப்பிடுகிறேன். உங்கள் மனைவிக்குப் பணிவிடைகள் செய்வதன் மூலம் நீங்கள் அவரை மகிழ்விக்க விரும்புகிறீர்கள். அவருக்குப் பிடித்த விஷயங்களை அவருக்காகச் செய்வதன் மூலம் நீங்கள் அவர்மீது கொண்டுள்ள காதலை அவரிடம் வெளிப்படுத்த விரும்புகிறீர்கள்.

ஒரு வேளை உணவு சமைப்பது, மேசையை ஒழுங்குபடுத்தி வைப்பது, பாத்திரங்களைக் கழுவுவது, வீட்டைச் சுத்தம் செய்வது, சீப்புகளைச் சுத்தப்படுத்துவது, கண்ணாடியில் உள்ள கறைகளைத் துடைத்துக் கண்ணாடியைப் பளிச்சூட்டுவது, குப்பையை வெளியே கொண்டுபோய் வைப்பது, குழந்தைக்கு ஆடை மாற்றுவது, புத்தக அலமாரியைத் தூசி தட்டுவது, காரைச் சீரான இயக்க நிலையில் வைத்திருப்பது, காரைக் கழுவுவது, தோட்டத்தில் உள்ள புல்லைச் சீர் செய்வது, செடிகளைக் கத்தரித்துவிடுவது, இலையுதிர்காலத்தில் வீட்டின்முன் கொட்டிக் கிடக்கும் காய்ந்த இலைகளைப் பெருக்கி அள்ளுவது, வீட்டு சன்னல்களைத் தூசி தட்டுவது, நாயை வெளியே நடக்கக் கூட்டிச் செல்வது, மீன்தொட்டியில் தண்ணீரை மாற்றுவது போன்ற செயல்கள் அனைத்தும் பணிவிடைகள்தான். அவற்றுக்கு உங்கள் சிந்தனையும், திட்டமிடுதலும், நேரமும், முயற்சியும், ஆற்றலும் தேவை. ஒரு நேர்மறையான மனப்போக்குடன் அவற்றைச் செய்யும்போது, அவை அன்பின் வெளிப்பாடாக மாறிவிடுகின்றன.

இயேசுநாதர் தன் சீடர்களின் பாதங்களைக் கழுவியதன் மூலம் அன்பை வெளிப்படுத்துவதற்கு ஓர் எளிய, ஆனால் ஆழ்ந்த தாக்கத்தை ஏற்படுத்தும் ஓர் எடுத்துக்காட்டை நமக்குக் காட்டியுள்ளார்.

'பணிவிடைகள்' ஏற்படுத்தும் தாக்கத்தை நான் வடக்குக் கரோலினா மாநிலத்திலுள்ள சைனா குரோவ் என்னும் சிறிய கிராமத்தில் வைத்துக் கண்டறிந்தேன். சைனா குரோவ் கிராமம் வடக்குக் கரோலினாவின் மையப் பகுதியில் அமைந்துள்ளது. நான் கூறவிருக்கும் கதை நடந்த நேரத்தில், சைனா குரோவ், ஆயிரத்து ஐநூறு மக்களைக் கொண்ட ஒரு நெசவு நகரமாக இருந்தது. மனிதவியல், உளவியல், மற்றும் இறையியல் ஆகியவற்றைப் படிப்பதற்காக நான் அந்த கிராமத்தைவிட்டுச் சென்று பத்தாண்டுகளுக்கு மேல் ஆகியிருந்தன. ஆனாலும் என் பூர்வீகத்தோடு எனக்குள்ள தொடர்பை நிலைநிறுத்திக் கொள்ளும் வகையில், வருடத்திற்கு இருமுறை நான் அங்கு செல்வது வழக்கம்.

டாக்டர் ஷின் மற்றும் டாக்டர் ஸ்மித் ஆகியோரைத் தவிர, கிட்டத்தட்ட நான் அறிந்த அனைவரும் அந்த நெசவு ஆலையில் பணிபுரிந்தனர். டாக்டர் ஷின் ஒரு பொதுநல மருத்துவர். டாக்டர் ஸ்மித் ஒரு பல் மருத்துவர். மதபோதகர் பிளாக்பர்ன் அங்கிருந்த தேவாலயத்தின் பாதிரியாராக இருந்தார். சைனா குரோவில் வாழ்ந்த பெரும்பான்மையான தம்பதியினருக்கு, அவர்களது வாழ்க்கை அவர்களது வேலையைச் சுற்றியும் தேவாலயத்தைச் சுற்றியுமே இருந்தது. நெசவு

ஆலையில் ஊழியர்களுக்கு இடையே நிகழ்ந்து கொண்டிருந்த உரையாடல், தங்கள் கண்காணிப்பாளரின் சமீபத்தியத் தீர்மானத்தையும், அது தங்கள் வேலையில் ஏற்படுத்தவிருந்த தாக்கத்தையும் மையமாகக் கொண்டே இருந்தது. தேவாலயத்தின் நடவடிக்கைகள் சொர்க்கத்தில் கிடைக்கக்கூடிய மகிழ்ச்சி குறித்து முக்கியக் கவனம் செலுத்தின. அந்தத் தூய்மையான சமூக அமைப்பில் நான் நான்காவது காதல் மொழியைக் கண்டறிந்தேன்.

ஒரு ஞாயிற்றுக்கிழமையன்று தேவாலயப் பிரார்த்தனைக் கூட்டம் முடிந்த பிறகு ஒரு சைனாபெரி மரத்தின் கீழே நான் நின்று கொண்டிருந்தேன். அப்போது மேரியும் மார்க்கும் என்னை நோக்கி வந்தனர். அவர்கள் இருவரும் யார் என்று என்னால் அடையாளம் காண முடியவில்லை. நான் பத்து வருடங்களாக வெளியே இருந்துவிட்டதால் அவர்கள் வளர்ந்துவிட்டார்கள் என்று நான் அனுமானித்துக் கொண்டேன். மார்க் தன்னை அறிமுகப்படுத்திக் கொண்டு, "பிறருக்கு ஆலோசனை வழங்குவது தொடர்பாக நீங்கள் படித்திருக்கிறீர்கள் என்று நான் கேள்விப்பட்டேன்," என்று கூறினான்.

நான் புன்னகைத்தபடியே, "ஆம், ஓரளவுக்குப் படித்திருக்கிறேன்," என்று கூறினேன்.

"உங்களிடம் ஒரு கேள்வி. ஒரு விஷயத்தில்கூட ஒத்துப் போகாத ஒரு தம்பதியால் மகிழ்ச்சியான திருமண வாழ்க்கை வாழ முடியுமா?" என்று அவன் கேட்டான்.

இது அவனது தனிப்பட்ட வாழ்க்கை தொடர்பான ஒரு கேள்வி என்பதை நான் புரிந்து கொண்டேன். எனவே நானும் அவனிடம் ஒரு தனிப்பட்டக் கேள்வியைக் கேட்டேன். "உங்களுக்குத் திருமணமாகி எத்தனை வருடங்கள் ஆகின்றன?"

"இரண்டு வருடங்கள். ஒரு விஷயத்தில்கூட நாங்கள் ஒத்துப் போவதே இல்லை."

"அதற்குச் சில உதாரணங்களைக் கூறுங்கள்," என்று நான் தொடர்ந்தேன்.

"ஒரு விஷயத்தைக் கூற வேண்டுமென்றால், நான் வேட்டையாடச் செல்வதில் மேரிக்கு விருப்பமில்லை. வாரம் முழுவதும் நான் ஆலையில் வேலை பார்க்கிறேன். சனிக்கிழமைகளில் நான் வேட்டைக்குச் செல்ல விரும்புகிறேன். எல்லா சனிக்கிழமைகளிலும் அல்ல, வேட்டைக்கான காலத்தில் மட்டுமே."

அதுவரை அமைதியாக இருந்த மேரி இப்போது குறுக்கிட்டாள். "வேட்டைக்கான பருவம் முடிந்தவுடன் அவர் மீன் பிடிக்கச் சென்றுவிடுவார். அதோடு, அவர் சனிக்கிழமைகளில் மட்டும் வேட்டையாடுவதில்லை. வேலை நாட்களில் விடுப்பு எடுத்துக் கொண்டும் வேட்டையாடச் செல்கிறார்."

"ஒரு வருடத்திற்கு ஒருமுறை அல்லது இரண்டு வருடங்களுக்கு ஒருமுறை நான் இரண்டு அல்லது மூன்று நாட்கள் விடுப்பு எடுத்துக்

கொண்டு என் நண்பர்களுடன் மலைப் பகுதிகளில் வேட்டையாடச் செல்வேன். அதில் எந்தத் தவறும் இருப்பதாக எனக்குத் தோன்றவில்லை."

"வேறு எந்த விஷயங்களில் நீங்கள் இருவரும் முரண்பட்டு இருக்கிறீர்கள்?" என்று நான் கேட்டேன்.

"நான் எல்லா நேரமும் தேவாலயத்திற்குச் செல்ல வேண்டும் என்று அவள் விரும்புகிறாள். ஞாயிற்றுக்கிழமை காலையில் அங்கு செல்வதில் எனக்கு எந்தப் பிரச்சனையும் இல்லை. ஆனால் ஞாயிற்றுக்கிழமை இரவில் நான் ஓய்வெடுக்க விரும்புகிறேன். அவளுக்கு விருப்பமென்றால் அவள் தாராளமாகப் போகட்டும். ஆனால் நானும் அவளோடு போக வேண்டும் என்று கட்டாயம் இல்லை என்று நினைக்கிறேன்."

மேரி மீண்டும் குறுக்கிட்டாள். "நான் போவதிலும் உங்களுக்கு உண்மையிலேயே விருப்பம் இல்லை. ஒவ்வொரு முறை நான் வீட்டைவிட்டுக் கிளம்பும்போதும் நீங்கள் சலித்துக் கொள்கிறீர்கள்."

ஒரு தேவாலயத்தின் முன்பு விஷயங்கள் இவ்வளவு காரசாரமாகச் செல்லக்கூடாது என்பதை நான் அறிந்திருந்தேன். உத்வேகமிக்க ஓர் இளம் ஆலோசனையாளர் என்ற முறையில், இதை என்னால் கையாள முடியுமா என்ற சந்தேகமும் பயமும் என்னுள் எழுந்தன. ஆனாலும் கேள்விகள் கேட்பதற்கும், அவர்கள் கூறும் பதில்களைக் காது கொடுத்துக் கேட்பதற்கும் பயிற்சி பெற்றிருந்ததால் நான் தொடர்ந்தேன். "வேறு எந்த விஷயங்களில் நீங்கள் வேறுபட்டு நிற்கிறீர்கள்?"

இம்முறை மேரி பதிலளித்தாள். "நான் நாள் முழுவதும் வீட்டில் இருந்து வீட்டு வேலைகளைக் கவனித்துக் கொள்ள வேண்டும் என்று அவர் விரும்புகிறார். நான் என் தாயாரைப் பார்க்கச் சென்றாலோ அல்லது கடைக்குச் சென்றாலோ அல்லது வேறு எங்கேனும் சென்றாலோ அவருக்குப் பைத்தியமே பிடித்துவிடும்."

அதற்கு மார்க், "அவள் தனது தாயாரைச் சென்று பார்த்து வருவதில் எனக்கு எந்தப் பிரச்சனையும் இல்லை. ஆனால் நான் வீட்டிற்கு வரும்போது வீடு சுத்தமாக இருக்க வேண்டும் என்று விரும்புகிறேன். சில வாரங்கள், மூன்று அல்லது நான்கு நாட்கள்கூட அவள் படுக்கையைச் சரி செய்வதில்லை. பாதி நேரம் அவள் இரவு சமையலைத் துவங்கியிருக்கக்கூட மாட்டாள். நான் கடினமாக உழைக்கிறேன். வீட்டிற்கு வந்தவுடன் நன்றாகச் சாப்பிட விரும்புகிறேன். எல்லாவற்றையும்விட, வீடு குப்பைக்கூளமாக இருக்கிறது. குழந்தையின் பொருட்கள் தரையெங்கும் சிதறிக் கிடக்கின்றன. குழந்தை அழுக்காக இருக்கிறது. எனக்கு அழுக்கைக் கண்டால் பிடிக்காது. ஒரு பன்றிக் கொட்டிலில் வாழ்வதில் அவளுக்கு மிகவும் மகிழ்ச்சி என்பதுபோல் தோன்றுகிறது. எங்களிடம் அதிகமாக ஒன்றுமில்லை. நாங்கள் ஒரு சிறிய ஆலை வீட்டில் வாழ்கிறோம். ஆனால் அதைத் தூய்மையாகவாவது வைத்திருக்கலாம் அல்லவா?" என்று கூறினான்.

அதற்கு மேரி, "வீட்டு வேலைகளில் எனக்குக் கூடமாட அவர் உதவுவதில் என்ன தவறு? ஒரு கணவன் என்றால் வீட்டு வேலைகளைச்

செய்யக்கூடாது என்பதுபோல் அவர் நடந்து கொள்கிறார். வெறுமனே வேலைக்குச் செல்வதிலும் வேட்டையாடுவதிலும்தான் அவருக்கு விருப்பம். நானே எல்லாவற்றையும் செய்ய வேண்டும் என்று அவர் எதிர்பார்க்கிறார். அவரது காரைக்கூட நான்தான் கழுவ வேண்டும் என்று அவர் எதிர்பார்க்கிறார்," என்று கூறினாள்.

இன்னும் அதிக முரண்பாடுகளைப் பற்றி அவர்களிடம் ஆராய்வதற்குப் பதிலாகத் தீர்வுகளை தேட வேண்டும் என்று நினைத்தேன். நான் மார்க்கைப் பார்த்து, "மார்க், திருமணத்திற்கு முன் நீங்கள் இருவரும் காதலித்துக் கொண்டிருந்தபோது, ஒவ்வொரு சனிக்கிழமையும் நீங்கள் வேட்டையாடச் சென்றீர்களா?" என்று கேட்டேன்.

"பெரும்பாலான சனிக்கிழமைகளில் நான் வேட்டையாடச் சென்றேன். ஆனால், சனிக்கிழமை இரவு அவளைச் சந்திப்பதற்காக நான் எப்போதும் குறித்த நேரத்தில் வீட்டிற்கு வந்துவிடுவேன். பெரும்பாலான சமயங்களில், அவளைப் பார்க்கச் செல்வதற்கு முன் என் வண்டியையும் கழுவுவதற்கு நேரம் கிடைக்கும் வண்ணம் சீக்கிரமாகவே நான் வீட்டிற்கு வந்துவிடுவேன். அழுக்கான ஒரு வண்டியுடன் அவளைச் சென்று பார்க்க நான் விரும்பவில்லை," என்று மார்க் கூறினான்.

நான் மேரியிடம், "நீங்கள் திருமணம் செய்து கொண்டபோது உங்கள் வயது என்ன?" என்று கேட்டேன்.

"அப்போது எனக்குப் பதினெட்டு வயது. நான் உயர்நிலைப் பள்ளிப் படிப்பை முடித்த உடனேயே எங்களுக்குத் திருமணம் ஆகிவிட்டது. அதற்கு ஒரு வருடம் முன்பு மார்க் தன் படிப்பை முடித்திருந்தார். வேலையும் பார்த்துக் கொண்டிருந்தார்," என்று அவள் பதிலளித்தாள்.

"நீங்கள் உயர்நிலைப் பள்ளியில் படித்துக் கொண்டிருந்தபோது மார்க் உங்களை எத்தனை முறை வந்து சந்தித்தார்?" என்று நான் கேட்டேன்.

"கிட்டத்தட்ட ஒவ்வோர் இரவும் அவர் என்னைச் சந்திக்க வந்துவிடுவார். இன்னும் சொல்லப் போனால், மதியமே அவர் எங்கள் வீட்டிற்கு வந்து எங்களுடன் இருந்து பேசிவிட்டு எங்கள் குடும்பத்தோடு இரவு உணவு உட்கொள்வார். வீட்டு வேலைகளில் அவர் எனக்கு உதவுவார். பிறகு நாங்கள் இருவரும் உட்கார்ந்து இரவு உணவு நேரம்வரை பேசிக் கொண்டிருப்போம்."

"மார்க், இரவு உணவிற்குப் பின் நீங்கள் இருவரும் என்ன செய்தீர்கள்?" என்று கேட்டேன்.

மார்க் என்னைப் பார்த்து ஒரு வெட்கப் புன்னகையுடன், "காதலிக்கும்போது வழக்கமாகக் காதலர்கள் செய்வதைத்தான் நாங்களும் செய்தோம்," என்று கூறினான்.

"ஆனால் பாடம் தொடர்பான ஏதேனும் வேலை எனக்கு இருந்தால், அதைச் செய்து முடிக்க அவர் எனக்கு உதவுவார். சில

சமயங்களில் நாங்கள் மணிக்கணக்கில் பள்ளிப் பாட வேலைகளில் ஈடுபட்டோம். பள்ளியில் நடந்த கிறிஸ்துமஸ் விழாவில் ஊர்வலமாக எடுத்துச் செல்லவிருந்த கிறிஸ்துமஸ் ரதத்திற்கு நான் பொறுப்பேற்று இருந்தேன். மூன்று வாரங்கள் ஒவ்வொரு மதியமும் மார்க் எனக்கு அந்த வேலையில் உதவினார். அவரது உதவியை என்னால் ஒருபோதும் மறக்க முடியாது," என்று மேரி கூறினாள்.

நான் பேச்சை மாற்றி, அவர்கள் தெரிவித்த மூன்றாவது முரண்பாட்டின்மீது கவனம் செலுத்தினேன். "மார்க், நீங்கள் காதலித்துக் கொண்டிருந்தபோது ஞாயிற்றுக்கிழமை இரவுகளில் நீங்கள் மேரியோடு தேவாலயத்திற்குச் சென்றீர்களா?" என்று கேட்டேன்.

"ஆம், நான் சென்றேன். அவளோடு நான் செல்லவில்லை என்றால் அன்றிரவு அவளை என்னால் பார்க்க முடியாது. அவள் தகப்பனார் அந்த விஷயத்தில் மிகவும் கண்டிப்பானவர்," என்று கூறினான்.

அதற்கு மேரி, "அவர் அதைப் பற்றி ஒருபோதும் குறைகூறியதில்லை. உண்மையில், அவர் அதை வெகுவாக ரசித்தார். தேவாலயத்தின் கிறிஸ்துமஸ் நிகழ்ச்சிக்கு அவர் உதவவும் செய்தார். பள்ளிக்கூடத்திற்கான கிறிஸ்துமஸ் ரத வேலையை நாங்கள் செய்து முடித்தப் பிறகு, தேவாலயத்தில் கிறிஸ்துமஸ் நிகழ்ச்சிக்காக அமைக்கப்பட்டிருந்த அரங்கத்தில் நாங்கள் வேலை செய்யத் துவங்கினோம். நாங்கள் இருவரும் ஒன்றாகச் சேர்ந்து இரண்டு வாரங்கள் அதற்காக வேலை பார்த்தோம். வண்ணம் தீட்டுவது, அரங்கங்களை அமைப்பது ஆகியவற்றில் மார்க் கைதேர்ந்தவர்," என்று அவள் கூறினாள்.

ஒரு நம்பிக்கைக் கீற்று என் கண்களுக்குத் தென்பட்டதுபோல் எனக்குத் தோன்றியது. ஆனால் மார்க்கும் மேரியும் அதைப் பார்த்தார்களா என்று என்னால் உறுதியாகக் கூற முடியவில்லை. நான் மேரியை நோக்கித் திரும்பி, "மார்க்கை நீங்கள் காதலித்துக் கொண்டிருந்தபோது அவர் உங்களை உண்மையிலேயே காதலித்தார் என்று எது உங்களுக்கு உறுதியளித்தது? மற்றவர்களிலிருந்து அவர் எந்த விதத்தில் வேறுபட்டிருந்தார்?" என்று கேட்டேன்.

"எல்லா விஷயங்களிலும் அவர் எனக்கு உதவிய விதம்தான் அவர் என்னை உண்மையிலேயே காதலிக்கிறார் என்ற உறுதியை என்னுள் ஏற்படுத்தியது. எனக்கு உதவி செய்ய அவர் மிகவும் ஆர்வமாக இருந்தார். மற்ற இளைஞர்கள் அந்த வேலைகளில் எந்தவிதமான ஆர்வமும் காட்டவில்லை. ஆனால் மார்க்கிற்கு அது இயல்பாகவே வந்தது. எங்கள் வீட்டில் அவர் இரவு உணவு உட்கொண்ட நேரங்களில், பாத்திரங்கள் கழுவுவதற்குக்கூட அவர் எனக்கு உதவினார். அவரைப் போன்ற ஓர் அற்புதமான மனிதரை நான் அதுவரை சந்தித்திருக்கவில்லை. ஆனால் எங்களுக்குத் திருமணமான பிறகு எல்லாமே மாறிவிட்டன. அவர் எனக்கு எந்த விதத்திலும் உதவுவதே இல்லை," என்று மேரி கூறினாள்.

நான் மார்க்கை நோக்கித் திரும்பி, "திருமணத்திற்கு முன்பு மேரிக்காக அந்த விஷயங்களை எல்லாம் நீங்கள் ஏன் செய்தீர்கள் என்று நினைக்கிறீர்கள்?" என்று கேட்டேன்.

“அது எனக்கு மிகவும் இயல்பானதாகத் தோன்றியது. என்மீது ஒருவர் அக்கறை கொண்டிருந்தால் அவர் இதையெல்லாம் எனக்குச் செய்ய வேண்டும் என்று நான் விரும்புவேன்,” என்று மார்க் பதிலளித்தான்.

“திருமணத்திற்குப் பிறகு நீங்கள் ஏன் அவருக்கு உதவுவதை நிறுத்தினீர்கள்?” என்று கேட்டேன்.

“எங்கள் குடும்பத்தில் இருப்பதுபோல் இருக்கும் என்று நான் எதிர்பார்த்தேன் என்று நினைக்கிறேன். என் தகப்பனார் வேலைக்குச் சென்றார். என் தாயார் வீட்டுப் பொறுப்புகளைக் கவனித்துக் கொண்டார். என் தகப்பனார் எங்கள் வீட்டுத் தரையைச் சுத்தம் செய்ததையோ அல்லது பாத்திரங்களைக் கழுவியதையோ அல்லது வீட்டில் வேறு வேலைகளில் உதவியதையோ நான் பார்த்ததில்லை. என் தாயார் வெளியே வேலைக்குச் செல்லாததால் எங்கள் வீட்டில் உள்ள எல்லாவற்றையும் அப்பழுக்கின்றிச் சுத்தமாக வைத்திருந்தார். சமையல் வேலைகளைச் செய்தார், பாத்திரங்களைக் கழுவினார், துணிகளைத் துவைத்து இஸ்திரி போட்டு வைத்தார். குடும்பம் என்றால் அப்படித்தான் இருக்க வேண்டும் என்று நான் நினைத்திருந்தேன்போலும்.”

மார்க்கும் என் கண்ணோட்டத்தில் பார்க்கிறார் என்ற நம்பிக்கையில் நான் அவரிடம், “மார்க், நீங்கள் இருவரும் காதலித்தபோது நீங்கள் மேரியை உண்மையிலேயே காதலித்தீர்கள் என்று எது மேரிக்கு உணர்த்தியது என்று சற்று நேரத்திற்கு முன் நான் அவரிடம் கேட்டபோது அவர் என்ன கூறினார்?” என்று கேட்டேன்.

“வேலைகளில் அவருக்கு உதவியதும், அவரோடு சேர்ந்து வேலைகளைச் செய்ததும்,” என்று மார்க் கூறினான்.

கோரிக்கைகள் காதலை வழிநடத்தும்.
ஆனால் வற்புறுத்தல்கள் காதலின்
ஓட்டத்தைத் தடை செய்துவிடும்.

“வேலைகளில் அவருக்கு உதவுவதை நீங்கள் நிறுத்தியவுடன் நீங்கள் அவரைக் காதலிக்கவில்லை என்று அவர் உணர்வதை இப்போது உங்களால் புரிந்து கொள்ள முடிகிறது அல்லவா?” என்று நான் மார்க்கிடம் கேட்டேன். அவர் அதைத் தன் தலையாட்டல் மூலம் ஆமோதித்தார். நான் தொடர்ந்து, “திருமண வாழ்வில் நீங்கள் உங்கள் பெற்றோரைப் பின்பற்றியது இயற்கையான விஷயம்தான். கிட்டத்தட்ட நாம் அனைவருமே அதைத்தான் செய்ய முற்படுகிறோம். ஆனால் காதலிக்கும்போது நீங்கள் நடந்து கொண்ட விதத்தில் இருந்து, திருமணத்திற்குப் பிறகு நீங்கள் நடந்து கொண்ட விதம் முற்றிலும் மாறுபட்டிருந்தது. எது நீங்கள் அவரைக் காதலிப்பதாக அவரை உணரச்

செய்து உறுதியளித்ததோ, திருமணத்திற்குப் பிறகு அது மறைந்துவிட்டது," என்று கூறினேன்.

பிறகு நான் மேரியிடம் திரும்பி, " 'காதலித்தபோது மேரிக்காக அந்த விஷயங்களை எல்லாம் நீங்கள் ஏன் செய்தீர்கள் என்று நினைக்கிறீர்கள்?' என்று நான் மார்க்கிடம் கேட்டபோது அவர் என்ன கூறினார்?" என்று கேட்டேன்.

"அது அவருக்கு இயல்பாக வந்ததாக அவர் கூறினார்," என்று மேரி பதிலளித்தாள்.

"அதோடு, தன்னை ஒரு பெண் நேசிக்கிறாள் என்றால் அவள் தனக்காக மிகத் துல்லியமாக அதைத்தான் செய்ய வேண்டும் என்று தான் விரும்புவதாகவும் அவர் கூறினார் அல்லவா? அவர் உங்களோடு சேர்ந்து செய்த விஷயங்களை உங்களுக்காக அவர் செய்ததற்குக் காரணம், எவரொருவரும் அப்படித்தான் அன்பை வெளிப்படுத்த வேண்டும் என்று அவர் தன் மனத்திற்குள் எண்ணியிருந்ததுதான். உங்களுக்குத் திருமணமாகி உங்கள் சொந்த வீட்டில் நீங்கள் இருவரும் குடியேறியவுடன், நீங்கள் அவரைக் காதலித்தால் அவருக்காக எவற்றையெல்லாம் செய்வீர்கள் என்ற எதிர்பார்ப்புகள் அவரிடம் இருந்தன. வீட்டைச் சுத்தமாக வைத்துக் கொள்வது, உணவு சமைப்பது போன்ற வேலைகளை நீங்கள் செய்வீர்கள் என்று அவர் எதிர்பார்த்தார். சுருக்கமாகக் கூறினால், அவர்மீது நீங்கள் கொண்டிருக்கும் காதலை வெளிப்படுத்துவதற்காக இந்த வேலைகளை நீங்கள் செய்வீர்கள் என்று அவர் எதிர்பார்த்தார். நீங்கள் இவற்றைச் செய்யாததை அவர் கண்டபோது, நீங்கள் அவரைக் காதலிக்கவில்லை என்பதாக அவர் ஏன் உணர்ந்தார் என்பதை உங்களால் புரிந்து கொள்ள முடிகிறதா?" என்று மேரியிடம் கேட்டேன். இப்போது மேரியின் தலையும் சேர்ந்து ஆடியது. நான் தொடர்ந்து, "நீங்கள் இருவரும் உங்கள் திருமண வாழ்வில் மகிழ்ச்சியற்று இருப்பதற்குக் காரணம், நீங்கள் பரஸ்பரம் ஒருவருக்கொருவர் உதவி செய்து உங்கள் காதலை வெளிப்படுத்தாததுதான் என்பது என் அனுமானம்," என்று கூறினேன்.

அதற்கு மேரி, "நீங்கள் கூறுவது முற்றிலும் சரி என்று நான் நினைக்கிறேன். அவருக்காக எல்லாவற்றையும் செய்வதை நான் நிறுத்தியதற்குக் காரணம் அவரது அதிகார மனப்போக்குதான். அவர் என்னைத் தனது தாயாரைப்போல் ஆக்க முயற்சித்ததுபோல் எனக்குத் தோன்றியது," என்று கூறினாள்.

"மிகவும் சரி, ஒரு வேலையைச் செய்வதற்குத் தாங்கள் கட்டாயப்படுத்தப்படுவதை எவரும் விரும்புவதில்லை. வாஸ்தவத்தில், அன்பு எப்போதும் இலவசமாக, தாராளமாகக் கொடுக்கப்படும் ஒன்று. அன்பை அதிகாரத்துடன் வற்புறுத்த முடியாது. நாம் பரஸ்பரம் மற்றவரிடம் வேண்டுகோள் விடுக்கலாம், ஆனால் ஒருபோதும் எதையும் அதிகார மனப்போக்குடன் வலுக்கட்டாயமாக அடுத்தவரைச் செய்ய வைக்கக்கூடாது. கோரிக்கைகள் காதலை வழிநடத்தும், ஆனால் வற்புறுத்தல்கள் காதலின் ஓட்டத்தைத் தடை செய்துவிடும்," என்று நான் கூறினேன்.

மார்க் இடைமறித்து, "டாக்டர் சேப்மேன், மேரி கூறுவது முற்றிலும் சரி. நான் அவளிடம் அதிகார மனப்போக்குடனும் விமர்சன மனப்போக்குடனும் நடந்து கொண்டேன். ஏனெனில் ஒரு மனைவி என்ற முறையில் அவள் எனக்கு மிகவும் ஏமாற்றமளித்துவிட்டாள். நான் சில கொடுமையான விஷயங்களை அவளிடம் கூறியுள்ளேன் என்பது எனக்குத் தெரியும். அது அவளுக்கு எவ்வளவு காயத்தையும், ஏமாற்றத்தையும் ஏற்படுத்தி இருக்கும் என்பதை இப்போது என்னால் புரிந்து கொள்ள முடிகிறது," என்று கூறினான்.

நான் மார்க்கிடம், "இக்கணத்தில் உங்கள் சூழ்நிலையை எளிதாக மாற்ற முடியும் என்று எனக்குத் தோன்றுகிறது," என்று கூறினேன். நான் என் பாக்கெட்டில் இருந்த குறிப்பேட்டில் இருந்து இரண்டு வெற்றுக் காகிதங்களை ஆளுக்கொன்றாக அவர்களிடம் கொடுத்துவிட்டு, "நாம் ஒரு சிறு பயிற்சியை மேற்கொள்ளலாம். நீங்கள் இருவரும் தேவாலயத்தின் படிகளில் அமர்ந்து, தனித்தனியாக ஒரு கோரிக்கைப் பட்டியலைத் தயார் செய்ய வேண்டும். மார்க், மதியம் நீங்கள் வீட்டிற்குள் நுழையும்போது, மேரி உங்களை நேசிப்பதாக உங்களை உணரச் செய்யும் மூன்று அல்லது நான்கு விஷயங்களைப் பட்டியலிடுங்கள். படுக்கையைச் சரி செய்வது உங்களுக்கு முக்கியமான விஷயமாகத் தோன்றினால், அதை அந்தப் பட்டியலில் எழுதுங்கள். மேரி, மார்க் உங்களை நேசிக்கிறார் என்று உங்களை உணரச் செய்யும் மூன்று அல்லது நான்கு விஷயங்களை நீங்கள் பட்டியலிடுங்கள்," என்று கூறினேன். (என்னைப் பொறுத்தவரை, பட்டியலிடுவது மிக முக்கியமான ஒரு செயல். நாம் தெளிவாகச் சிந்திப்பதற்குப் பட்டியல்கள் நம்மைக் கட்டாயப்படுத்தும்.)

ஐந்தாறு நிமிடங்களுக்குப் பிறகு அவர்கள் தங்கள் பட்டியல்களை என்னிடம் கொடுத்தனர். மார்க்கின் பட்டியல் இவ்வாறு இருந்தது:

- தினமும் படுக்கையைச் சரி செய்ய வேண்டும்.
- நான் வீட்டிற்கு வரும்போது குழந்தையின் முகம் கழுவப்பட்டு, சுத்தமாக இருக்க வேண்டும்.
- நான் வீட்டிற்கு வருவதற்கு முன் அவளது காலணிகள் அவற்றுக்குரிய இடத்தில் ஒழுங்காக வைக்கப்பட்டிருக்க வேண்டும்.
- நான் வீட்டிற்கு வருவதற்கு முன் இரவு உணவை அவள் தயார் செய்யத் துவங்கியிருக்க வேண்டும். அப்போதுதான் நான் வீட்டிற்கு வந்தவுடன் 30 - 45 நிமிடங்களில் எங்களால் சாப்பிட முடியும்.

நான் அந்தப் பட்டியலை வாய்விட்டுச் சத்தமாகப் படித்துவிட்டு மார்க்கைப் பார்த்து, "மேரி இந்த நான்கு விஷயங்களையும் செய்தால், அன்பின் வெளிப்பாடாக அவர் இந்தப் பணிவிடைகளைச் செய்வதாக நீங்கள் பார்ப்பீகள், அப்படித்தானே?" என்று கேட்டேன்.

"ஆம், அவள் இந்த நான்கு விஷயங்களையும் செய்தால் அவளைக் குறித்து நான் கொண்டிருக்கும் மனப்போக்கில் ஒரு பெரிய மாற்றத்தை அவள் ஏற்படுத்துவாள்," என்று மார்க் பதிலளித்தான். பிறகு நான் மேரியின் பட்டியலைப் படித்தேன்:

- காரை நான் கழுவ வேண்டும் என்று எதிர்பார்ப்பதற்கு மாறாக ஒவ்வொரு வாரமும் அவரே கழுவினால் நன்றாக இருக்கும்.
- மாலையில் அவர் வீட்டிற்கு வந்தவுடன் குழந்தைக்கு உடை மாற்றிச் சுத்தம் செய்தால் நன்றாக இருக்கும், முக்கியமாக நான் இரவு உணவைச் சமைத்துக் கொண்டிருக்கும்போது.
- வீட்டை வாரத்திற்கு ஒருமுறை அவர் வாக்குவம் கிளீனரால் சுத்தம் செய்தால் நன்றாக இருக்கும்.
- கோடைக்காலத்தில் நெடுநெடுவென்று வளர்ந்து நிற்கும் புல்லால் அலங்கோலமாகக் காட்சியளிக்கும் எங்கள் முற்றத்தைக் கண்டு நான் அவமானப்படுவதைத் தவிர்க்கும் வகையில், ஒவ்வொரு வாரமும் அவர் அந்தப் புல்லைச் சீர்செய்தால் நன்றாக இருக்கும்.

"மார்க் இந்த நான்கு வேலைகளையும் செய்தால் அவர் உங்கள்மீது கொண்டுள்ள காதலின் உண்மையான வெளிப்பாடாக அவரது செயல்களை நீங்கள் ஏற்றுக் கொள்வீர்கள், அப்படித்தானே மேரி?" என்று கேட்டேன்.

"ஆம், அவர் இவற்றைச் செய்தால் நான் மிகவும் மகிழ்ச்சி அடைவேன்," என்று மேரி கூறினாள்.

"மார்க், இது உங்களுக்கு நியாயமானதாகத் தோன்றுகிறதா? இவற்றைச் செய்வது உங்களுக்குத் சாத்தியமாகப் படுகிறதா?" என்று கேட்டேன்.

"ஆம்," என்று அவன் கூறினான்.

"மேரி, மார்க்கின் பட்டியலில் உள்ள விஷயங்கள் உங்களுக்கு நியாயமானவையாகவும் சாத்தியமானவையாகவும் தோன்றுகின்றனவா? உங்களால் அவற்றை விருப்பத்துடன் செய்ய முடியுமா?" என்று கேட்டேன்.

"ஆம், நிச்சயமாக அவற்றை என்னால் செய்ய முடியும். கடந்தகாலத்தில் நான் என்ன செய்தாலும் அது அவருக்குப் போதுமானதாக இல்லாததால் நான் மிகவும் திக்குமுக்காடிப் போயிருந்தேன், " என்று மேரி கூறினாள்.

"மார்க், நான் இங்கு பரிந்துரைப்பது உங்கள் பெற்றோரின் திருமண வாழ்க்கையில் இருந்து முற்றிலும் மாறுபட்ட ஒரு வாழ்க்கைமுறை என்பது உங்களுக்குப் புரிகிறதா?" என்று கேட்டேன்.

"நன்றாகப் புரிகிறது. என் தந்தையார் எங்கள் முற்றத்தின் புல்லைச் சீர்செய்தார், காரையும் கழுவினார்," என்று அவன் கூறினான்.

"ஆனால் குழந்தைக்கு அவர் ஆடை மாற்றிவிடவில்லை, தரையைச் சுத்தம் செய்யவும் இல்லை, சரிதானே?"

"சரிதான்," என்றான் மார்க்.

"நீங்கள் இவற்றைச் செய்ய வேண்டியதில்லை, புரிகிறதா? ஆனால் அவற்றைச் செய்தால், மேரியின்மீது நீங்கள் கொண்டுள்ள காதலை வெளிப்படுத்தும் நடவடிக்கைகளாக அவை அவளுக்குத் தெரியும்."

திருமணத்திற்கு முன்பு நாம் பரஸ்பரம் ஒருவருக்கொருவர் செய்து கொள்ளும் காரியங்கள், திருமணத்திற்குப் பிறகு நாம் ஒருவருக்கொருவர் எதைச் செய்யப் போகிறோம் என்பதை எந்த விதத்திலும் சுட்டிக்காட்டுவதில்லை.

பிறகு மேரியிடம் நான், "நீங்களும் இவற்றைச் செய்ய வேண்டியதில்லை என்பது உங்களுக்குப் புரிந்திருக்கும். ஆனால் நீங்கள் மார்க்மீது கொண்டுள்ள காதலை அவரிடம் வெளிப்படுத்த விரும்பினால், இந்தப் பட்டியலில் உள்ள நான்கு விஷயங்கள் அவருக்கு அர்த்தம் மிக்கவையாக அமையும். இவற்றை நீங்கள் இரண்டு மாதங்கள் முயற்சித்துப் பார்த்து, இவை உங்களுக்கு உதவுகின்றனவா என்பதைக் கண்டறியுமாறு நான் உங்களுக்குப் பரிந்துரைக்க விரும்புகிறேன். இரண்டு மாதங்கள் முடிவடையும்போது, கூடுதல் கோரிக்கைகளை இப்பட்டியல்களில் சேர்த்துக் கொண்டு ஒருவரோடு ஒருவர் மனம்விட்டு அவற்றைப் பகிர்ந்து கொள்ளுங்கள். ஆனாலும், ஒரு மாதத்தில் ஒரு கோரிக்கைக்கு மேல் கூடுதலாகச் சேர்த்துக் கொள்ளாதீர்கள்," என்று கூறினேன்.

"இதில் உண்மையிலேயே அர்த்தம் உள்ளது," என்று மேரி கூறினாள். "நீங்கள் நிச்சயமாக எங்களுக்கு உதவியிருக்கிறீர்கள் என்று நினைக்கிறேன்," என்று மார்க் கூறினான். இருவரும் கைகோர்த்தபடியே தங்கள் காரை நோக்கி நடந்தனர். நான் என்னிடமே உரத்தக் குரலில், "நான் என் ஆலோசனையாளர் வேலையைக் குதூகலமாக அனுபவிக்கப் போகிறேன் என்று நினைக்கிறேன்," என்று கூறினேன். அந்த சைனாபெரி மரத்தின்கீழ் எனக்குக் கிடைத்த உள்நோக்குகளை நான் இதுவரை மறக்கவேயில்லை.

பல வருடங்கள் ஆய்வு செய்த பிறகு, மார்க்கும் மேரியும் எப்படிப்பட்டத் தனித்துவமான ஒரு சூழ்நிலையை என்முன் வைத்தனர் என்பதை நான் உணர்ந்துள்ளேன். ஒரே காதல் மொழியைக் கொண்ட தம்பதியை நான் அரிதாகவே பார்க்கிறேன். மார்க் மற்றும் மேரி இருவருக்கும் 'பணிவிடைகள்' அவர்களது முதன்மைக் காதல் மொழியாக

இருந்தது. நூற்றுக்கணக்கான தனிநபர்கள் தங்களை மார்க்கோடும் அல்லது மேரியோடும் அடையாளம் கண்டுகொண்டு, தங்கள் கணவனோ அல்லது மனைவியோ தங்கள்மீது காதல் கொண்டிருப்பதைத் தாங்கள் உணர்வது அவர்களது பணிவிடைகள் மூலமாகத்தான் என்பதை அங்கீகரிக்க முடியும். காலணிகளை அவற்றுக்குரிய இடத்தில் வைப்பது, குழந்தைக்கு உடை மாற்றுவது, பாத்திரங்களைக் கழுவுவது, காரைக் கழுவுவது, தரையைச் சுத்தம் செய்வது, புல்வெளியைச் சீராக்குவது போன்ற செயல்கள், பணிவிடைகளைத் தங்கள் முதன்மைக் காதல் மொழியாகக் கொண்டிருக்கும் தனிநபர்களுக்கு மிகவும் அர்த்தமுள்ளவையாக அமையும்.

மார்க்கும் மேரியும் ஒரே காதல் மொழியைக் கொண்டிருந்தபோது, அவர்கள் ஏன் அவ்வளவு சிரமத்தை அனுபவித்தனர் என்று நீங்கள் வியந்து கொண்டிருக்கக்கூடும். அதற்கான விடை, அவர்கள் இருவரும் வெவ்வேறு வட்டார வழக்கைக் கொண்டிருந்தனர் என்பதுதான். அவர்கள் இருவரும் ஒருவருக்காக மற்றவர் நிறைய விஷயங்களைச் செய்து கொண்டிருந்தனர், ஆனால் அடுத்தவருக்கு முக்கியமாகப்பட்ட விஷயங்களைச் செய்யத் தவறிவிட்டனர். தெளிவாகச் சிந்திப்பதற்கு அவர்கள் கட்டாயப்படுத்தப்பட்டபோது, தங்கள் குறிப்பிட்ட வட்டார வழக்கை அவர்கள் எளிதில் அடையாளம் கண்டுகொண்டனர். மேரியைப் பொறுத்தவரை, காரைக் கழுவுவது, குழந்தைக்கு உடை மாற்றுவது, தரையை வாக்குவம் கிளீனர் கொண்டு சுத்தப்படுத்துவது, புல் தரையைச் சீராக வைத்துக் கொள்வது ஆகியவை அவரது வட்டார வழக்கு தொடர்பானவை. மார்க்கைப் பொறுத்தவரை, படுக்கையை ஒழுங்கமைப்பது, குழந்தையின் முகத்தைக் கழுவுவது, காலணிகளை அவற்றுக்குரிய இடங்களில் வைப்பது, வேலை முடிந்து வீட்டிற்கு வரும்போது இரவு உணவு தயாராகிக் கொண்டிருப்பது ஆகியவை அவரது வட்டார வழக்கிற்கு உட்பட்டவை. அவர்கள் இருவரும் சரியான வட்டார வழக்கைப் பேசத் துவங்கியபோது, அவர்களது காதல் கேணிகள் நிரம்பத் துவங்கின. பணிவிடைகள் அவர்களது பிரதான காதல் மொழியாக இருந்த காரணத்தால், அடுத்தவரது குறிப்பிட்ட வட்டார வழக்கைக் கற்றுக் கொள்வது அவர்கள் இருவருக்கும் சுலபமாக இருந்தது.

மார்க்கையும் மேரியையும் விட்டுச் செல்வதற்கு முன், அவர்கள் விஷயத்தில் நான் கவனித்துள்ள மூன்று விஷயங்களை உங்களுடன் பகிர்ந்து கொள்ள விரும்புகிறேன். முதலில், திருமணத்திற்கு முன்பு நாம் பரஸ்பரம் ஒருவருக்கொருவர் செய்யும் காரியங்கள், திருமணத்திற்குப் பிறகும் நாம் அவற்றைச் செய்வோம் என்பதை எந்த விதத்திலும் சுட்டிக்காட்டுவதில்லை என்பதை அவர்கள் நமக்குத் தெளிவாக உணர்த்துகின்றனர். திருமணத்திற்கு முன் நாம் 'காதல் மாயை'யில் கட்டுண்டு கிடக்கிறோம். திருமணத்திற்குப் பிறகு, 'காதல் மாயை'யில் சிக்குவதற்கு முன் நாம் எப்படிப்பட்டவர்களாக இருந்தோமோ அப்படி மாறிவிடுகிறோம். நமது நடவடிக்கைகள் அனைத்தும் நமது பெற்றோர்கள், நமது சொந்த ஆளுமை, காதல் பற்றிய நமது கண்ணோட்டங்கள், நமது உணர்ச்சிகள், தேவைகள், மற்றும் விருப்பங்களின் தாக்கங்களுக்கு ஆளாகின்றன. நமது நடத்தையைப் பொறுத்தவரை ஒரே ஒரு விஷயம்

மட்டுமே உறுதி: 'காதல் வயப்பட்டிருந்தபோது' நாம் நடந்து கொண்ட விதத்தைப்போல் அது இருக்காது.

இது மார்க்கும் மேரியும் புலப்படுத்திய இரண்டாவது உண்மைக்கு என்னை இட்டுச் செல்கிறது. காதல் என்பது ஒரு விருப்பத்தேர்வு. அதை யாராலும் வற்புறுத்த முடியாது. மார்க்கும் மேரியும் அடுத்தவரது நடத்தையைத் தீவிரமாக விமர்சித்துக் கொண்டு, எந்தத் தீர்வுக்கும் வர முடியாமல் இருந்தனர். அதிகாரரீதியான வற்புறுத்தல்களுக்கு மாறாக வேண்டுகோள்களை முன்வைக்க அவர்கள் தீர்மானித்தபோது, அவர்களது திருமண வாழ்வு மாறத் துவங்கியது. விமர்சனங்களும் வற்புறுத்தல்களும் பிளவுக்கு வழிவகுப்பவை. அதிகமான விமர்சனங்கள் மூலம் உங்கள் கணவனையோ அல்லது மனைவியையோ உங்கள் வார்த்தைக்குக் கட்டுப்பட வைக்க உங்களால் முடியும். உங்களுக்கு விருப்பமானவற்றை அவர்கள் செய்யக்கூடும், ஆனால் அது நிச்சயம் அன்பின் வெளிப்பாடாக இருக்காது. கோரிக்கைகள் மூலமாக உங்களால் அன்பிற்கு வழிகாட்ட முடியும்: "நீங்கள் காரைக் கழுவி, குழந்தைக்கு ஆடை மாற்றி, புல்தரையைச் சீர் செய்தால் எனக்கு மிகவும் உதவியாக இருக்கும்." ஆனால் அடுத்தவர் உங்கள்மீது காதல் கொள்வதற்கு உங்களால் அவரைக் கட்டாயப்படுத்த முடியாது. நாம் ஒவ்வொருவரும் நம் கணவனையோ அல்லது மனைவியையோ நாம் காதலிக்க வேண்டுமா வேண்டாமா என்பதை ஒவ்வொரு நாளும் தீர்மானிக்க வேண்டும். காதலிப்பதைத் தேர்ந்தெடுத்துவிட்டால், நம் வாழ்க்கைத் துணைவர் விரும்பும் விதத்தில் அதை வெளிப்படுத்துவது நம் காதலை சக்திமிக்கதாக மாற்றும்.

ஒரு மூன்றாவது உண்மையும் உள்ளது. ஒரு பக்குவப்பட்டக் காதலரின் காதுகளுக்கு மட்டுமே அது கேட்கும். என் நடத்தையைப் பற்றி என் மனைவி கூறும் விமர்சனங்கள் அவளது முதன்மைக் காதல் மொழியை எனக்குத் தெளிவாகச் சுட்டிக்காட்டும். மக்கள் தங்கள் வாழ்க்கைத் துணைவரை விமர்சிக்கும்போது, தங்களுக்கு உணர்ச்சிரீதியான தேவை உள்ள ஒரு பகுதியில்தான் சத்தமாக விமர்சிக்கின்றனர். அவர்களது விமர்சனம், அன்பிற்கான அவர்களது கெஞ்சல். ஆனால் அது பயனற்ற வீண் முயற்சி. அதை நாம் புரிந்து கொண்டால், அவர்களது விமர்சனத்தை அதிக ஆக்கபூர்வமான வழியில் கையாள்வதற்கு அது நமக்கு உதவும். ஒரு கணவன் தன் மனைவியை விமர்சித்தப் பிறகு அவனது மனைவி, "இது உங்களைப் பொறுத்தவரை மிகவும் முக்கியமான விஷயம் என்பதுபோல் தோன்றுகிறது. அது ஏன் அவ்வளவு முக்கியத்துவம் வாய்ந்தது என்று விளக்கிக் கூற முடியுமா?" என்று கூறக்கூடும். விமர்சனத்திற்குப் பிறகு பெரும்பாலும் அதற்கான விளக்கம் தேவைப்படுகிறது. அப்படிப்பட்ட ஓர் உரையாடலைத் துவங்குவது, இறுதியில் அந்த விமர்சனம் ஒரு வற்புறுத்தலாக மாறுவதைத் தடுத்து, அதை ஒரு வேண்டுகோளாக மாற்றிவிடும். மேரி தன் கணவன் மார்க் வேட்டைக்குச் செல்வதை எப்போதும் கண்டித்து வந்தது அந்த விளையாட்டின்மீது அவருக்கு இருந்த வெறுப்பின் காரணமாக அல்ல. மாறாக அவன் வேட்டைக்குச் சென்றது, அவன் தனது காரைக் கழுவுவது, வீட்டைச் சுத்தம் செய்வது, புல்லைச் சீர்செய்வது போன்ற வேலைகளில்

இருந்து அவனைத் தடுத்தது என்பதைப் பற்றித்தான் அவள் குறைபட்டுக் கொண்டாள். அவன் அவளது காதல் மொழியைப் பேசி அவளது அன்பின் தேவையைப் பூர்த்தி செய்தபோது, அவன் வேட்டைக்குச் செல்வதற்குக்கூட அவள் ஆதரவளிக்கத் துவங்கினாள்.

மிதியடியா அல்லது காதலியா?

"இருபது வருடங்களாக நான் அவருக்குப் பணிவிடைகள் பார்த்து வந்துள்ளேன். அவரைத் தங்கத் தாம்பாளத்தில் வைத்துச் சேவகம் செய்துள்ளேன். அவர் என்னை உதாசீனப்படுத்தியபோதும், முறையின்றி நடத்தியபோதும், என் தோழிகள் மற்றும் குடும்ப உறுப்பினர்கள் முன் அவர் என்னை அவமானப்படுத்தியபோதும் நான் அவரது மிதியடியாக இருந்துள்ளேன். நான் அவரை வெறுக்கவில்லை. அவருக்கு எந்தத் தீங்கும் நினைக்கவில்லை. ஆனால் நான் அவர்மீது கடும் கோபத்தில் உள்ளேன். இனிமேல் அவரோடு சேர்ந்து வாழ்வதில் எனக்கு விருப்பமில்லை." இந்தப் பெண் இருபது வருடங்களாகத் தன் கணவனுக்குப் பணிவிடைகள் செய்து வந்துள்ளார். ஆனால் அவை காதலின் வெளிப்பாடுகள் அல்ல. பயம், குற்ற உணர்வு, மற்றும் கோபம் ஆகியவற்றின் காரணமாகத்தான் அவர் அவற்றைச் செய்தார்.

கடந்த முப்பது வருடங்களாக நிகழ்ந்து வந்துள்ள சமூக மாற்றங்கள் காரணமாக, அமெரிக்கச் சமுதாயத்தில் ஆண் என்றால் இப்படித்தான் இருக்க வேண்டும், பெண் என்றால் இதைத்தான் செய்ய வேண்டும் என்ற போக்கு காலாவதியாகிவிட்டது.

மிதியடி என்பது உயிரற்ற ஒரு பொருள். நீங்கள் அதில் உங்கள் பாதங்களைத் துடைக்கலாம், அதை எட்டி உதைக்கலாம், அல்லது என்ன வேண்டுமானாலும் செய்யலாம். அதற்கென்று எந்தவிதமான தனி விருப்பமும் கிடையாது. அது உங்கள் சேவகனாக வேண்டுமானால் இருக்கலாம், ஆனால் ஒருநாளும் உங்கள் காதலியாக இருக்க முடியாது. நாம் நமது கணவனையோ அல்லது மனைவியையோ பொருட்களாக எண்ணி நடத்தும்போது காதலுக்கான சாத்தியக்கூற்றைத் தடுத்துவிடுகிறோம். குற்ற உணர்வின் காரணமாகத் தந்திரமாக நடந்து கொள்வது ("நீங்கள் ஒரு நல்ல கணவன் என்றால், எனக்காக இதைச் செய்வீர்களா?") காதலின் மொழியல்ல. பயமுறுத்தி அடிபணிய வைப்பது ("இதைச் செய்யவில்லை என்றால் நீ மிகவும் வருத்தப்பட வேண்டியிருக்கும்") காதலுக்கு அப்பாற்பட்டது. எவரொருவரும் ஒருபோதும் மிதியடியாக இருக்கக்கூடாது. பிறர் நம்மைப் பயன்படுத்திக்

கொள்வதற்கு நாம் நம்மை அனுமதிக்கக்கூடும் என்றாலும், உண்மையில் நாம் அனைவரும் உணர்ச்சிகளும், எண்ணங்களும், விருப்பங்களும் கொண்ட ஜீவன்கள். தீர்மானங்களை மேற்கொள்ளும் திறனும், தேவையான நடவடிக்கைகள் எடுக்கும் திறனும் பெற்றவர்கள் நாம். பிறர் நம்மைப் பயன்படுத்திக் கொள்ள அனுமதிப்பதும், அவர்கள் நம்மைச் சூழ்ச்சிகரமாக நடத்துவதற்கு அனுமதிப்பதும் காதலின் வெளிப்பாடு அல்ல. அது உண்மையில் நாம் அவருக்குச் செய்யும் துரோகம். நீங்கள் அவ்வாறு செய்வதன் மூலம், உங்கள் கணவனோ அல்லது மனைவியோ மனிதத்தன்மையற்றப் பழக்கங்களைத் தங்களுக்குள் உருவாக்குவதற்கு நீங்கள் அனுமதிக்கிறீர்கள். காதல், "நான் உங்களை மிகவும் நேசிக்கிறேன். நீங்கள் இவ்வாறு நடத்துவதை என்னால் அனுமதிக்க முடியாது. அது உங்களுக்கும் நல்லதல்ல, எனக்கும் நல்லதல்ல," என்று கூறுகிறது.

செக்குமாட்டுத்தனத்தில் இருந்து மீண்டு வருதல்

பணிவிடைகள் என்னும் காதல் மொழியைக் கற்றுக் கொள்வதற்கு, கணவன் மற்றும் மனைவி ஆகிய கதாபாத்திரங்களின் செக்குமாட்டுத்தனத்தை நாம் மறு ஆய்வு செய்ய வேண்டும். நம்மில் பெரும்பாலானவர்கள் இயல்பாகச் செய்வதைத்தான் மார்க்கும் செய்தான். அவன் தனது பெற்றோரை முன்மாதிரியாக வைத்து நடந்து கொண்டான். ஆனால் அவன் அதை அவ்வளவு சிறப்பாகவும் செய்யவில்லை. அவனது தந்தை தன் காரைக் கழுவினார், புல்லை வெட்டிச் சீராக்கினார். ஆனால் மார்க் அவற்றைச் செய்யவில்லை. ஆனால் ஒரு கணவன் என்றால் அப்படித்தான் இருக்க வேண்டும் என்ற ஒரு காட்சியை அவன் தன் மனத்தில் பதிய வைத்திருந்தான். அவன் தன் வீட்டுத் தரையைச் சுத்தப்படுத்துவது போன்றும், தன் குழந்தைக்கு உடை மாற்றுவது போன்றும் ஒருபோதும் தன்னைக் காட்சிப்படுத்திப் பார்த்திருக்கவில்லை. ஆனால் மேரிக்கு அவை யாவும் எவ்வளவு முக்கியமானவை என்பதை அவன் உணர்ந்து கொண்டவுடன், தன் வழக்கத்திலிருந்து மாறுவதற்கு ஒப்புக் கொண்டது பெருமைக்குரிய விஷயம். நமக்குப் பொருத்தமற்றவையாகத் தோன்றும் விஷயங்கள் நம் வாழ்க்கைத் துணைவருக்கு முக்கியமான விஷயங்களாகப் படும்போது, நமது வழக்கத்திலிருந்து சற்று மாறுவது நம் அனைவருக்கும் அவசியமானதாக ஆகிறது.

கடந்த முப்பது வருடங்களாக நிகழ்ந்து வந்துள்ள சமூக மாற்றங்கள் காரணமாக, அமெரிக்க சமுதாயத்தில் ஆண் என்றால் இப்படித்தான் இருக்க வேண்டும், பெண் என்றால் இதைத்தான் செய்ய வேண்டும் என்ற போக்கு காலாவதியாகிவிட்டது. ஆனால் சமூகத்தில் நிலவி வந்த செக்குமாட்டுத்தனங்கள் அனைத்தும் நீக்கப்பட்டுவிடவில்லை. மாறாக, செக்குமாட்டு மனப்பான்மை கொண்ட மக்களின் எண்ணிக்கை அதிகரித்துள்ளது. தொலைக்காட்சி கண்டுபிடிக்கப்படுவதற்கு முன்பு, ஒரு கணவனோ அல்லது மனைவியோ என்ன செய்ய வேண்டும் என்பதிலும், அவர்கள் எவ்வாறு நடந்து கொள்ள வேண்டும் என்பதிலும் அவர்களது பெற்றோரின் தாக்கம் பிரதானமாக இருந்தது. தொலைக்காட்சி நம்மிடையே ஊடுருவி, ஒரே ஒரு பெற்றோரைக் கொண்ட குடும்பங்கள்

பெருகிய பிறகு, வீட்டிற்கு வெளியே உள்ளவர்கள் நமக்கு முன்மாதிரிகளாகத் தாக்கத்தை ஏற்படுத்தினர். உங்கள் கண்ணோட்டங்கள் எதுவாக இருந்தாலும் சரி, உங்கள் வாழ்க்கைத் துணைவர் தனது கதாபாத்திரம் குறித்துக் கொண்டுள்ள கண்ணோட்டம் உங்களது கண்ணோட்டத்தில் இருந்து சற்று வேறுபட்டுத்தான் இருக்கும். செக்குமாட்டுத்தனத்தை ஆய்வு செய்து அதை மாற்றுவதற்கு ஆர்வம் கொள்வது, காதலை ஆற்றலுடன் வெளிப்படுத்துவதற்கு மிகவும் அவசியம். செக்குமாட்டுத்தனத்தைப் பேணிப் பாதுகாப்பதற்கு எந்த வெகுமதியும் கொடுக்கப்படுவதில்லை என்பதை நினைவில் கொள்ளுங்கள். ஆனால், உங்கள் வாழ்க்கைத் துணைவரின் உணர்ச்சிரீதியான தேவைகளை நிறைவேற்றுவதன் மூலம் உங்களுக்கு ஏராளமான அனுகூலங்கள் கிடைக்கும் என்பதை மறந்துவிடாதீர்கள்.

திருமணமான ஒரு பெண் சமீபத்தில் என்னிடம், "டாக்டர் சேப்மேன், என் தோழிகள் அனைவரையும் நான் உங்கள் பயிலரங்கிற்கு அனுப்பி வைக்கப் போகிறேன்," என்று கூறினார்.

"எதனால் அப்படி?" என்று நான் கேட்டேன்.

"ஏனெனில் உங்கள் பயிலரங்கு எங்கள் திருமண வாழ்க்கையை முற்றிலும் மாற்றிவிட்டது. உங்கள் பயிலரங்கில் கலந்து கொண்டதற்கு முன் என் கணவர் பாப் எந்த விஷயத்திலும் எனக்கு உதவியதே இல்லை. நாங்கள் இருவருமே எங்கள் கல்லூரிப் படிப்பை முடித்தக் கையுடன் வேலை பார்க்கத் துவங்கிவிட்டோம். ஆனால் வீட்டில் உள்ள அனைத்து வேலைகளுக்கான பொறுப்பும் எப்போதும் என்னுடையதாகவே இருந்தது. எனக்கு உதவ வேண்டும் என்று அவருக்கு ஒருமுறைகூடத் தோன்றியதில்லைபோல் எனக்குப் பட்டது. பயிலரங்கில் கலந்து கொண்ட பிறகு, 'இன்று மாலை உனக்கு நான் எந்த வகையிலாவது உதவ முடியுமா?' என்று கேட்கத் துவங்கினார். அது எனக்கு வியப்பூட்டியது. அது உண்மை என்று முதலில் என்னால் நம்ப முடியவில்லை. ஆனால் இப்போது தொடர்ந்து மூன்று வருடங்களாக அவர் எனக்கு உதவி வருகிறார்.

"துவக்க நாட்களில் சில சோதனைகளும் வேடிக்கைகளும் நடந்தேறியதை நான் ஒப்புக் கொண்டுதான் ஆக வேண்டும். ஏனெனில், அவருக்கு எதையுமே ஒழுங்காகச் செய்யத் தெரிந்திருக்கவில்லை. முதன்முறையாக அவர் துணிகளைத் துவைத்தபோது, வழக்கமான சோப்புத் தூளைப் பயன்படுத்துவதற்குப் பதிலாகத் தரையைக் கழுவும் பிளீச்சைப் பயன்படுத்தினார். எங்களுடைய நீலநிறத் துவாலைகள் வெள்ளைப் புள்ளிகளுடன் வெளியே வந்தன. பிறகு முதன்முறையாக அவர் குப்பைகளை அப்புறப்படுத்தும் இயந்திரத்தை இயக்கினார். அந்த இயந்திரத்தில் இருந்து ஒரு வினோதமான சத்தம் வந்தது. சிறிது நேரத்தில் பக்கத்திலிருந்த நீர்த்தொட்டியின் கழிவுக் குழாயிலிருந்து சோப்பு நுரைகள் பொங்கிக் கொண்டு வந்தன. என்ன நிகழ்ந்து கொண்டிருந்தது என்பது அவருக்குப் புரியவில்லை. பிறகு நான் இயந்திரத்தை நிறுத்திவிட்டு, என் கையை உள்ளேவிட்டு ஒரு புதிய சோப்புக் கட்டியை வெளியே எடுத்தேன். அதில் இப்போது கால்வாசிதான் மீதம் இருந்தது. ஆனால் அவர் என் மொழியில் பேசி என்னைக் காதலித்துக் கொண்டிருந்தார். அதனால் என்

காதல் கேணியும் நிரம்பிக் கொண்டிருந்தது. வீட்டு வேலைகள் அனைத்தும் இப்போது அவருக்கு அத்துப்படி. அவர் எப்போதும் எனக்கு உதவி வருகிறார். இப்போது நாங்கள் இருவரும் சேர்ந்து இருப்பதற்கு அதிக நேரம் இருக்கிறது. ஏனெனில், எல்லா நேரமும் நான் வேலை பார்த்துக் கொண்டிருக்க வேண்டிய அவசியமில்லாமல் போய்விட்டது. நானும் அவரது காதல் மொழியைக் கற்றுக் கொண்டுள்ளேன். அவரது காதல் கேணி நிரம்பியிருக்குமாறு நான் பார்த்துக் கொள்கிறேன்," என்று அப்பெண் தெரிவித்தார்.

அது உண்மையிலேயே அவ்வளவு எளிதானதா?

அது எளிதானதுதான், ஆனால் சுலபமானதல்ல. முப்பத்தைந்து வருடங்களாகத் தான் வாழ்ந்து வந்த செக்குமாட்டு வாழ்க்கைமுறையைக் கைவிடுவதற்கு பாப் கடினமாக உழைக்க வேண்டியிருந்தது. அது அவருக்குச் சுலபமாக வரவில்லை. ஆனால் உங்கள் கணவன் அல்லது மனைவியின் முதன்மைக் காதல் மொழியைக் கற்றுக் கொண்டு அந்த மொழியில் பேசுவதைத் தேர்ந்தெடுப்பது ஒரு திருமண உறவில் பெரும் வித்தியாசத்தை ஏற்படுத்தும் என்று அவர் உங்களிடம் கூறுவார். நாம் அடுத்த அத்தியாயத்தில் ஐந்தாவது காதல் மொழியைப் பற்றிப் பேசலாம்.

உங்கள் வாழ்க்கைத் துணைவரின் காதல் மொழி பணிவிடைகளாக இருந்தால், நீங்கள் கீழ்க்கண்டவற்றைச் செய்யலாம்:

1 கடந்த சில வாரங்களாக உங்கள் கணவனோ அல்லது மனைவியோ உங்களிடம் விடுத்தக் கோரிக்கைகள் அனைத்தையும் ஒரு பட்டியலிடுங்கள். ஒவ்வொரு வாரமும் அதிலிருந்து ஒரு கோரிக்கையைத் தேர்ந்தெடுத்து, காதலின் வெளிப்பாடாக அதை நிறைவேற்றுங்கள்.

2 இதயத்தின் வடிவில் சில அட்டைகளைக் கத்தரித்து, அவற்றில் கீழ்க்கண்டவாறு எழுதிக் கொள்ளுங்கள்: "இன்று . . . . . . மூலம் நான் உனக்கு என் காதலை வெளிக்காட்டுவேன்." கோடிட்ட இடத்தில் இவற்றில் ஏதேனும் ஒன்றை எழுதிக் கொள்ளுங்கள்: வீட்டு முற்றத்தில் உள்ள புல்வெளியைச் சீர்படுத்துவது, தரையைச் சுத்தம் செய்வது, பாத்திரங்களைக் கழுவுவது, நாயை வெளியே கூட்டிச் செல்வது, மீன் தொட்டியைக் கழுவுவது போன்றவை. மூன்று நாட்களுக்கு ஒருமுறை உங்கள் வாழ்க்கைத் துணைவருக்கு ஒரு காதல் குறிப்பையும், கூடவே ஒரு பணிவிடையையும் பரிசாக வழங்குங்கள். இதை ஒரு மாதம்வரை செய்யுங்கள்.

3 அடுத்த மாதம் நீங்கள் செய்ய வேண்டும் என்று உங்கள் கணவனோ அல்லது மனைவியோ விரும்பும் பத்து விஷயங்களைப் பட்டியலிடும்படி அவரிடம் கூறுங்கள். பிறகு அவற்றிற்கு 1 முதல் 10 வரை எண்ணிட்டு அவற்றை

முன்னுரிமைப்படுத்தும்படி அவரிடம் கூறுங்கள். 1 என்பது மிக முக்கியமான வேலையையும் 10 என்பது மிகக் குறைந்த முக்கியத்துவம் பெற்ற வேலையையும் குறிக்கட்டும். இந்தப் பட்டியலைப் பயன்படுத்தி, ஒரு மாதம் உங்கள் காதலை வெளிப்படுத்துவதற்கான திட்டத்தை வரையறுத்துக் கொள்ளுங்கள்.

4 உங்கள் கணவனோ அல்லது மனைவியோ வெளியூர் சென்றிருக்கும்போது, உங்கள் குழந்தைகளின் உதவியுடன் அவருக்காக ஏதேனும் பணிவிடையை மேற்கொள்ளுங்கள். ஊரிலிருந்து அவர் திரும்பி வந்து வீட்டிற்குள் நுழையும்போது, நீங்களும் உங்கள் குழந்தைகளும் சேர்ந்து, "வீ லவ் யூ," என்று உற்சாகமாகக் கத்துங்கள். பிறகு அவருக்காக நீங்களும் உங்கள் குழந்தைகளும் சேர்ந்து செய்துள்ள பணிவிடையை அவருடன் பகிர்ந்து கொள்ளுங்கள்.

5 உங்கள் கணவனோ அல்லது மனைவியோ ஏதாவது ஒரு குறிப்பிட்டப் பணிவிடையை நீங்கள் செய்ய வேண்டும் என்று எப்போதும் நச்சரித்து வந்துள்ளாரா? அந்த நச்சரிப்பை ஓர் அடையாளமாக ஏன் நீங்கள் பார்க்கக்கூடாது? காதலின் வெளிப்பாடாக அதைச் செய்வதாக நீங்கள் தீர்மானித்தால், ஓராயிரம் ரோஜாக்களைவிட அது அதிக மதிப்பு வாய்ந்ததாக அமையும்.

6 உங்கள் கணவன் அல்லது மனைவியின் கோரிக்கைகள் நச்சரிப்புகளாகவோ அல்லது குறைகளாகவோ உங்களுக்குத் தோன்றினால், அவை உங்கள் மனத்தைக் காயப்படுத்தாதபடி வேறு விதமாக அவற்றை ஒரு காகிதத்தில் எழுதிக் கொள்ளுங்கள். நயமான வார்த்தைகளைக் கொண்டு நீங்கள் திருத்தி அமைத்துள்ள கோரிக்கைகளை நீங்கள் உங்கள் துணைவருடன் பகிர்ந்து கொள்ளுங்கள். எடுத்துக்காட்டாக, "என் அன்புக்குரியவரே, நான் உங்களை மிகவும் நேசிக்கிறேன். நீங்கள் கடினமாக உழைக்கிறீர்கள். அதை நான் உண்மையிலேயே மெச்சுகிறேன். இந்த வாரம் வியாழக்கிழமையன்று மேரியும் பாபும் நம் வீட்டிற்கு இரவு விருந்திற்கு வருவதாக உள்ளது உங்களுக்குத் தெரியும். அவர்கள் வருவதற்கு முன் நம் வீட்டுப் புல்வெளியை நீங்கள் சமன்படுத்திவிடுவீர்கள் என்பதற்காக நான் முன்னதாகவே இப்போது உங்களுக்கு நன்றி தெரிவிக்க விரும்புகிறேன்." "புல் வெட்டும் இயந்திரம் எங்கே? உனக்காக இதுகூடச் செய்ய மாட்டேனா?" என்றுகூட உங்கள் கணவர் பதிலளிக்கக்கூடும்.

7 காரைக் கழுவுங்கள், ஒரு வேளை உணவைச் சமைத்து வையுங்கள், படுக்கையறைக்கு வண்ணம் பூசுங்கள், மேசையைத் துடைத்து அதில் 'என் காதல் மனைவிக்கு/ கணவனுக்கு' என்று எழுதிக் கையொப்பமிட்டு வையுங்கள்.

8 உங்களிடம் நேரத்தைவிட அதிகமாகப் பணம் இருந்தால், நீங்கள் செய்ய வேண்டும் என்று உங்கள் மனைவி விரும்பும் வேலைகளைச் செய்வதற்குக் கூலிக்கு ஒருவரை ஏற்பாடு செய்யுங்கள். அது காரைக் கழுவுவது, வீட்டைச் சுத்தப்படுத்துவது, புல்வெளியைச் சமன்படுத்துவது, துணிகளைத் துவைப்பது என்று எந்த வேலையாக வேண்டுமானாலும் இருக்கலாம். அந்த வேலைகளைச் செய்து முடிப்பதற்கான பொறுப்பை நீங்கள் ஏற்றுக் கொண்டால், நீங்கள் வெளியே சென்றிருக்கும்போதுகூட உங்கள் காதல் பேச்சு உங்கள் மனைவியின் காதுகளில் விழும்.

9 தினமும் நீங்கள் செய்யக்கூடிய எந்த வேலைகள் உங்கள் கணவனுக்கோ அல்லது மனைவிக்கோ உங்கள் காதலை உணர்த்தும் என்று அவரைப் பட்டியலிடச் சொல்லுங்கள். அழுக்குத் துணிகளை அவற்றிற்கான கூடைகளில் போடுவது, சீப்புகளிலிருந்து முடிகளை நீக்குவது, இரவில் துணிகளை ஹேங்கரில் மாட்டி வைப்பது, நீங்கள் வெளியே போகும்போது கதவை மூடிவிட்டுச் செல்வது, ஒரு வேளை உணவு தயாரிப்பது, பாத்திரங்களைக் கழுவுவது போன்றவை அந்த வேலைகளில் அடங்கும். உங்கள் அன்றாட வேலைகளில் இவற்றை நுழைக்க முயற்சி செய்யுங்கள். இப்படிப்பட்ட சின்னச் சின்னப் பணிவிடைகள் உண்மையிலேயே பெரும் தாக்கத்தை ஏற்படுத்தும்.

10 உங்கள் கணவனிடமோ அல்லது மனைவியிடமோ அடிக்கடி, "இந்த வாரம் உனக்கென்று ஒரு சிறப்பான பணிவிடையை நான் செய்ய முன்வந்தால் நீ எதைத் தேர்ந்தெடுப்பாய்?" என்று கேளுங்கள். அதை நிறைவேற்றி வைக்க முயலுங்கள். உங்கள் வாழ்க்கைத் துணைவரின் காதல் கேணி நிரம்புவதைப் பாருங்கள்!

8

காதல் மொழி 5
ஸ்பரிசம்

ஸ்பரிசம் என்பது அன்பை வெளிப்படுத்துவதற்கான ஒரு வழி என்பதை நாம் நெடுங்காலமாகவே அறிந்து வந்துள்ளோம். குழந்தைகளின் வளர்ச்சி குறித்தப் பல ஆய்வுகள் இந்த முடிவிற்கு வந்துள்ளன: தொட்டுத் தூக்கி, அரவணைத்து, முத்தம் கொடுத்து வளர்க்கப்படும் குழந்தைகள், நீண்ட காலம் தொடாமல் வளர்க்கப்படும் குழந்தைகளைவிட உணர்ச்சிகளால் அலைக்கழிக்கப்படாத ஆரோக்கியமான வாழ்க்கையை வாழ்கின்றனர். குழந்தைகளைத் தொடுவதன் முக்கியத்துவம் ஒரு நவீன யோசனை அல்ல. முதலாம் நூற்றாண்டில் பாலஸ்தீனத்தில் வாழ்ந்த ஹீப்ருக்கள் இயேசுநாதரின் மகத்துவத்தை உணர்ந்து கொண்டு, அவர் தங்கள் குழந்தைகளைத் தொடுவதற்காக அவர்களை அவரிடம் கூட்டிக் கொண்டு வந்தனர். இத்தகைய அற்பமான செயல்களைச் செய்வதற்கு

இயேசுவுக்கு நேரமில்லை என்று நினைத்துக் கொண்டு அவரது சீடர்கள் அந்தப் பெற்றோர்களைக் கடிந்து கொண்டனர். ஆனால் இயேசுநாதர் தன் சீடர்களைக் கடிந்து கொண்டு, “குழந்தைகள் என்னிடம் வரட்டும். அவர்களைத் தடுக்காதீர்கள்,” என்று கூறி, அக்குழந்தைகளைத் தூக்கி, தன் கைகளை அவர்கள்மீது வைத்து ஆசீர்வதித்தார். எந்தக் கலாச்சாரமானாலும் சரி, குழந்தைகளை ஸ்பரிசத்தால் குளிப்பாட்டி வளர்க்கும் பெற்றோர்கள்தான் புத்திசாலியான பெற்றோர்கள்.

ஸ்பரிசம் காதலைத் தெரிவிப்பதற்கான ஒரு சக்திவாய்ந்த செயலும்கூட. கைகளைக் கோர்த்துக் கொள்வது, முத்தமிடுவது, அரவணைத்துக் கொள்வது, தாம்பத்திய உறவில் ஈடுபடுவது ஆகிய அனைத்தும் ஒருவர் தன் கணவனிடமோ அல்லது மனைவியிடமோ தன் உணர்ச்சிரீதியான காதலை வெளிப்படுத்துவதற்கான வழிகள்தான். சில தனிநபர்களுக்கு, ஸ்பரிசம் என்பது அவர்களது முதன்மைக் காதல் மொழியாகும். அது இல்லாமல் தாங்கள் நேசிக்கபடுவதாக அவர்கள் உணர்வதில்லை. அவர்களது இல்லற வாழ்வில் ஸ்பரிசம் முக்கியப் பங்கு வகிக்கும்போது அவர்களது காதல் கேணி நிரம்பியிருக்கும். அப்போது தங்கள் கணவன் அல்லது மனைவியின் அன்பில் அவர்கள் பாதுகாப்பாக உணர்வர்.

ஒரு கணவன் இவ்வாறு கூறியது என் நினைவிற்கு வருகிறது: “டாக்டர் சேப்மேன், என் மனைவி பல்வேறு வகையான உணவைச் சமைப்பதில் கெட்டிக்காரி. அவள் சமையல் அறையிலேயே பல மணிநேரங்களைச் செலவிடுகிறாள். ஒவ்வொரு வேளையும் வகை வகையான பதார்த்தங்களைத் தயாரிக்கிறாள். நானோ வெறும் கறியையும் உருளைக்கிழங்குகளையும் விரும்புபவன். அவள் தன் நேரத்தை வீணாகச் செலவிடுகிறாள் என்று அவளிடம் நான் பலமுறை கூறிவந்துள்ளேன். எனக்கு எளிமையான உணவுதான் பிடிக்கும். அது அவள் மனத்தைக் காயப்படுத்துகிறது. நான் அவளைப் பாராட்டுவதில்லை என்று கூறுகிறாள். நான் நிச்சயமாக அவளைப் பாராட்டுகிறேன். ஆனால் அவள் இவ்வாறு மெனக்கெடாமல், வகை வகையாகச் சமைப்பதில் நேரத்தை வீணாக்காமல் இருக்க வேண்டும் என்று நான் விரும்புகிறேன். அப்போது நாங்கள் சேர்ந்து இருப்பதற்கு எங்களுக்கு அதிக நேரம் கிடைக்கும். வேறு சில விஷயங்களைச் செய்வதற்கு அவளுக்கும் தெம்பு கிடைக்கும்.” வகை வகையான உணவுப் பதார்த்தங்களைவிட ‘வேறு சில விஷயங்கள்’ அவர் இதயத்திற்கு மிகவும் பிடித்தமானவையாக இருந்தன.

அவரது மனைவி வெறுப்படைந்த ஒரு காதலி. அவள் வளர்ந்து வந்த குடும்பத்தில் அவளது தாயார் சமையலில் கைதேர்ந்தவராக இருந்தார். அவளது தகப்பனார் தன் மனைவியின் முயற்சிகளை மனதாரப் பாராட்டினார். அவர் தன் மனைவியிடம், “இப்படிப்பட்டப் பதார்த்தங்களைச் சாப்பிட அமரும்போது, உன்னைக் காதலிப்பது எனக்கு மிகவும் சுலபமாகிவிடுகிறது,” என்று கூறியது இப்பெண்ணின் நினைவில் நீங்கா இடம் பெற்றிருந்தது. இப்பெண்ணின் தகப்பனார் இவரது தாயாரின் சமையலைப் பற்றிய நேர்மறையான விமர்சனங்களை வாரி வழங்குவதில் கெட்டிக்காரராக இருந்தார். தனிமையிலும் சரி, பிறர் முன்னிலையிலும் சரி, அவர் தன் மனைவியின் சமையல் திறமையைப்

பாராட்டினார். எனவே இப்பெண்ணும் தன் தாயாரை முன்மாதிரியாக வைத்து நன்றாகக் சமைக்கக் கற்றுக் கொண்டார். பிரச்சனை என்னவென்றால், இங்கு அவர் வாழ்க்கைப்பட்டிருப்பது தனது தகப்பனாருக்கு அல்ல. அவளது கணவனின் காதல் மொழி வேறாக இருந்தது.

அவளது கணவனுடன் நான் உரையாடியதில், 'வேறு சில விஷயங்கள்' என்று அவர் குறிப்பிட்டது தாம்பத்திய உறவு என்பதைக் கண்டுகொள்ள எனக்கு அதிக நேரம் ஆகவில்லை. தனது மனைவி தாம்பத்திய உறவுக்குச் சம்மதம் தெரிவித்தபோது அவர் அவளது அன்பில் பாதுகாப்பாக உணர்ந்தார். ஆனால் ஏதோ ஒரு காரணத்திற்காக அவள் அதில் ஈடுபடுவதைத் தவிர்த்தபோது, அவளுடைய சமையற்திறமை அனைத்தும் சேர்ந்தும்கூட அவள் அவரை நேசிக்கிறாள் என்பதை அவருக்கு உறுதிப்படுத்தவில்லை. அவளது விரிவான சமையலை அவர் எதிர்க்கவில்லை. ஆனால் அவர் தன் இதயபூர்வமாக எதைக் 'காதல்' என்று கருதினாரோ, அதை அவளது சமையலால் ஈடு செய்ய முடியவில்லை.

ஆனாலும், கூடல் என்பது ஸ்பரிசம் என்ற காதல் மொழியின் பல வட்டார வழக்குகளில் ஒன்று மட்டும்தான். ஐந்து புலன்களில் ஸ்பரிச உணர்வு என்பது மற்ற உணர்வுகளைப் போன்றதல்ல. அது உடலின் ஒரே ஒரு பகுதிக்கு மட்டும் சொந்தமானதல்ல. ஸ்பரிசத்தால் தூண்டப்படக்கூடிய சிறிய நரம்பு முனைகள் நம் உடல் நெடுகிலும் உள்ளன. அவற்றைத் தொடும்போதோ அல்லது அழுத்தும்போதோ, தூண்டுதல்களை நரம்புகள் மூளைக்கு எடுத்துச் செல்கின்றன. மூளை இந்தத் தூண்டுதல்களைப் பொருள்படுத்துகிறது. அப்போது நம் உடல்மீது பட்டப் பொருள் சூடானது அல்லது குளிரானது, கடினமானது அல்லது மிருதுவானது என்பதை நாம் உணர்கிறோம். அந்தத் தூண்டுதல்கள்தான் நமக்கு வலியையோ அல்லது இன்பத்தையோ தோற்றுவிக்கின்றன. அதை நாம் காதலாகவோ அல்லது எதிர்ப்பாகவோ அர்த்தப்படுத்திக் கொள்ளலாம்.

ஸ்பரிசத்தால் ஓர் உறவை உருவாக்கவும் முடியும்,
உடைத்தெறியவும் முடியும்.
ஸ்பரிசத்தால் வெறுப்பையும் உருவாக்க முடியும்,
காதலையும் வெளிப்படுத்த முடியும்.

நம் உடலின் சில பகுதிகள் மற்றப் பகுதிகளைவிட அதிகமாகத் தூண்டப்படுகின்றன. அதற்குக் காரணம், ஸ்பரிசத்தால் தூண்டப்படக்கூடிய அந்தச் சிறிய நரம்பு முனைகள் உடலில் சமமாகப் பரவியிருக்கவில்லை. மாறாக, கொத்துக் கொத்தாக ஆங்காங்கே அமைந்துள்ளன. அதன்படி, நமது நாக்கின் நுனி மிகவும் அதிகமாகத் தூண்டப்படுகிறது. ஆனால் நமது தோளின் பின்பகுதி மிகக் குறைந்த

அளவே தூண்டப்படுகிறது. விரல்களின் நுனிகளும் மூக்கின் நுனியும் மிக அதிகமாகத் தூண்டப்படக்கூடிய பிற பகுதிகள். ஆனாலும், தொடு உணர்வின் நரம்பியல்ரீதியான அடிப்படையைப் புரிந்து கொள்வது இங்கு நமது நோக்கம் அல்ல. மாறாக, நாம் புரிந்து கொள்ள முனைவது உளவியல்ரீதியான அதன் முக்கியத்துவம் குறித்துத்தான்.

ஸ்பரிசத்தால் ஓர் உறவை உருவாக்கவும் முடியும், உடைத்தெறியவும் முடியும். ஸ்பரிசத்தால் வெறுப்பையும் உருவாக்க முடியும், காதலையும் வெளிப்படுத்த முடியும். ஸ்பரிசத்தை முதன்மைக் காதல் மொழியாகக் கொண்ட ஒருவருக்கு, "நான் உன்னை நேசிக்கிறேன்" அல்லது "நான் உன்னை வெறுக்கிறேன்" என்ற வார்த்தைகளைவிட, ஸ்பரிசம் அதிகமானவற்றை வெளிப்படுத்தும். கன்னத்தில் ஓங்கி அறைவது எந்தவொரு குழந்தைக்கும் பாதகமாக அமையும். ஆனால் ஸ்பரிசத்தை முதன்மை அன்பு மொழியாகக் கொண்ட ஒரு குழந்தைக்கு அது பெரும் சீரழிவை ஏற்படுத்தும். ஓர் இதமான அரவணைப்பு எந்தவொரு குழந்தைக்கும் அன்பை வெளிப்படுத்தும். ஆனால் ஸ்பரிசத்தை முதன்மை அன்பு மொழியாகக் கொண்ட ஒரு குழந்தைக்கு அது அன்பை உரக்கத் தெரியப்படுத்தும். இது பெரியவர்களுக்கும் பொருந்தும்.

திருமணத்தில் காதலின் ஸ்பரிசம் பல வடிவங்களை எடுக்கும். உணர்ச்சிகளைத் தூண்டும் நரம்பு முனைகள் நம் உடல் நெடுகிலும் பரவியுள்ளதால் உங்கள் கணவனையோ அல்லது மனைவியையோ நீங்கள் அன்போடு தீண்டும்போது, அது காதலின் வெளிப்பாடாகப் பார்க்கப்படும். ஆனால் எல்லா ஸ்பரிசங்களும் ஒரே மாதிரியானவை என்று அர்த்தமல்ல. சில ஸ்பரிசங்கள் மற்றவற்றைவிட அதிக இன்பத்தை உங்கள் மனைவிக்குக் கொடுக்கும். இதில் உங்களுக்குச் சிறப்பாக அறிவுறுத்தக்கூடியவர் உங்கள் மனைவிதான். ஏனெனில் அவரைக் காதலிப்பதுதான் உங்கள் நோக்கம். காதலை வெளிப்படுத்தும் ஸ்பரிசம் எது என்பதை உங்கள் மனைவி நன்றாக அறிவார். நீங்கள் விரும்பும் விதத்தில், உங்களுக்கு விருப்பமான நேரத்தில் அவரைத் தீண்டுவதற்கு அவரை வற்புறுத்தாதீர்கள். அன்பிற்கான அவரது வட்டார வழக்கைப் பேச நீங்கள் கற்றுக் கொள்ளுங்கள். உங்களது சில தீண்டல்கள் உங்கள் மனைவிக்கு அசௌகரியமாகவோ அல்லது எரிச்சலூட்டுவதாகவோ இருக்கக்கூடும். இத்தகையத் தீண்டல்களுக்கு நீங்கள் தொடர்ந்து அவரை வற்புறுத்தி வந்தால், அது காதலுக்கு நேரெதிரானதை அவருக்குத் தெரிவிக்கும். அவரது தேவைகள் குறித்து உங்களுக்கு அக்கறை இல்லை என்றும், அவருக்கு இன்பம் தருவதாக அவர் பார்க்கும் விஷயங்களை நீங்கள் உதாசீனப்படுத்துகிறீர்கள் என்றும் அது தெரிவிக்கும். எந்த ஸ்பரிசம் உங்களுக்கு இன்பம் தருகிறதோ அது உங்கள் மனைவிக்கும் சுகம் தர வேண்டும் என்று நம்பும் தவறைச் செய்யாதீர்கள்.

காதல் தீண்டல்கள் வெளிப்படையானவையாக இருக்கலாம். கூடலில் போய் முடியும் முதுகு தேய்த்து விடுதல் போன்ற சரச விளையாட்டுகளில் உங்கள் முழு கவனமும் இருக்க வேண்டும் என்று எதிர்பார்ப்பவையாகவும் அவை இருக்கக்கூடும். மறுபுறம், காதல் தீண்டல்கள் மறைமுகமானவையாகவும் இருக்கலாம். காபியை ஒரு கப்பில் ஊற்றும்போது அப்படியே உங்கள் கையை உங்கள் கணவரின் தோள்மீது

போடுவதற்கோ அல்லது சமையலறையைக் கடந்து செல்லும்போது லேசாக உங்கள் மனைவியின் உடலை உரசிச் செல்வதற்கோ ஓரிரு கணங்கள் மட்டுமே தேவைப்படும். வெளிப்படையான தீண்டல்களுக்கு அதிக நேரம் பிடிக்கும். உண்மையிலேயே தொடுவதற்கு மட்டுமல்லாமல், இந்த வழியில் உங்கள் கணவனிடமோ அல்லது மனைவியிடமோ உங்கள் காதலை வெளிப்படுத்துவது எப்படி என்று புரிந்து கொள்வதற்கும் நேரம் பிடிக்கும். முதுகிற்கு மசாஜ் கொடுப்பது உங்கள் கணவருக்கு உங்கள் காதலைத் தெள்ளத் தெளிவாக எடுத்துரைக்கும் என்றால், மசாஜ் கொடுப்பதில் கைதேர்ந்தவராவதற்கு நீங்கள் செலவிடும் நேரமும், பணமும், ஆற்றலும் ஒரு சிறந்த முதலீடாக அமையும். கூடல்தான் உங்கள் கணவரின் முதன்மையான வட்டார வழக்கு என்றால், கூடற்கலையைப் பற்றிப் படித்து அறிந்து கொள்வதும் அதைப் பற்றிக் விவாதிப்பதும் உங்கள் காதலின் வெளிப்பாட்டைச் செறிவுறச் செய்யும்.

மறைமுகமான தீண்டல்களுக்குக் குறைந்த நேரமே தேவையென்றாலும், அதிக அக்கறையும் சிந்தனையும் தேவை. குறிப்பாக, ஸ்பரிசம் உங்களது முதன்மைக் காதல் மொழியாக இல்லை எனும்போதும், நீங்கள் 'தீண்டும் குடும்பத்தில்' வளரவில்லை எனும்போதும் அதற்கு அதிக கவனம் தேவை. சோபாவில் நீங்கள் இருவரும் நெருக்கமாக உட்கார்ந்து உங்களுக்கு மிகவும் பிடித்தமான தொலைக்காட்சி நிகழ்ச்சியைப் பார்ப்பதற்குக் கூடுதல் நேரம் தேவை இல்லையென்றாலும், அது உங்கள் காதலை மிகவும் சத்தமாகவும் தெளிவாகவும் வெளிப்படுத்தும். உங்கள் கணவர் அமர்ந்திருக்கும் அறையின் வழியாக நீங்கள் செல்லும்போது அவரை லேசாகத் தொட்டுச் செல்வதற்கு ஒரு கணநேரம் போதும். நீங்கள் இருவரும் வீட்டைவிட்டு வெளியே போகும்போதும், மீண்டும் வீட்டிற்குத் திரும்பி வரும்போதும் ஒருவருக்கொருவர் முத்தம் கொடுத்துக் கொள்வதன் மூலமும், லேசாக அணைத்துக் கொள்வதன் மூலமும் ஒருவரை ஒருவர் தொட்டுக் கொள்ளும்போது, உங்கள் காதலை நீங்கள் உங்கள் வாழ்க்கைத் துணைவருக்கு மிகவும் உரத்தக் குரலில் வெளிப்படுத்துவீர்கள்.

ஸ்பரிசம்தான் உங்கள் கணவன் அல்லது மனைவியின் முதன்மைக் காதல் மொழி என்பதை நீங்கள் கண்டுகொண்டவுடன், உங்கள் காதலை அவரிடம் தெரிவிப்பதற்குப் பல வழிகள் உள்ளன. அதற்கு உங்கள் கற்பனை மட்டுமே எல்லை. ஸ்பரிசத்திற்கான புதிய வழிகளையும் புதிய இடங்களையும் கண்டுபிடிப்பது ஓர் உற்சாகமிக்க சவாலாக அமையக்கூடும். 'மேசையின் கீழாகத் தொடுவது' உங்களுக்குப் பழக்கமில்லை என்றால், அடுத்த முறை வெளியே உணவருந்தச் செல்லும்போது அதை முயற்சித்துப் பார்ப்பது கூடுதல் சுவாரசியத்தை ஏற்படுத்துவதை நீங்கள் கண்டுகொள்வீர்கள். பொது இடங்களில் உங்கள் மனைவியுடன் கைகோர்த்துச் செல்வது உங்களுக்குப் பழக்கமில்லாத விஷயம் என்றால், உங்கள் காரை நிறுத்தியுள்ள இடத்திற்குச் செல்லும் வழியில் நீங்கள் அவரது காதல் கேணியை நிரப்பலாம். காருக்குள் ஏறியவுடன் முத்தம் கொடுத்துக் கொள்வது உங்கள் வழக்கம் இல்லை என்றால், அவ்வாறு செய்ய முயற்சிப்பது உங்கள் பிரயாணங்களைக் குதூகலமானவையாக மாற்றுவதை நீங்கள் காண்பீர்கள். உங்கள் மனைவி

கடைவீதிக்குச் செல்வதற்கு முன் அவரைக் கட்டியணைப்பது அவர்மீது நீங்கள் கொண்டுள்ள காதலை மட்டும் வெளிப்படுத்துவதில்லை, உங்கள் மனைவி விரைவாக வீட்டிற்கு வரவும் அது வழிவகுக்கும். புதிய இடங்களில் புதிய தீண்டல்களை முயற்சித்துப் பாருங்கள். அது உங்கள் கணவருக்கு இன்பத்தை ஏற்படுத்துகிறதா இல்லையா என்பதை அவர் உங்களிடம் கூறட்டும். ஆனால் இறுதி முடிவு அவருடையது என்பதை நினைவில் கொள்ளுங்கள். நீங்கள் அவருடைய காதல் மொழியைப் பேசக் கற்றுக் கொண்டிருக்கிறீர்கள் என்பதை மறக்க வேண்டாம்.

உடல் ஸ்பரிசத்திற்குத்தான்

நமது சமூகத்தில், கைகுலுக்குவது நமது திறந்த மனத்தையும் சமுதாய நெருக்கத்தையும் அடுத்தவருக்குத் தெரிவிப்பதற்கான ஒரு வழியாகும். சில அரிய சந்தர்ப்பங்களில், அடுத்தவருடன் கைகுலுக்க மறுக்கும் ஒருவர், அவர்களது உறவில் ஏதோ பிரச்சனை உள்ளது என்ற ஒரு தகவலைத் தெரிவிக்கிறார். அனைத்து சமூகங்களும் பிறரை வரவேற்பதற்கு ஏதோ ஒரு வகையான ஸ்பரிச முறையைக் கொண்டுள்ளன. ஐரோப்பியர்களின் கரடித்தனமான அரவணைப்பு மற்றும் முத்தத்துடன் கூடிய வரவேற்பு ஒரு சராசரி அமெரிக்க ஆண்மகனுக்கு அசௌகரியத்தை ஏற்படுத்தும். ஆனால் அமெரிக்கர்களுக்குக் கைகுலுக்கல் எப்படிப் பொருள்படுகிறதோ, ஐரோப்பியர்களுக்கு அவர்களது வரவேற்பு முறையும் அதே விஷயத்தைத்தான் வெளிப்படுத்துகின்றது.

உங்கள் மனைவியின் முதன்மைக் காதல் மொழி ஸ்பரிசம் என்றால், அவர் அழும்போது அவரை உங்கள் கரங்களில் தாங்கிப் பிடித்துக் கொள்வதைவிட முக்கியமான விஷயம் வேறு எதுவும் இருக்க முடியாது.

ஓர் ஆண் ஒரு பெண்ணைத் தொடுவதற்கும், ஒரு பெண் ஓர் ஆண்மகனைத் தொடுவதற்கும் ஒவ்வொரு சமுதாயத்திலும் சில பொருத்தமான முறைகளும் பொருத்தமற்ற வழிகளும் உள்ளன. சமீபத்தில் பாலியல் தொந்தரவுகளுக்குக் கொடுக்கப்படும் கவனம் தொடுதலுக்கான பொருத்தமற்ற முறைகளைச் சுட்டுக்காட்டுகின்றது. ஆனால் திருமண வாழ்க்கையைப் பொறுத்தவரை, எது பொருத்தமான வழி, எது பொருத்தமற்ற வழி என்பதை அந்தந்தத் தம்பதியரே தீர்மானிக்கின்றனர். உடல்ரீதியான வன்முறை பொருத்தமற்றக் காரியம் என்று சமூகத்தால் தீர்மானிக்கப்பட்டுள்ளது. “வீட்டு வன்முறைக்கு ஆளான கணவன்மார்களுக்கும் மனைவிமார்களுக்கும்” உதவுவதற்காகப் பல சமூக நிறுவனங்கள் அமைக்கப்பட்டுள்ளன. நமது உடல் ஸ்பரிசத்திற்குத்தான், துன்புறுத்தப்படுவதற்கு அல்ல.

இன்றையக் காலகட்டத்தில், காமத்தை நிறைவேற்றிக் கொள்ளப் பரவலான சுதந்திரம் உள்ளது. அந்த சுதந்திரத்தின் காரணமாக, திருமணமான ஓர் ஆணும் பெண்ணும் வேறு நபர்களுடன் சுதந்திரமாக அந்தரங்க உறவில் ஈடுபடுவதை நாம் பார்க்கிறோம். ஒழுக்கத்தின் அடிப்படையில் அதை எதிர்க்காதவர்கள்கூட, உணர்ச்சிகளின் அடிப்படையில் அதைக் கண்டிக்கின்றனர். நெருக்கம் மற்றும் அன்பிற்கான நமது ஏதோ ஒரு தேவை, நம் வாழ்க்கைத் துணைவருக்கு அந்த சுதந்திரத்தைக் கொடுக்க நம்மை அனுமதிப்பதில்லை. உணர்ச்சிரீதியான வலி மிகவும் ஆழமானது. நமது கணவனோ அல்லது மனைவியோ வேறு யாரோ ஒருவருடன் உறவு வைத்துக் கொண்டிருக்கிறார் என்பது நமக்குத் தெரிய வரும்போது நெருக்கம் மாயமாக மறைந்துவிடுகிறது. விசுவாசமற்ற வாழ்க்கைத் துணைவரின் காரணமாக மன உளைச்சலுக்கு ஆளாகி, அதைச் சமாளிக்கக் கடினமாக முயற்சித்துக் கொண்டிருக்கும் ஏராளமான கணவன்கள் மற்றும் மனைவியரைப் பற்றிய ஆவணங்களால் ஆலோசனையாளர்களின் கோப்புகள் நிரம்பி வழிகின்றன. ஆனாலும், ஸ்பரிசத்தைத் தன் முதன்மைக் காதல் மொழியாகக் கொண்டுள்ள ஒருவருக்கு அந்த வலி இன்னும் கூடுதலாக இருக்கும். ஸ்பரிசத்தின் மூலம் வெளிப்படுத்தப்படும் அன்பிற்காகத் தான் ஆழமாக ஏங்கிக் கொண்டிருக்கும்போது, அந்த ஸ்பரிசம் வேறு ஒரு நபருக்குக் கொடுக்கப்படுவது அவருக்குத் தெரிய வரும்போது, அது மிகுந்த ஏமாற்றத்தை அவருக்கு ஏற்படுத்துகிறது. அவரது காதல் கேணி வற்றிப்போய் மட்டும் இருக்கவில்லை, அது சுக்குநூறாக வெடித்துவிடவும் செய்கிறது. அவரது உணர்ச்சிரீதியான தேவைகளை நிறைவேற்றுவதற்குப் பெரும் முயற்சிகள் தேவைப்படும்.

நெருக்கடியும் ஸ்பரிசமும்

ஒரு நெருக்கடியான நேரத்தில் கிட்டத்தட்ட உள்ளுணர்வால் தூண்டப்பட்டு நாம் ஒருவரை ஒருவர் அணைத்துக் கொள்கிறோம். ஏன்? ஏனெனில், ஸ்பரிசம் என்பது அன்பை வெளிப்படுத்தும் ஒரு சக்திவாய்ந்த கருவி. ஒரு நெருக்கடியான நேரத்தில், மற்ற எல்லாவற்றையும்விட, நம்மீது அன்பு காட்டப்பட வேண்டும் என்று நாம் விரும்புகிறோம். நம்மால் எப்போதும் நிகழ்வுகளை மாற்ற முடியாமல் போகலாம், ஆனால் நம்மீது அன்பு காட்டப்படும்போது நம்மால் பிழைத்தெழுந்து வர முடியும்.

எல்லாத் திருமணங்களிலும் நெருக்கடிகள் நிச்சயமாக ஏற்படத்தான் செய்யும். பெற்றோர்களின் மரணம் தவிர்க்க முடியாத ஒன்று. ஒவ்வொரு வருடமும் சாலை விபத்துக்கள் ஆயிரக்கணக்கானவர்களை முடமாக்குகிறது, பலி வாங்குகிறது. நோய் யாரையும் மதிப்பதில்லை. ஏமாற்றங்கள் வாழ்வின் ஒரு பகுதி. ஒரு நெருக்கடியான நேரத்தில் நீங்கள் உங்கள் வாழ்க்கைத் துணைவருக்குச் செய்யக்கூடிய மிக முக்கியமான விஷயம் அவரை நேசிப்பதுதான். அவரது முதன்மைக் காதல் மொழி ஸ்பரிசமாக இருந்தால், அவர் அழும்போது அவரை உங்கள் கைகளில் தாங்கிப் பிடிப்பதைத் தவிர வேறு எதுவும் அவ்வளவு முக்கியமானதல்ல. உங்கள் வார்த்தைகள் அவரை சாந்தப்படுத்தாது. ஆனால் உங்கள் ஸ்பரிசம் நீங்கள் அவர்மீது அக்கறை

கொண்டுள்ளீர்கள் என்பதை அவருக்கு எடுத்துரைக்கும். நெருக்கடிகள் காதலை வெளிப்படுத்துவதற்கான ஒரு தனித்துவமான வாய்ப்பை வழங்குகின்றன. அந்த நெருக்கடிகள் நிகழ்ந்து பல காலம் சென்ற பிறகும்கூட உங்களது மென்மையான ஸ்பரிசம் அவரது நினைவில் நிலைத்து நிற்கும். ஒருவேளை நீங்கள் அவரைத் தொடத் தவறியிருந்தால், அதை அவர் ஒருபோதும் மறக்கவே மாட்டார்.

பல வருடங்களுக்கு முன் முதன்முதலாக நான் ஃப்புளோரிடா மாநிலத்திலுள்ள மேற்குப் பாம் பீச்சிற்கு விஜயம் செய்ததில் இருந்து, அந்தப் பகுதியில் மணவாழ்க்கை பற்றியப் பயிலரங்குகளை நடத்துவதற்கு எனக்கு வரும் அழைப்புகளை நான் மகிழ்ச்சியோடு ஏற்றுக் கொண்டு வருகிறேன். அப்படிப்பட்ட ஒரு சந்தர்ப்பத்தில்தான் நான் பீட் மற்றும் பேட்ஸியைச் சந்தித்தேன். அவர்களது பூர்வீகம் ஃப்புளோரிடா அல்ல. ஆனால் இருபது ஆண்டுகளாக அவர்கள் அங்கு வாழ்ந்து வந்திருந்தனர். மேற்குப் பாம் பீச்சைத் தங்கள் சொந்த ஊராக அவர்கள் வரித்துக் கொண்டிருந்தனர். எனது பயிலரங்கை உள்ளூர் தேவாலயம் ஒன்று ஏற்பாடு செய்திருந்தது. நானும் அதன் பாதிரியாரும் விமான நிலையத்திலிருந்து வந்து கொண்டிருந்தபோது, பீட்டும் பேட்ஸியும் அன்றிரவு நான் அவர்களது வீட்டில் தங்க வேண்டும் என்று கேட்டுக் கொண்டதாக அவர் என்னிடம் தெரிவித்தார். நான் மிகவும் உற்சாகமடைந்ததுபோல் நடந்து கொள்ள முயற்சித்தேன். ஆனால் அப்படிப்பட்ட வேண்டுகோள்கள் வழக்கமாக நள்ளிரவு வரை செல்லும் ஓர் ஆலோசனை நேரத்திற்கான ஓர் அழைப்புதான் என்பதை என் அனுபவங்கள் வாயிலாக நான் அறிந்திருந்தேன். ஆனாலும், அன்றிரவு நான் பல வழிகளில் ஆச்சரியத்திற்கு உள்ளானேன்.

நானும் அப்பாதிரியாரும் பீட் மற்றும் பேட்ஸியின் பெரிய, சிறப்பாக அலங்கரிக்கப்பட்டிருந்த வீட்டிற்குள் நுழைந்தபோது, பேட்ஸியையும், சார்லி என்ற அவர்களது பூனையையும் பாதிரியார் எனக்கு அறிமுகப்படுத்தினார். நான் அவர்களது வீட்டைச் சுற்றிப் பார்த்தபோது, ஒன்று, பீட்டின் வியாபாரம் மிகச் சிறப்பாக நடைபெற்றுக் கொண்டிருக்க வேண்டும் அல்லது அவரது தந்தையார் ஒரு பெரும் பரம்பரைச் சொத்தை அவருக்கு விட்டுச் சென்றிருக்க வேண்டும் அல்லது பீட் பெரும் கடனுக்கு ஆளாகியிருக்க வேண்டும் என்ற உணர்வு எனக்கு ஏற்பட்டது. பிறகு எனது முதல் உள்ளுணர்வுதான் சரி என்பதை நான் அறிந்து கொண்டேன். எனக்கான அறையை அவர்கள் காட்டியபோது, எனக்காக அமைக்கப்பட்டிருந்த படுக்கையில் சார்லி மிகவும் சௌகரியமாகப் படுத்திருந்ததைக் கண்டேன்.

சிறிது நேரத்தில் பீட் உள்ளே நுழைந்தார். நாங்கள் அனைவரும் சேர்ந்து மகிழ்ச்சியாக உணவருந்தினோம். உணவிற்குப் பிறகு பல மணிநேரங்கள் கழித்து, ஆலோசனை நேரம் துவங்குவதற்காக நான் காத்துக் கொண்டிருந்தேன். ஆனால் அது நடக்கவே இல்லை. மாறாக, பீட்டும் பேட்ஸியும் ஓர் ஆரோக்கியமான, மகிழ்ச்சியான தம்பதியராக வாழ்ந்து வந்ததை நான் கண்டேன். ஓர் ஆலோசனையாளர் என்ற முறையில், இது எனக்குச் சற்று வினோதமாகத் தோன்றியது. அவர்களது மகிழ்ச்சியான திருமண வாழ்க்கைக்கான இரகசியத்தைத் தெரிந்து

கொள்ள நான் மிகவும் ஆர்வமாக இருந்தேன். ஆனால் நான் மிகவும் களைப்புற்று இருந்ததாலும், அடுத்த நாள் அவர்கள் இருவரும் என்னை விமான நிலையத்திற்கு அழைத்துச் செல்லவிருந்ததாலும், நான் விழிப்புடன் இருக்கும்போது அவர்களிடம் அதைப் பற்றி விசாரித்துக் கொள்வதென்று முடிவு செய்தேன். அவர்கள் என் அறையின் வாசல் வரை வந்து விடைபெற்றனர்.

நான் என் அறைக்குள் நுழைந்தவுடன் சார்லி நல்லவிதமாக அங்கிருந்து வெளியேறியது. அது என் படுக்கையிலிருந்து துள்ளிக் குதித்து வேறொரு படுக்கையறையை நோக்கிப் பாய்ந்து ஓடியது. சில நிமிடங்களில் நான் என் படுக்கையில் சங்கமமானேன். அன்றைய தினத்தைப் பற்றிச் சுருக்கமாக நினைவுபடுத்திப் பார்த்தப் பிறகு என் கண்கள் செருக ஆரம்பித்தன. அப்போது திடீரென்று என் படுக்கையறையின் கதவு திறந்தது. ஒரு பெரிய உருவம் என்மீது தாவிக் குதித்தது. ஃப்ளோரிடாவின் தேள்களைப் பற்றி நான் கேள்விப்பட்டிருந்தேன். ஆனால் இது ஒன்றும் சிறிய தேள் அல்ல. யோசிக்க நேரமின்றி, என் உடலைச் சுற்றிப் போர்த்தியிருந்த போர்வையை உருவிச் சுருட்டி, தூரத்தில் இருந்த சுவரை நோக்கி அந்தப் போர்வையோடு சேர்த்து அந்த உருவத்தைத் தூக்கி எறிந்தேன். அதன் உடல் சுவரில் மோதியது என் காதுகளில் விழுந்தது. அதன் பிறகு வெறும் நிசப்தம்தான். பீட்டும் பேட்ஸியும் ஓடி வந்து விளக்கைப் போட்டனர். அங்கு சார்லி எந்த அசைவுமின்றிக் கிடந்தது.

பீட்டும் பேட்ஸியும் என்னை மறக்கவே இல்லை. நானும் அவர்களை மறக்கவில்லை. ஒருசில நிமிடங்களில் சார்லி எழுந்து நடமாடத் துவங்கியது. ஆனால் அதன் பிறகு அது என் அறைக்குள் வரவேயில்லை. உண்மையில், அந்த நிகழ்விற்குப் பிறகு சார்லி அந்தப் படுக்கையறைக்குத் திரும்பிச் செல்லவே இல்லை என்று அவர்கள் என்னிடம் பின்னர் கூறினர்.

சார்லியை நான் படுத்திய பாட்டிற்குப் பிறகு, அடுத்த நாள் பீட்டும் பேட்ஸியும் என்னை விமான நிலையத்திற்கு அழைத்துச் செல்ல விரும்புவார்களா, அதற்கு மேலும் அவர்கள் என்மீது ஆர்வத்துடன் இருப்பார்களா என்ற சந்தேகம் எனக்குள் எழுந்தது. ஆனால் பயிலரங்கு முடிந்த பிறகு என் பயங்கள் மறைந்தன. பீட் என்னிடம், "டாக்டர் சேப்மேன், நான் பல பயிலரங்குகளில் கலந்து கொண்டிருக்கிறேன். ஆனால் உங்களைப்போல் தெளிவாக என்னையும் பேட்ஸியையும் இதுவரை ஒருவரும் விவரித்துக் கூறியதில்லை. காதல் மொழி பற்றிய யோசனை உண்மைதான். எங்கள் கதையை உங்களிடம் கூற நாங்கள் மிகவும் ஆர்வமாக இருக்கிறோம்," என்று கூறினார்.

என் பயிலரங்கில் கலந்து கொண்டவர்களிடம் விடைபெற்றுக் கொண்ட பிறகு, காரில் நாங்கள் விமான நிலையத்தை நோக்கிப் புறப்பட்டோம். நாற்பத்தைந்து நிமிடப் பிரயாணம் அது. பீட்டும் பேட்ஸியும் தங்கள் கதையை என்னிடம் கூறத் துவங்கினர். அவர்களுக்குத் திருமணமான புதிதில் அவர்கள் பெரும் பிரச்சனைகளை எதிர்கொண்டிருந்தனர். ஆனால் இருபத்து இரண்டு வருடங்களுக்கு முன், அவர்கள் இருவரும் 'கச்சிதமான ஜோடி' என்று அவர்களது நண்பர்கள் அனைவரும் ஒப்புக் கொண்டனர். தங்கள் திருமணம் நிச்சயம்

சொர்க்கத்தில் நிச்சயிக்கப்பட்டு இருந்ததாக அவர்கள் உண்மையிலேயே நம்பினர்.

அவர்கள் இருவரும் ஒரே சமூகத்தில் வளர்ந்தனர், ஒரே தேவாலயத்திற்குச் சென்றனர், ஒரே உயர்நிலைப் பள்ளியில் பள்ளிப் படிப்பை முடித்தனர். அவர்கள் இருவரது பெற்றோர்களின் வாழ்க்கைமுறையும் ஒன்றுபோல் இருந்தது. பீட்டும் பேட்ஸியும் ஒரே மாதிரியான விஷயங்களை விரும்பினர். டென்னிஸ் மற்றும் படகு செலுத்துதல் ஆகியவற்றை அவர்கள் இருவரும் விரும்பினர். தங்களுக்கு இடையே இருந்த பல பொதுவான ஆர்வங்கள் குறித்து அவர்கள் அடிக்கடித் தங்களுக்குள் பேசிக் கொண்டனர். திருமணத்தில் முரண்பாடுகள் ஏற்படாமல் இருப்பதற்கான அனைத்துப் பொருத்தங்களும் அவர்களுக்கு இருந்ததுபோல் தோன்றியது.

உயர்நிலைப் பள்ளியில் படித்தக் காலத்தில் அவர்கள் இருவரும் ஒருவரை ஒருவர் காதலிக்கத் துவங்கினர். அவர்கள் வெவ்வேறு கல்லூரிகளுக்குச் சென்றாலும், மாதத்திற்கு ஒரு முறையாவது இருவரும் சந்தித்தனர். சில சமயங்களில் அடிக்கடி சந்தித்தனர். தாங்கள் இருவரும் 'கடவுளால் படைக்கப்பட்ட ஜோடி' என்று அவர்கள் ஒருசில மாதங்களில் தீர்மானித்தனர். ஆனாலும், திருமணத்திற்கு முன்பு கல்லூரிப் படிப்பை முடிப்பதென்று இருவரும் ஒப்புக் கொண்டனர். அடுத்த மூன்று வருடங்கள் இருவரும் இனிமையாகக் காதலித்துக் கொண்டிருந்தனர். பீட் ஒரு வார இறுதியில் பேட்ஸியின் கல்லூரி வளாகத்திற்கு விஜயம் செய்வார். அடுத்த வார இறுதியில் பேட்ஸி பீட்டின் கல்லூரிக்குச் செல்வாள். மூன்றாவது வார இறுதியில் அவர்கள் இருவரும் தங்கள் குடும்பத்தினரைப் பார்க்கச் சென்றுவிடுவர். ஆனால் பெரும்பான்மையான நேரம் இருவரும் சேர்ந்து நேரத்தைச் செலவிட்டனர். ஒவ்வொரு மாதத்தின் நான்காவது வார இறுதியிலும் தாங்கள் இருவரும் சந்தித்துக் கொள்வதில்லை என்று அவர்கள் ஒப்புக் கொண்டிருந்தனர். தங்களுடைய தனிப்பட்ட ஆர்வங்களை வளர்த்துக் கொள்வதற்கான சுதந்திரத்தைக் கொடுப்பதற்காக அவர்கள் அவ்வாறு முடிவு செய்திருந்தனர். பிறந்த நாள் போன்ற நிகழ்ச்சிகளைத் தவிர, மற்ற நேரங்களில் அவர்கள் அந்தத் திட்டத்தைத் தொடர்ந்து கடைபிடித்தனர். பீட் வியாபாரத்தில் பட்டம் பெற்றார். பேட்ஸி சமூகவியலில் பட்டம் பெற்றாள். அதற்கு மூன்று வாரங்களுக்குப் பிறகு அவர்கள் திருமணம் செய்து கொண்டனர். திருமணமான இரண்டு மாதங்களில் அவர்கள் ஃபுளோரிடாவிற்குக் குடிபெயர்ந்தனர். பீட்டிற்கு அங்கு ஒரு நல்ல வேலை கிடைத்திருந்தது. தங்கள் நெருங்கிய உறவினர்களிடம் இருந்து அவர்கள் இரண்டாயிரம் மைல் தொலைவில் இருந்தனர். என்றென்றும் 'தேனிலவு' கொண்டாடுவதற்கு அவர்களுக்கு வாய்ப்புக் கிடைத்தது.

புதிய இடத்திற்குக் குடிபெயர்வது, புதிய வீட்டைத் தேடுவது, இருவருமாகச் சேர்ந்து வாழ்க்கையை அனுபவிப்பது என்று முதல் மூன்று மாதங்கள் மிகவும் உற்சாகத்துடன் கழிந்தன. அவர்கள் நினைவில் உள்ளவரை அவர்களுக்கிடையே இருந்த ஒரே கருத்து வேறுபாடு பாத்திரங்களைக் கழுவுவதைப் பற்றி மட்டும்தான். அந்த வேலையை விரைவாகவும் திறமையாகவும் செய்து முடிப்பதற்குத் தன்னிடம் மிகச்

சிறப்பான ஒரு வழி இருப்பதாகப் பீட் நினைத்தார். ஆனால் பேட்ஸிக்கு அவரது யோசனையை ஏற்றுக் கொள்ள மனமில்லை. இறுதியில், அவரவருக்கு விருப்பமான வழியில் அந்த வேலையைச் செய்து கொள்வதென்று அவர்கள் பரஸ்பரம் ஒப்புக் கொண்டனர். அத்துடன் அந்த முரண்பாடு நீங்கியது. அவர்களுக்குத் திருமணமாகி ஆறு மாதங்கள் ஆகியிருந்தபோது, பீட் தன்னிடம் இருந்து ஒதுங்கிச் செல்வதாகப் பேட்ஸி உணரத் துவங்கினாள். பீட் தன் அலுவலகத்தில் நீண்ட நேரம் செலவிட்டார். வீட்டிற்கு வந்த பிறகும்கூடத் தன் கணினியுடன் கணிசமான நேரத்தைச் செலவிட்டார். இறுதியில், பீட் தன்னைத் தவிர்ப்பதுபோல் தான் உணர்வதாகப் பேட்ஸி தனது உணர்வுகளை அவரிடம் வெளிப்படுத்தியபோது, தான் அவளைப் புறக்கணிக்கவில்லை என்றும், தன் வேலையில் உயர்ந்த நிலையை எட்டுவதற்கு மட்டுமே தான் முயற்சித்துக் கொண்டிருந்ததாகவும் பீட் தெரிவித்தார். தன் வேலையில் தான் எதிர்கொண்டிருந்த அழுத்தத்தையும், பணியின் ஆரம்பக் காலத்தில் சிறப்பாகச் செயல்படுவதன் முக்கியத்துவத்தையும் பேட்ஸி புரிந்து கொள்ளவில்லை என்று பீட் கூறினார். பேட்ஸி இதைக் கேட்டு மனம் குளிரவில்லை. மாறாக, சிறிது காலம் பொறுத்திருப்பதென்று அவள் முடிவு செய்தாள்.

பேட்ஸி தன் அண்டை வீடுகளிலிருந்த பிற மனைவியருடன் நட்புறவை வளர்த்துக் கொள்ளத் துவங்கினாள். பீட் தன் அலுவலகத்தில் இரவு வெகு நேரம்வரை வேலை பார்க்கப் போவதைப் பேட்ஸி முன்கூட்டியே தெரிந்து கொண்டபோதெல்லாம், வேலை முடிந்து நேராக வீட்டிற்குச் செல்லாமல் அடிக்கடித் தன் தோழியர்களில் ஒருவருடன் கடைவீதிக்குச் சென்றுவிடுவாள். சில சமயங்களில், பீட் வீட்டிற்கு வந்த நேரத்தில் அவள் வீடு திரும்பியிருக்க மாட்டாள். இது பீட்டிற்கு மிகவும் எரிச்சலூட்டியது. தன்னைப் பற்றிய அக்கறையும் பொறுப்பும் இல்லை என்று பீட் தன் மனைவியின்மீது குற்றம் சுமத்தினார். பேட்ஸி அதை எதிர்த்தாள். "இது வீண் பழி. யார் பொறுப்பின்றி இருப்பது? நீங்கள் எப்போது வீடு திரும்புவீர்கள் என்று எனக்குத் தகவல் கொடுப்பதுகூடக் கிடையாது. நீங்கள் எப்போது வீட்டிற்கு வருவீர்கள் என்று தெரியாதபோது என்னால் எப்படி இங்கு இருக்க முடியும்? வீட்டிற்கு வந்த பிறகும்கூட நீங்கள் உங்கள் நேரம் முழுவதையும் பாழாய்ப்போன அந்தக் கணினியுடன்தான் செலவிடுகிறீர்கள். உங்களுக்கு ஒரு மனைவி தேவையில்லை. உங்களுக்குத் தேவையெல்லாம் ஒரு கணினிதான்," என்று பொரிந்து தள்ளினாள்.

அதைக் கேட்டவுடன் பீட் உரத்தக் குரலில், "எனக்கு ஒரு மனைவி தேவை. அது ஏன் உனக்குப் புரியவில்லை? பிரச்சனையே அதுதான். எனக்கு ஒரு மனைவி தேவை," என்று பதிலளித்தார்.

ஆனால் பேட்ஸிக்கு அது புரியவில்லை. அவள் தீவிரக் குழப்பத்திற்கு ஆளானாள். இதற்கான விடையைக் கண்டுபிடிப்பதற்காக அவள் பொது நூலகத்திற்குச் சென்று திருமணத்தைப் பற்றியப் பல புத்தகங்களைப் படித்தாள். "திருமண வாழ்க்கை இப்படி இருக்கக்கூடாது. எங்கள் சூழ்நிலைக்கான விடையை நான் நிச்சயமாகக் கண்டுபிடிக்க வேண்டும்," என்று தனக்குத் தானே கூறிக் கொண்டாள். பீட் தன்

கனியில் மூழ்கியவுடன் பேட்ஸி தன் புத்தகத்தை எடுத்துப் படித்தாள். பல நேரங்களில் அவள் நள்ளிரவுவரை படித்தாள். தான் படுக்கச் செல்லும்போது பேட்ஸி படித்துக் கொண்டிருப்பதைப் பீட் கவனித்தால், "கல்லூரியில் படித்தக் காலத்தில் நீ இதைப் போன்று கடினமாக முயற்சித்திருந்தால் முதலிடத்தில் தேர்ச்சி பெற்றிருப்பாய்," போன்ற குத்தலான விமர்சனங்களை வீசுவார். அதற்குப் பேட்ஸி, "நான் இப்போது கல்லூரியில் இல்லை. திருமண வாழ்க்கையில் இருக்கிறேன். இதில் நான் வெறுமனே தேர்ச்சி பெற்றாலே எனக்குத் திருப்திதான். எனக்கு முதலிடம் தேவையில்லை," என்று பதிலளிப்பாள். மீண்டும் திரும்பிப் பார்க்காமல் பீட் தன் படுக்கையை நோக்கிச் சென்றுவிடுவார்.

முதல் வருடத்தின் முடிவில் பேட்ஸி மிகவும் தவிப்புடன் இருந்தாள். அவள் அதைத் தன் கணவரிடம் ஏற்கனவே குறிப்பிட்டிருந்தாள். ஆனால் இம்முறை அமைதியாக, "நான் ஒரு திருமண ஆலோசனையாளரைப் பார்க்கப் போகிறேன். நீங்களும் என்னோடு வருகிறீர்களா?" என்று பீட்டிடம் கேட்டாள்.

ஆனால் பீட், "எனக்கு எந்த ஆலோசனையாளரும் தேவையில்லை. எனக்கு அதற்கு நேரமும் இல்லை. அதற்கு எனக்கு வசதியும் போதாது," என்று பதிலளித்தார்.

"அப்படியானால் நான் தனியாகப் போகிறேன்," என்று பேட்ஸி கூறினாள்.

"போய் வா, எப்படிப் பார்த்தாலும் உனக்குத்தான் ஆலோசனை அவசியம் தேவை."

அத்துடன் அந்த உரையாடல் முடிந்துவிட்டது. பேட்ஸி மிகவும் தனிமையாக உணர்ந்தாள். அடுத்த வாரம் ஒரு திருமண ஆலோசனையாளரைச் சந்திக்க முன்னனுமதி பெற்றாள். மூன்று சந்திப்புகளுக்குப் பிறகு அந்த ஆலோசனையாளர் பீட்டை அழைத்து, அவர்களுடைய திருமணத்தைப் பற்றிய அவரது கண்ணோட்டத்தைப் பற்றித் தன்னிடம் பேசுவதற்கு அவருக்கு விருப்பமா என்று பீட்டிடம் கேட்டார். பீட் ஒத்துக் கொண்டார். பிரச்சனை தீரத் துவங்கியது. ஆறு மாதங்களுக்குப் பிறகு அவர்கள் ஒரு புதிய தம்பதியராக அந்த ஆலோசனையாளரின் அலுவலகத்தில் இருந்து வெளியேறினர்.

நான் பீட் மற்றும் பேட்ஸியைப் பார்த்து, "உங்களுக்குக் கிடைத்த ஆலோசனையில் எந்த விஷயம் உங்கள் திருமண வாழ்க்கையில் பரிபூரண மாற்றத்தை ஏற்படுத்தியது?" என்று கேட்டேன்.

"டாக்டர் சேப்மேன், மொத்தத்தில் பார்த்தால் நாங்கள் ஒருவருக்கொருவர் அடுத்தவரது காதல் மொழியைப் பேசக் கற்றுக் கொண்டோம். அந்த ஆலோசனையாளர் அந்த வார்த்தையைப் பயன்படுத்தவில்லை. ஆனால் இன்று நீங்கள் சொற்பொழிவாற்றியபோது திடீரென்று அது என் மனத்தில் பளிச்சிட்டது. நாங்கள் பெற்ற ஆலோசனையைச் சுற்றி என் மனம் வட்டமிட்டது. எங்களுக்கு மிகச் சரியாக அதுதான் நடந்தது என்பதை நான் உணர்ந்தேன். ஒரு வழியாக நானும் பேட்ஸியும் ஒருவருக்கொருவர் அடுத்தவரது காதல் மொழியைப் பேசக் கற்றுக் கொண்டோம்," என்று பீட் கூறினார்.

"உங்கள் காதல் மொழி எது?" என்று நான் பீட்டிடம் கேட்டேன்.

அவர் எவ்விதத் தயக்கமும் இன்றி, "ஸ்பரிசம்," என்று பதிலளித்தார்.

"நிச்சயமாக ஸ்பரிசம்தான்," என்றாள் பேட்ஸி.

"உங்களுடைய காதல் மொழி எது?" என்று நான் பேட்ஸியிடம் கேட்டேன்.

"நேரம். அவர் தன் நேரம் முழுவதையும் தன் வேலையுடனும் கணினியுடனும் செலவழித்துக் கொண்டிருந்த அந்த நாட்களில் நான் நேரத்திற்காகத்தான் கதறிக் கொண்டிருந்தேன்."

"ஸ்பரிசம்தான் பீட்டின் காதல் மொழி என்பதை நீங்கள் எப்படித் தெரிந்து கொண்டீர்கள்?"

"அதற்குச் சில காலம் ஆனது. எங்களுக்குக் கிடைத்த ஆலோசனையில் அது சிறிது சிறிதாக வெளிப்படத் துவங்கியது. முதலில் அவரேகூட அதை உணரவில்லை என்று நான் நினைக்கிறேன்," என்றாள் பேட்ஸி.

"அவள் கூறுவது சரிதான். என் சுயமதிப்பு பற்றி நானே அவ்வளவு பாதுகாப்பாக உணராத காலகட்டம் அது. என் திருமண வாழ்க்கையில் ஸ்பரிசம் இல்லாமல் போனதுதான் நான் பேட்ஸியிடம் இருந்து விலகிச் செல்லக் காரணம் என்பதை அடையாளம் கண்டுகொள்ள எனக்கு நீண்ட காலம் தேவைப்பட்டது. எனக்கு அவளது ஸ்பரிசம் வேண்டும் என்று நான் அவளிடம் ஒருபோதும் கூறியதில்லை. ஆனால் அவள் என்னைத் தொட மாட்டாளா என்று உள்ளூர நான் ஏங்கிக் கொண்டிருந்தேன். நாங்கள் காதலித்தக் காலத்தில், அரவணைப்பதற்கும் முத்தமிடுவதற்கும் கைகளைக் கோர்த்துக் கொள்வதற்கும் நான்தான் முதலில் ஆர்வத்துடன் செயல்பட்டேன். ஆனால் அவள் எப்போதுமே அவற்றை ஏற்றுக் கொண்டு பொருத்தமாக நடந்து கொண்டாள். அவள் என்னை நேசிப்பதாக நான் உணர்ந்தேன். ஆனால் எங்களுக்குத் திருமணமான பிறகு நான் அவளைத் தொட முயற்சித்தப் பல நேரங்களில், அவளிடமிருந்து எந்த பதில்நடவடிக்கையும் இல்லை. ஒருவேளை அவள் தனது புதிய வேலையில் இருந்த பொறுப்புகளால் மிகவும் களைத்திருந்தாளா என்று எனக்குத் தெரியாது. ஆனால் அது என்னைக் காயப்படுத்தியது. நான் கவர்ச்சியற்றவன் என்று அவள் கருதியதாக நான் உணர்ந்தேன். இனிமேல் நானாக அவளிடம் நெருங்கப் போவதில்லை என்று தீர்மானித்தேன். ஏனெனில், அவளால் புறக்கணிக்கப்படுவதை நான் விரும்பவில்லை. அவளாக வந்து எனக்கு எப்போது ஒரு முத்தம் தருகிறாள் அல்லது என்னைத் தொடுகிறாள் அல்லது உறவு கொள்ள அழைக்கிறாள் என்று பொறுத்திருந்து பார்க்க விரும்பினேன். சமயங்களில், அவள் என்னைத் தொடுவதற்கு நான் ஒன்றரை மாதங்கள்வரை காத்திருக்க நேர்ந்தது. என்னால் அதைப் பொறுத்துக் கொள்ள முடியவில்லை. அவளுடன் இருந்தபோது எனக்கு ஏற்பட்ட வலியைத் தவிர்ப்பதற்காகத்தான் நான் அவளிடமிருந்து விலகியிருந்தேன். நான் புறக்கணிக்கப்பட்டவனாகவும், விரும்பப்படாதவனாகவும், நேசிக்கப்படாதவனாகவும் உணர்ந்தேன்," என்று பீட் கூறினார்.

பிறகு பேட்ஸி, "அவரது உணர்வுகள் குறித்து எனக்கு இம்மியளவு யோசனைகூட இருக்கவில்லை. அவர் என்னை நெருங்கவில்லை என்பது எனக்குத் தெரிந்தது. முன்புபோல் நாங்கள் முத்தமிடவோ கட்டியணைக்கவோ இல்லை. ஆனால், திருமணமாகிவிட்டதால் அவையெல்லாம் அவருக்கு இப்போது முக்கியமில்லைபோலும் என்று நான் நினைத்துக் கொண்டேன். அவரது வேலையில் ஏகப்பட்ட அழுத்தம் இருந்ததை நான் அறிந்திருந்தேன். ஆனால் நான் முதலில் அவரை நெருங்க வேண்டும் என்று அவர் விரும்பினார் என்பது பற்றி எனக்கு எந்த யோசனையும் இருக்கவில்லை," என்று கூறினாள்.

அவள் மேலும் தொடர்ந்தாள். "அவர் கூறுவது சரிதான். பல வாரங்கள்வரை நான் அவரைத் தொடாமல் இருந்திருக்கிறேன். அது என் மனத்தில் தோன்றவே இல்லை. நான் சமையல் செய்தேன், வீட்டைச் சுத்தமாக வைத்துக் கொண்டிருந்தேன், அவரது துணிகளைத் துவைத்தேன், அவரது வழியில் நான் குறுக்கே நிற்காமல் பார்த்துக் கொண்டேன். நான் வேறு என்னதான் செய்ய வேண்டும் என்று உண்மையிலேயே எனக்குத் தெரிந்திருக்கவில்லை. அவர் ஏன் என்னிடமிருந்து ஒதுங்கிச் செல்கிறார் என்பதையோ, என்மீது ஏன் அக்கறையின்றி இருக்கிறார் என்பதையோ என்னால் புரிந்து கொள்ள முடியவில்லை. ஸ்பரிசத்தில் எனக்கு விருப்பமில்லை என்று கூற முடியாது. ஆனால் அது ஒருபோதும் எனக்கு முக்கியமானதாகப் படவில்லை என்பதுதான் உண்மை. அவர் என்னுடன் சேர்ந்து நேரத்தைச் செலவிட்டபோது, அவர் என்னை நேசிப்பதாகவும் பாராட்டுவதாகவும் என்மீது அக்கறை கொண்டுள்ளதாகவும் நான் உணர்ந்தேன். முத்தமோ அரவணைப்போ எனக்கு ஒரு பொருட்டே அல்ல. அவர் என்மீது கவனம் செலுத்தியபோது அவர் என்னை நேசிப்பதாக நான் உணர்ந்தேன்.

"எங்கள் பிரச்சனையின் மூல காரணத்தைக் கண்டறிய எங்களுக்கு நெடுநாட்களானது. ஆனால், ஒருவரது அன்பிற்கான தேவையை அடுத்தவர் நிறைவேற்றவில்லை என்பதை நாங்கள் புரிந்து கொண்டபோது, எங்கள் வாழ்க்கையில் மாற்றம் ஏற்படத் துவங்கியது. அவரைத் தொடுவதற்கு நான் முதலில் ஆர்வம் காட்டத் துவங்கியபோது, அடுத்து நிகழ்ந்தவற்றை அற்புதம் என்றுதான் கூற வேண்டும். அவரது ஆளுமையும், மனப்போக்கும் பெருமளவில் மாறின. எனக்கு ஒரு புதிய கணவன் கிடைத்துள்ளதைப்போல் உணர்ந்தேன். நான் உண்மையிலேயே அவரை நேசிக்கிறேன் என்பதை அவர் உறுதியாக உணர்ந்து கொண்டபோது, எனது தேவைகளை நிறைவேற்றுவதில் அவர் அதிக ஆர்வம் காட்டத் துவங்கினார்."

"அவர் தனது கணினியை இன்னும் வீட்டில்தான் வைத்திருக்கிறாரா?" என்று கேட்டேன்.

"ஆமாம், ஆனால் அதை எப்போதாவதுதான் பயன்படுத்துகிறார். அப்படியே அவர் அதைப் பயன்படுத்தினாலும் பரவாயில்லை. ஏனெனில், அவர் அதிலேயே மூழ்கிப் போவதில்லை என்பது எனக்குத் தெரியும். நாங்கள் ஒன்றாகப் பல விஷயங்களைச் செய்வதால், தான் விரும்பிய நேரத்தில் அவர் தனது கணினியைப் பயன்படுத்துவதற்கான சுதந்திரத்தை அவருக்குக் கொடுப்பது எனக்கு மிகவும் சுலபமாக உள்ளது."

பீட் என்னிடம் திரும்பி, "இன்றைய உங்கள் பயிலரங்கில் என்னை மிகவும் ஆச்சரியப்படுத்திய விஷயம், காதல் மொழிகளைப் பற்றிய உங்கள் சொற்பொழிவு என் மலரும் நினைவுகளைக் கிளறிய விதம்தான். ஆறு மாதங்களில் நாங்கள் கற்றுக் கொண்ட விஷயத்தை நீங்கள் இருபது நிமிடங்களில் கூறிவிட்டீர்கள்," என்று கூறினார்.

"நீங்கள் எவ்வளவு விரைவாகக் கற்றுக் கொள்கிறீர்கள் என்பது முக்கியமல்ல. எவ்வளவு சிறப்பாகக் கற்றுக் கொள்கிறீர்கள் என்பதுதான் முக்கியம். நீங்கள் இருவரும் மிகச் சிறப்பாகக் கற்றுக் கொண்டிருக்கிறீர்கள் என்பது வெளிப்படையாகத் தெரிகிறது," என்று நான் கூறினேன்.

ஸ்பரிசத்தைத் தங்கள் முதன்மைக் காதல் மொழியாகக் கொண்ட பலரில் பீட்டும் ஒருவர். தங்கள் கணவனோ அல்லது மனைவியோ தங்களைத் தொட வேண்டும் என்று அவர்கள் மனத்திற்குள் ஏங்குகின்றனர். தலைமுடியைக் கோதிவிடுவது, முதுகைத் தடவிவிடுவது, கைகளைக் கோர்த்துக் கொள்வது, அணைத்துக் கொள்வது, தாம்பத்திய உறவு கொள்வது ஆகியவையும், இன்னும் பிற 'காதல் தீண்டல்'களும், ஸ்பரிசத்தை முதன்மைக் காதல் மொழியாகக் கொண்டுள்ள ஒருவருக்கு உணர்ச்சிரீதியான ஜீவநாடியாகும்.

உங்கள் வாழ்க்கைத் துணைவரின் காதல் மொழி ஸ்பரிசமாக இருந்தால், நீங்கள் கீழ்க்கண்டவற்றைச் செய்யலாம்:

1 காரிலிருந்து இறங்கிக் கடைவீதி வழியாக நடந்து செல்லும்போது உங்கள் மனைவியுடன் கைகோர்த்துக் கொள்ளுங்கள். (உங்களுடன் உங்களுடைய மூன்று வாண்டுகளும் வராமல் இருந்தால்!)

2 சேர்ந்து உணவருந்தும்போது, உங்களது கால் உங்கள் கணவனின் அல்லது மனைவியின் காலை உரசட்டும். (தெரியாமல் நாயின்மீது காலை வைத்துவிடாதீர்கள்.)

3 உங்கள் மனைவியிடம் சென்று, "நான் உன்னைக் காதலிக்கிறேன் என்று சமீபத்தில் எப்போது கூறினேன்?" என்று கேட்டுவிட்டு, அவரது கைகளைப் பிடித்து அவரை இறுக அணைத்துக் கொண்டு, அவரது முதுகைத் தடவியபடியே, "உலகிலேயே நீதான் சிறந்தவள்," என்று கூறுங்கள். (படுக்கையறைக்கு விரைவதற்கான ஆவலைக் கட்டுப்படுத்திக் கொள்ளுங்கள்.) அவரிடமிருந்து உங்களை விடுவித்துக் கொண்டு அடுத்த வேலையைக் கவனிக்கச் செல்லுங்கள்.

4 உங்கள் மனைவி அமர்ந்திருக்கும்போது அவருக்குப் பின்னால் சென்று மெதுவாக அவரது முதுகை மசாஜ் செய்யத் துவங்குங்கள். அவர் போதும் என்று கெஞ்சும்வரை தொடர்ந்து ஐந்து நிமிடங்களாவது மசாஜ் செய்யுங்கள்.

5 தேவாலயத்தில் நீங்கள் ஒன்றாக அமர்ந்திருந்தால், பிரார்த்தனை செய்யுமாறு பாதிரியார் கூறும்போது உங்கள் கணவருடன் கைகோர்த்துக் கொண்டு பிரார்த்தனை செய்யுங்கள்.

6 உங்கள் கணவரின் பாதங்களை வருடிக் கொடுப்பதன் மூலம், தாம்பத்திய உறவுக்கு அவரைத் தூண்டுங்கள். அவருக்கு உங்கள் வருடல் இன்பம் கொடுப்பதாக இருக்கும்வரை உடலின் பிற பாகங்களையும் வருடிக் கொடுங்கள்.

7 குளியல் தொட்டியில் நீரை நிரப்பிக் கொண்டு, உங்களுடன் சேர்ந்து குளிப்பதற்கு ஒரு துணையைத் தேடுவதாக உங்கள் கணவருக்கு அறைகூவல் விடுங்கள்.

8 காரில் ஒன்றாகப் பிரயாணம் செய்து கொண்டே உங்கள் கணவன் அல்லது மனைவியின் உடலின்மீது உங்கள் கையைப் படரவிடுங்கள். 'நிறுத்துங்கள்!' என்று அவர் கத்தும்போது உடனடியாக பிரேக்கை அழுத்துங்கள்.

9 உங்கள் குடும்பத்தினரோ அல்லது நண்பர்களோ உங்கள் வீட்டிற்கு வரும்போது, அவர்கள் முன்னிலையில் உங்கள் வாழ்க்கைத் துணைவரை லேசாகத் தொடுங்கள். ஓர் அரவணைப்பு, கைகளைப் பிடித்துக் கொள்வது, நின்று கொண்டு பேசும்போது உங்கள் கணவரின் தோளைச் சுற்றி உங்கள் கையைப் போட்டுக் கொள்வது, அல்லது வெறுமனே உங்கள் மனைவியின் தோளில் கை வைப்பது போன்றவை உங்கள் மதிப்பை இரட்டிப்பாக்கும். "இத்தனைப் பேர் நமது வீட்டில் இருக்கும்போதும் என் கவனம் உன்மீதுதான்," என்று அது கூறுகிறது.

10 உங்கள் கணவனோ அல்லது மனைவியோ வீட்டிற்குள் நுழையும்போது, வழக்கத்தைவிட ஓரடி முன்னே சென்று அவரைப் பெரிதாகக் கட்டி அணைத்து ஒரு முத்தமிடுங்கள்.

9

உங்கள் முதன்மைக் காதல் மொழியைக் கண்டறிதல்

உங்கள் கணவன் அல்லது மனைவியின் காதல் கேணி நிரம்பியிருக்குமாறு பார்த்துக் கொள்ள வேண்டும் என்றால், அவரது முதன்மைக் காதல் மொழியைக் கண்டறிவது இன்றியமையாதது. ஆனால் முதலில், உங்களது முதன்மைக் காதல் மொழியை நீங்கள் அறிந்துள்ளதை உறுதி செய்து கொள்வோம்.

பாராட்டு வார்த்தைகள்

பிரத்யேகமான நேரம்

பரிசுகள்

பணிவிடைகள்

ஸ்பரிசம்

மேற்கூறப்பட்டுள்ள ஐந்து காதல் மொழிகளைக் கேள்விப்பட்டப் பிறகு, தங்களது முதன்மைக் காதல் மொழி எது என்பதையும், தங்கள் கணவன் அல்லது மனைவியின் முதன்மைக் காதல் மொழி எது என்பதையும் சில நபர்கள் உடனடியாகத் தெரிந்து கொண்டிருப்பார்கள். மற்றவர்களுக்கு அது அவ்வளவு சுலபமாக இருக்காது. சிலர் ஓஹையோ மாநிலத்தின் பார்மா ஹைட்ஸைச் சேர்ந்த பாப் என்பவரைப்போல் இருப்பார்கள். ஐந்து காதல் மொழிகளைக் கேட்டப் பிறகு பாப் என்னிடம், “எனக்குத் தெரியவில்லை. இதில் இரண்டு மொழிகள் என்னைப் பொறுத்தவரை ஒரே அளவில் உள்ளன. அதனால் என் முதன்மைக் காதல் மொழி என்னவென்று என்னால் கண்டுபிடிக்க முடியவில்லை,” என்று கூறினார்.

“எது அந்த இரண்டு?” என்று நான் கேட்டேன்.

“ஸ்பரிசமும் பாராட்டு வார்த்தைகளும்,” என்று அவர் பதிலளித்தார்.

“ஸ்பரிசம் என்று எதைக் கூறுகிறீர்கள்?”

“முக்கியமாகத் தாம்பத்திய உறவைத்தான்,” என்று அவர் கூறினார்.

நான் அவரை இன்னும் சற்றுத் துருவி விசாரித்தேன். “நீங்கள் தாம்பத்திய உறவு கொள்ளாத நேரங்களில் உங்கள் மனைவி தன் கைகளை உங்கள் தலைமுடிக்குள் நுழைத்து வருடிக் கொடுப்பதோ, உங்கள் முதுகை அழுத்தித் தேய்த்துவிடுவதோ, உங்களுடன் கைகோர்த்துக் கொள்வதோ, உங்களுக்கு முத்தம் கொடுப்பதோ அல்லது உங்களைக் கட்டிப்பிடிப்பதோ உங்களுக்குப் பிடித்திருக்கிறதா?”

“அவையெல்லாம் சரிதான். அவற்றை நான் வேண்டாம் என்று கூறி மறுக்க மாட்டேன். ஆனால் எனக்கு முக்கியமான விஷயம் கூடல்தான். அப்போதுதான் அவள் உண்மையிலேயே என்னைக் காதலிக்கிறாள் என்பதை நான் அறிகிறேன்,” என்றார் அவர்.

ஸ்பரிசம் பற்றியப் பேச்சை ஒரு கணம் ஒதுக்கி வைத்துவிட்டு, பாராட்டு வார்த்தைகள் பற்றி அவரிடம் பேச்சுக் கொடுத்தேன். “பாராட்டு வார்த்தைகளும் உங்களுக்கு முக்கியம் என்று நீங்கள் கூறும்போது எந்த வகையான வாசகங்கள் உங்களுக்கு அதிகமாக உதவும்?” என்று கேட்டேன்.

“கிட்டத்தட்ட நேர்மறையான அனைத்துமே எனக்கு உதவும். நான் எவ்வளவு அழகாக இருக்கிறேன், எவ்வளவு சாதுரியமானவனாக இருக்கிறேன், எவ்வளவு கடினமாக உழைக்கிறேன் என்று அவள் என்னிடம் கூறும்போதும், வீட்டில் நான் செய்யும் வேலைகளுக்கு அவள் என்னிடம் தன் பாராட்டுக்களை வெளிப்படுத்தும்போதும், குழந்தைகளுடன் நான் நேரம் செலவிடும்போது அது குறித்து நேர்மறையாக அவள் விமர்சிக்கும்போதும், என்னைக் காதலிப்பதாக அவள் என்னிடம் கூறும்போதும், அவை அனைத்தும் அவள் என்மீது கொண்டுள்ள காதலைத் தெளிவாக என்னிடம் தெரிவிக்கின்றன. அவை எனக்கு மிக முக்கியமான விஷயங்கள்,” என்று பாப் பதிலளித்தார்.

"நீங்கள் வளர்ந்து வந்த காலத்தில் உங்கள் பெற்றோரிடம் இருந்து இத்தகைய நேர்மறையான விமர்சனங்கள் உங்களுக்குக் கிடைத்தனவா?"

"அவ்வளவு அடிக்கடிக் கிடைக்கவில்லை. என் பெற்றோரிடம் இருந்து பெரும்பாலும் மோசமான விமர்சனங்களும், அதிகாரமான வார்த்தைகளும்தான் வெளிவரும். அதனால்தான் என் மனைவி கேரலை எனக்கு மிகவும் பிடித்தது என்று நினைக்கிறேன். ஏனெனில், அவள் எனக்குப் பாராட்டுக்களை அள்ளி வழங்கினாள்."

"நான் உங்களிடம் இன்னொரு கேள்வியைக் கேட்க விரும்புகிறேன். ஒருவேளை உங்கள் மனைவி நீங்கள் விரும்பிய நேரமெல்லாம் உங்களுடன் தாம்பத்திய உறவு கொண்டு உங்களது உடல்ரீதியான தேவைகளை நிறைவேற்றி, ஆனால் எதிர்மறையான வார்த்தைகளையும் மோசமான விமர்சனங்களையும் உங்களை நோக்கி வீசி, சில சமயம் பிறரது முன்னிலையில் உங்களை மட்டம் தட்டிப் பேசினால், அவர் உங்களை நேசிப்பதாக நீங்கள் உணர்வீர்களா?" என்று நான் கேட்டேன்.

"இல்லை, அவள் எனக்கு நம்பிக்கைத் துரோகம் இழைத்துவிட்டதாக உணர்வேன். என் மனத்தை ஆழமாகக் காயப்படுத்திவிட்டதாக உணர்வேன். நான் மனமொடிந்து போவேன்," என்று அவர் பதிலளித்தார்.

"பாப், உங்களது முதன்மைக் காதல் மொழி பாராட்டு வார்த்தைகள் என்பதை நாம் இப்போது கண்டுபிடித்துள்ளதாக நினைக்கிறேன். உங்களுக்கும், உங்கள் மனைவியுடனான நெருக்கத்தை நீங்கள் உணர்ந்து கொள்வதற்கும் தாம்பத்திய உறவு மிகவும் முக்கியம். ஆனால், உணர்ச்சிரீதியாக அவரது பாராட்டு வார்த்தைகள் உங்களுக்கு அதிக முக்கியத்துவம் வாய்ந்தவை. கேரல் ஒருவேளை எப்போதும் உங்களை வார்த்தைகளால் விமர்சித்துக் கொண்டும், பிறரது முன்னிலையில் மட்டம் தட்டிப் பேசிக் கொண்டும் இருந்தால், அவர் உங்கள் மனத்தை ஆழமாகக் காயப்படுத்துவதால் அதன் பிறகு அவருடன் தாம்பத்திய உறவு கொள்வதற்கு நீங்கள் ஒருபோதும் விரும்ப மாட்டீர்கள்," என்று நான் கூறினேன்.

பல ஆண்கள் தாம்பத்திய உறவை மிகவும் தீவிரமாக விரும்புவதால், ஸ்பரிசம்தான் தங்களது முதன்மைக் காதல் மொழி என்று தவறாக அனுமானிக்கின்றனர். அவர்கள் செய்யும் அதே தவறைத்தான் பாப் செய்தார். ஆண்களுக்குக் காமம் உடலை அடிப்படையாகக் கொண்டது. அதாவது, கூடலின்மீது ஓர் ஆண் கொண்டிருக்கும் விருப்பம் அவனது உடலில் வேரூன்றியுள்ளது.

பெண்ணுக்கு அந்த விருப்பம் உணர்ச்சிகளில் வேரூன்றி உள்ளது, அவளது உடலில் அல்ல. அதாவது, அவளது விருப்பம் உணர்ச்சியை அடிப்படையாகக் கொண்டது. தன் கணவன் தன்னை நேசிக்கிறான், மெச்சுகிறான், பாராட்டுகிறான் என்று அவள் உணரும்போது, அவனுடன் உடல்ரீதியான உறவில் தன்னை ஈடுபடுத்திக் கொள்ள அவளுக்குள் விருப்பம் துளிர்விடுகிறது. உணர்ச்சிபூர்வமான நெருக்கமின்றி, கூடலில் அவளுக்கு மிகக் குறைந்த விருப்பமே இருக்கும்.

பொதுவாக ஓர் ஆணுக்குப் பாலுணர்விற்கான வடிகால் அடிக்கடித் தேவைப்படுவதால், அதுதான் தனது முதன்மைக் காதல் மொழி என்று அவன் நினைத்துக் கொள்கிறான். ஆனால் மற்ற நேரங்களில் அவன் ஸ்பரிசத்தை விரும்பாவிட்டால், அது அவனுடைய காதல் மொழியாக இருக்கவே முடியாது. தாம்பத்திய உறவிற்கான விருப்பம் என்பது தான் நேசிக்கப்பட வேண்டும் என்ற அவனது உணர்ச்சிரீதியான தேவையில் இருந்து சற்று மாறுபட்டது. அதற்காக அவனுக்குத் தாம்பத்திய உறவு முக்கியமற்றது என்பது அதன் அர்த்தமல்ல. அவனுக்கு அது மிகவும் முக்கியம்தான். ஆனால், நேசிக்கப்பட வேண்டும் என்ற அவனது தேவையை நிறைவேற்ற அது மட்டுமே போதுமானதல்ல. அவனது மனைவி அவனுடைய முதன்மைக் காதல் மொழியையும் பேச வேண்டியது அவசியம்.

அவள் அவனது முதன்மைக் காதல் மொழியைப் பேசுவதன் மூலம் அவனது காதல் கேணியை நிரம்பியிருக்கச் செய்யும் அதே நேரத்தில், அவன் அவளது முதன்மைக் காதல் மொழியைப் பேசி, அதன்மூலம் அவளது காதல் கேணியை நிரம்பியிருக்கச் செய்யும்போது, அவர்களது உறவில் தாம்பத்திய உறவு தானாகவே தலைதூக்கும். திருமண வாழ்க்கையில் ஏற்படும் பெரும்பாலான தாம்பத்தியப் பிரச்சனைகள், உடல்ரீதியானவை அல்ல, உணர்ச்சிரீதியானவைதான்.

பாபுடன் நான் மேலும் உரையாடிய பிறகு அவர் என்னிடம், “நீங்கள் கூறுவது சரி என்று எனக்குத் தோன்றுகிறது. ‘பாராட்டு வார்த்தைகள்’ நிச்சயமாக என்னுடைய முதன்மைக் காதல் மொழிதான். என் மனைவி என்னைக் கடுமையான வார்த்தைகளால் விமர்சிக்கும்போதும் என் பேச்சில் குறுக்கிடும்போதும் அவளுடன் தாம்பத்திய உறவு கொள்வதிலிருந்து ஒதுங்கி மற்றப் பெண்களைப் பற்றி நினைக்கத் துவங்கிவிடுவேன். ஆனால் அவள் என்னைப் பாராட்டும்போதும் மெச்சும்போதும், எனது இயற்கையான விருப்பம் அவளை நோக்கித் திரும்பிவிடுகின்றது,” என்று கூறினார். எங்களது சுருக்கமான உரையாடலில் இருந்து பாப் ஒரு குறிப்பிடத்தக்க விஷயத்தைக் கண்டறிந்திருந்தார்.

உங்களது முதன்மைக் காதல் மொழி எது? உங்கள் கணவரின் எந்தச் செயல் அவர் உங்களை நேசிப்பதாக உங்களை உணர வைக்கிறது? எல்லாவற்றையும்விட மிக அதிகமாக நீங்கள் எதை விரும்புகிறீர்கள்? இந்தக் கேள்விகளுக்கான விடைகள் உடனடியாக உங்கள் மனத்தில் துள்ளிக் குதிக்கவில்லை என்றால், காதல் மொழிகளின் எதிர்மறையான பயன்களைப் பார்ப்பது உங்களுக்கு உதவக்கூடும். உங்கள் கணவனோ அல்லது மனைவியோ செய்யும் எந்தக் காரியம் அல்லது செய்யாத எந்தக் காரியம் உங்கள் மனத்தை ஆழமாகக் காயப்படுத்துகிறது? அவர் சொல்லும் எந்த விஷயம் அல்லது சொல்லாத எந்த விஷயம் உங்களை மிகவும் பாதிக்கிறது? எடுத்துக்காட்டாக, உங்கள் கணவனின் வாயிலிருந்து வரும் கடுமையான விமர்சனங்கள் உங்களுக்கு ஆழமான வலியை ஏற்படுத்துபவையாக இருந்தால், உங்களது காதல் மொழி ‘பாராட்டு வார்த்தைகளாக’ இருக்கலாம். உங்களது முதன்மைக் காதல் மொழியை

உங்கள் கணவன் எதிர்மறையாகப் பயன்படுத்தினால், அதாவது, பாராட்டுவதற்குப் பதிலாகப் பழித்துரைத்தாலோ அல்லது விமர்சித்தாலோ, அது உங்களை அதிகமாகக் காயப்படுத்தும். ஏனெனில், அவர் உங்களது முதன்மைக் காதல் மொழியில் பேசுவதைப் புறக்கணிப்பதோடு மட்டுமல்லாமல், உண்மையில் அந்த மொழியை உங்கள் இதயத்தைக் கிழிக்கும் ஒரு கத்தியாகவும் பயன்படுத்துகிறார்.

ஒன்டாரியோவில் உள்ள கிச்சனர் நகரைச் சேர்ந்த மேரி என்னிடம் இவ்வாறு கூறியது என் நினைவில் உள்ளது: "டாக்டர் சேப்மேன், என் மனத்தை மிகவும் காயப்படுத்தும் விஷயம், என் கணவர் ரான் வீட்டு வேலைகளில் எனக்கு உதவியாக ஒரு துரும்பைக்கூட எடுத்துப் போடுவதில்லை என்பதுதான். எல்லா வேலைகளையும் நான் செய்து கொண்டிருக்கும்போது அவர் தொலைக்காட்சி பார்த்துக் கொண்டிருப்பார். அவர் என்னை நேசிப்பது உண்மை என்றால், நான் வேலை செய்யும்போது அவரால் எப்படி அப்படி வெறுமனே பார்த்துக் கொண்டிருக்க முடியும்? அதை என்னால் புரிந்து கொள்ள முடியவில்லை." வீட்டு வேலைகளில் மேரிக்கு உதவியாக ரான் எதுவும் செய்யாதது மேரியின் மனத்தை ஆழமாகக் காயப்படுத்தியது என்ற விஷயம், 'பணிவிடைகள்'தான் மேரியின் முதன்மைக் காதல் மொழி என்பதைத் தெளிவாகப் பறைசாற்றுகின்றது. உங்கள் வாழ்வின் ஒரு விசேஷமான நாளில்கூட உங்கள் கணவர் உங்களுக்குப் பரிசு தருவதில்லை என்பது உங்கள் மனத்தைப் புண்படுத்துகிறது என்றால், 'பரிசுகள்'தான் உங்களது முதன்மைக் காதல் மொழியாக இருக்கக்கூடும். உங்கள் மனைவி உங்களுடன் போதிய பிரத்யேகமான நேரம் செலவிடுவதில்லை என்பது உங்கள் மனத்தை ஆழமாகக் காயப்படுத்துவதாக இருந்தால், அதுதான் உங்கள் முதன்மைக் காதல் மொழியாக இருந்தாக வேண்டும்.

உங்கள் முதன்மைக் காதல் மொழியைக் கண்டறிவதற்கான மற்றோர் அணுகுமுறை உங்கள் திருமண வாழ்க்கையைப் பின்னோக்கிப் பார்த்து, "என் கணவரிடம் நான் எதை அடிக்கடி வேண்டிக் கேட்டு வந்துள்ளேன்?" என்று உங்களை நீங்களே கேட்டுக் கொள்ளுங்கள். நீங்கள் அவரிடம் அதிகமாக முன்வைத்து வந்திருக்கும் விஷயம்தான் உங்கள் முதன்மைக் காதல் மொழியாக இருக்கும். அந்தக் கோரிக்கைகளை உங்கள் கணவர் நச்சரிப்பாகக் கருதி வந்திருக்கக்கூடும். ஆனால் அவை உண்மையிலேயே உங்கள் கணவரிடமிருந்து அன்பைப் பெறுவதற்கான உங்கள் முயற்சிகளே.

இன்டியானா மாநிலத்தின் மேரிவில் நகரில் வாழந்து வந்த எலிசபெத் அந்த அணுகுமுறையைப் பயன்படுத்தித் தன் முதன்மைக் காதல் மொழியைக் கண்டுபிடித்தார். எனது ஒரு பயிலரங்கின் முடிவில் அவர் என்னிடம் இவ்வாறு கூறினார்: "எனது கடந்த பத்தாண்டுத் திருமண வாழ்க்கையை நான் பின்னோக்கிப் பார்த்து, என் கணவர் பீட்டரிடம் நான் எதை அடிக்கடி வேண்டிக் கேட்டு வந்துள்ளேன் என்று நினைத்துப் பார்க்கும்போதெல்லாம், எனது முதன்மைக் காதல் மொழி வெளிப்படையாகத் தெரிகிறது. 'பிரத்யேகமான நேரம்'தான் நான்

அவரிடம் அடிக்கடிக் கோரிய விஷயம். ஏதேனும் ஒரு சிற்றுலாவிற்குச் செல்லலாமா, ஒரு வார இறுதியில் இருவருமாக எங்கேனும் வெளியூர் சென்று கழிக்கலாமா, ஒரு மணிநேரத்திற்குத் தொலைக்காட்சியை அணைத்துவிட்டு இருவரும் ஒருவரோடு ஒருவர் பேசலாமா, இருவரும் சேர்ந்து காலாற நடந்து வரலாமா என்று இப்படியாக நான் பல கோரிக்கைகளை அவரிடம் மீண்டும் மீண்டும் எடுத்துச் சென்றிருக்கிறேன். ஆனால் அவர் என் கோரிக்கைகளை அவ்வளவாகக் கண்டுகொள்ளவே இல்லை. அவர் என்னை உதாசீனப்படுத்துவதாகவும், என்மீது அவருக்கு நேசமில்லை என்பதாகவும் நான் உணர்ந்தேன். என் பிறந்த நாளன்றும், விசேஷமான நாட்களிலும் அவர் எனக்குப் பரிசுகள் கொடுத்தார். ஆனால் அவை என்னை உற்சாகப்படுத்தாததைக் கண்டு அவர் குழம்பினார்.

"உங்களுடைய பயிலரங்கு நடந்து கொண்டிருந்தபோது எங்கள் இருவருக்கும் அது தெளிவாகியது. இடைவேளையின்போது, இத்தனை வருடங்களாக என் கோரிக்கைகளை நிராகரித்ததற்காக என்னிடம் மன்னிப்புக் கேட்டார். இனி எல்லாம் நல்லவிதமாக நடக்கும் என்று அவர் என்னிடம் உறுதியளித்துள்ளார். அதை நான் பரிபூரணமாக நம்புகிறேன்."

உங்கள் முதன்மைக் காதல் மொழி என்று நீங்கள் நினைக்கும் விஷயத்தை எழுதுவதற்குச் சிறிது நேரத்தைச் செலவிடுங்கள். பிறகு மற்ற நான்கு மொழிகளையும் அவற்றின் முக்கியத்துவத்தின் அடிப்படையில் வரிசைப்படுத்திப் பட்டியல் இடுங்கள்.

உங்கள் முதன்மைக் காதல் மொழியைக் கண்டறிவதற்கான மற்றொரு வழி உங்கள் கணவன் அல்லது மனைவிமீது நீங்கள் கொண்டுள்ள காதலை அவரிடம் வெளிப்படுத்துவதற்கு நீங்கள் என்ன கூறுகிறீர்கள் என்பதையும் என்ன செய்கிறீர்கள் என்பதையும் ஆராய்ந்து பார்ப்பது. நீங்கள் அவருக்கு எதைச் செய்கிறீர்களோ அதை அவர் உங்களுக்குச் செய்ய வேண்டும் என்று நீங்கள் விரும்புவதற்கான வாய்ப்புகள் அதிகம். உங்கள் மனைவிக்கு நீங்கள் எப்போதும் 'பணிவிடைகள்' செய்து கொண்டிருந்தால், அதுதான் உங்கள் காதல் மொழி (எப்போதும் அப்படி இருக்க வேண்டும் என்பதல்ல). 'பாராட்டு வார்த்தைகள்' அன்பை வெளிப்படுத்துவதாக நீங்கள் உணர்ந்தால், உங்கள் மனைவியிடம் உங்கள் காதலை வெளிப்படுத்துவதற்கு நீங்கள் அந்த மொழியில் பேசுவீர்கள். "நான் என் மனைவியிடம் எப்போதும் எவ்வாறு என் காதலை வெளிப்படுத்துகிறேன்?" என்று கேட்பதன் மூலம் நீங்கள் உங்களது முதன்மைக் காதல் மொழியைக் கண்டறியக்கூடும்.

அந்த அணுகுமுறை உங்கள் காதல் மொழியைக் கண்டுபிடிப்பதற்குத் துப்புக் கொடுக்கும் ஒரு விஷயம் மட்டும்தான். அது உங்கள் காதல் மொழியைத் தீர்மானமாகச் சுட்டிக்காட்டாது. எடுத்துக்காட்டாக, மனைவியிடம் காதலை வெளிப்படுத்துவதற்கு அருமையான பரிசுகள் கொடுக்க வேண்டும் என்பதைத் தன் தந்தையிடம் இருந்து கற்றுக் கொண்ட ஒரு கணவன், தன் தந்தை செய்ததுபோலவே தானும் தன் மனைவிக்குப் பரிசுகள் கொடுத்துத் தன் காதலை வெளிப்படுத்துகிறான். ஆனாலும், 'பரிசுகளைப் பெறுவது' அவனது முதன்மைக் காதல் மொழியல்ல. அவன் வெறுமனே தன் தந்தை அளித்தப் பயிற்சியைக் கடைபிடிக்கிறான், அவ்வளவுதான்.

உங்களது முதன்மைக் காதல் மொழியைக் கண்டறிவதற்கு நான் ஏற்கனவே பரிந்துரைத்துள்ள மூன்று வழிகளை வரிசைப்படுத்தலாம்:

1 உங்கள் கணவனோ அல்லது மனைவியோ செய்யும் அல்லது செய்யத் தவறும் எந்தக் காரியம் உங்களை மிகவும் ஆழமாகக் காயப்படுத்துகிறது? உங்களைப் புண்படுத்தும் அந்த விஷயத்திற்கு நேரெதிரான விஷயம்தான் பெரும்பாலும் உங்கள் முதன்மைக் காதல் மொழியாக இருக்கும்.

2 உங்கள் வாழ்க்கைத் துணைவரிடம் நீங்கள் எந்த விஷயத்தை அடிக்கடி வேண்டிக் கேட்டு வந்துள்ளீர்கள்? நீங்கள் அடிக்கடிக் கோரிய விஷயம்தான் பெரும்பாலும் நீங்கள் நேசிக்கப்படுவதாக உங்களை உணரச் செய்யும் விஷயமாக இருக்கும்.

3 உங்கள் கணவனிடமோ அல்லது மனைவியிடமோ நீங்கள் எவ்வாறு உங்கள் காதலைத் தெரிவிக்கிறீர்கள்? நீங்கள் உங்கள் காதலைத் தெரிவிக்கும் வழிதான் நீங்கள் நேசிக்கபடுவதாக உங்களை உணரச் செய்யும் விஷயத்தைச் சுட்டிக்காட்டுவதாக இருக்கும்.

இந்த மூன்று அணுகுமுறைகளும் உங்களது முதன்மைக் காதல் மொழியைத் தீர்மானிப்பதற்கு உங்களுக்கு உதவும். இரண்டு மொழிகள் உங்களுக்குச் சமமாக இருப்பதாக உங்களுக்குத் தோன்றினால், அதாவது, இரண்டுமே நீங்கள் நேசிக்கப்படுவதாக உங்களை உணர வைத்தால், நீங்கள் இரண்டு மொழிகளையும் புரிந்து கொள்பவராக இருக்கக்கூடும். அப்படியென்றால், அது உங்கள் வாழ்க்கைத் துணைவருக்கு உதவியாக அமைந்துவிடும். ஏனெனில், உங்களிடம் தன் காதலை வலிமையாக வெளிப்படுத்துவதற்கு அவரிடம் இப்போது இரண்டு விஷயங்கள் உள்ளன.

இரண்டு வகையான மக்களுக்குத் தங்களது முதன்மைக் காதல் மொழியைக் கண்டறிவதில் சிரமம் இருக்கக்கூடும். முதல் வகையைச் சேர்ந்தவரின் காதல் கேணி நெடுங்காலமாக நிரம்பிய நிலையிலேயே இருந்திருக்கும். அவளது கணவன் தன் காதலைப் பல வழிகளில் அவளிடம் தெரிவித்து வந்திருக்கக்கூடும். அவற்றில் எது தான் நேசிக்கப்படுவதாகத் தன்னை உணர வைக்கிறது என்பது குறித்து அவளுக்கு உறுதியாகத் தெரியாமல் இருந்திருக்கலாம். ஆனால் தான்

நேசிக்கப்படுகிறோம் என்பதை மட்டும் அவள் தெரிந்து வைத்திருப்பாள். இரண்டாவது வகையைச் சேர்ந்தவரது காதல் கேணி நெடுங்காலமாகக் காலியான நிலையிலேயே இருந்து வந்திருக்கும். எது தான் நேசிக்கப்படுவதாகத் தன்னை உணர வைக்கிறது என்பது அவனுக்கு நினைவிருக்காது. நீங்கள் இந்த இரண்டில் எந்த வகையைச் சேர்ந்தவரானாலும் சரி, நீங்கள் காதல் வயப்பட்ட அனுபவத்தை நினைவுபடுத்திப் பார்த்து, "நாம் காதலித்த அந்த நாட்களில் என் மனைவியிடம் எந்த விஷயங்கள் எனக்குப் பிடித்திருந்தன? அவள் கூறிய அல்லது செய்த எந்த விஷயங்கள் அவளுடன் நான் இருக்க வேண்டும் என்ற தீராத விருப்பத்தை என்னுள் ஏற்படுத்தின?" என்று நீங்களே உங்களைக் கேட்டுக் கொள்ளுங்கள். உங்களால் அந்த நினைவுகளை நினைவுகூர முடிந்தால், உங்கள் முதன்மைக் காதல் மொழியைப் பற்றி அது உங்களுக்குச் சில யோசனைகளைக் கொடுக்கும். "எனக்குப் பொருத்தமான மனைவி என்றால் எப்படி இருக்க வேண்டும்? என்னால் ஒரு கச்சிதமான மனைவியைப் பெற முடியும் என்றால் அவள் எப்படிப்பட்டவளாக இருப்பாள்?" என்று உங்களிடம் நீங்களே கேட்டுக் கொள்வது இன்னோர் அணுகுமுறை.

உங்கள் முதன்மைக் காதல் மொழி என்று நீங்கள் நினைக்கும் விஷயத்தை எழுதுவதற்குச் சிறிது நேரத்தைச் செலவிடுங்கள். பிறகு மற்ற நான்கு மொழிகளையும் அவற்றின் முக்கியத்துவத்தின் அடிப்படையில் வரிசைப்படுத்திப் பட்டியல் இடுங்கள். உங்கள் மனைவியின் முதன்மைக் காதல் மொழி என்று நீங்கள் நினைக்கும் விஷயத்தையும் எழுதுங்கள். பிறகு நீங்கள் விரும்பினால் மற்ற நான்கு மொழிகளையும் அவற்றின் முக்கியத்துவத்திற்கு ஏற்பப் பட்டியலிடுங்கள். உங்கள் கணவனோடு அமர்ந்து, அவரது முதன்மைக் காதல் மொழி என்று நீங்கள் ஊகித்துள்ள விஷயத்தை அவரிடம் கலந்து பேசுங்கள். பிறகு, உங்களது முதன்மைக் காதல் மொழியாக நீங்கள் கருதுவதை அவரிடம் பரிமாறிக் கொள்ளுங்கள்.

இந்த விஷயத்தைப் பகிர்ந்து கொண்ட பிறகு, கீழ்க்கண்ட விளையாட்டை வாரத்திற்கு மூன்று முறை தொடர்ந்து மூன்று வாரங்கள் விளையாடுமாறு நான் உங்களுக்குப் பரிந்துரைக்கிறேன். இந்த விளையாட்டிற்குக் 'காதல் பரிசோதனை' என்று பெயர். அதை இவ்வாறு விளையாட வேண்டும். உங்கள் மனைவி வீட்டிற்கு வரும்போது, அவரிடம், "0 — 10 என்ற அளவீட்டில், இன்றிரவு உன்னுடைய காதல் மீட்டர் எந்த நிலையில் உள்ளது?" என்று கேளுங்கள். 0 என்றால் காலி என்றும், 10 என்றால் 'நான் அன்பால் நிரம்பி வழிகிறேன். இதற்கு மேல் என்னால் கையாள முடியாது' என்றும் பொருள். உங்கள் மனைவி 0 — 10க்குள் ஏதேனும் ஓர் எண்ணைத் தேர்ந்தெடுப்பார். அது 10க்குக் குறைவாக இருந்தால், "அதை நிரப்புவதற்கு நான் என்ன செய்ய வேண்டும்?" என்று நீங்கள் அவரிடம் கேளுங்கள்.

அவர் ஏதேனும் ஒரு பரிந்துரையைத் தெரிவிக்கலாம். அன்று மாலையில் நீங்கள் செய்ய வேண்டும் என்று அவர் விரும்பும் ஏதேனும் ஒரு விஷயமாக அது இருக்கலாம். முடிந்தவரை அந்தக் கோரிக்கையை நிறைவேற்றுங்கள். பிறகு உங்கள் மனைவி உங்களிடம் அந்தக் கேள்வியைக்

கேட்கட்டும். அப்போது உங்கள் காதல் அளவீட்டைப் பற்றித் தெரிந்து கொள்வதற்கு உங்கள் இருவருக்கும் சமமான வாய்ப்புக் கிடைக்கும். இப்போது நீங்கள் உங்கள் விருப்பத்தை அவரிடம் பரிந்துரை செய்யுங்கள். நீங்கள் இந்த விளையாட்டை மூன்று வாரம் விளையாடினால், அதை நீங்கள் விடவே மாட்டீர்கள். உங்கள் திருமண வாழ்க்கையில் காதலை வெளிப்படுத்துவதற்கான ஒரு சுவாரசியமான வழி இது.

ஒரு கணவர் என்னிடம், "எனக்கு அந்தக் 'காதல் பரிசோதனை' விளையாட்டுப் பிடிக்கவில்லை. அதை நான் என் மனைவியுடன் விளையாடினேன். ஒருநாள் நான் வீட்டிற்கு வந்தவுடன், 'இன்றிரவு காதல் மீட்டர் என்ன கூறுகிறது?' என்று கேட்டேன். அவள், 'சுமார் ஏழு,' என்றாள். 'அதை நிரப்ப நான் என்ன செய்ய வேண்டும்?' என்று கேட்டேன். 'இன்றிரவு நீங்கள் எனக்குச் செய்யக்கூடிய மிகப் பெரிய விஷயம் துணிகளைத் துவைப்பதுதான்,' என்று அவள் கூறினாள். 'காதலுக்கும் துணிகளைத் துவைப்பதற்கும் என்ன சம்பந்தம்? எனக்கு ஒன்றும் புரியவில்லை,' என்று நான் கூறினேன்," என்று கூறினார்.

அதற்கு நான் அவரிடம், "அதுதான் பிரச்சனையே. உங்கள் மனைவியின் காதல் மொழி உங்களுக்குப் புரியவில்லை என்று நினைக்கிறேன். உங்களது முதன்மைக் காதல் மொழி எது?" என்று கேட்டேன்.

எந்தவிதமான தயக்கமும் இன்றி அவர், "ஸ்பரிசம். குறிப்பாகத் தாம்பத்திய உறவு," என்று கூறினார்.

"நான் கூறுவதைக் கவனமாகக் கேளுங்கள். ஸ்பரிசத்தின் மூலம் உங்கள் மனைவி தன் காதலை வெளிப்படுத்தும்போது நீங்கள் உணரும் அன்பைத்தான், நீங்கள் துணிகளைத் துவைத்துக் கொடுக்கும்போது உங்கள் மனைவி உணர்கிறார்," என்று நான் கூறினேன்.

"கொண்டு வாருங்கள் துணிகளை! அதுதான் அவளை மகிழ்விக்கிறது என்றால், ஒவ்வோர் இரவும் துணிகளைத் துவக்க நான் தயார்," என்று அவர் உற்சாகமாகக் கத்தினார்.

நீங்கள் இன்னும் உங்களது முதன்மைக் காதல் மொழியைக் கண்டறிந்திருக்கவில்லை என்றால், அந்தக் காதல் பரிசோதனை விளையாட்டின் மீட்டர் அளவுகளைப் பதிவு செய்து வைத்துக் கொள்ளுங்கள். உங்கள் கணவர் உங்களிடம், "அதை நிரப்ப நான் என்ன செய்ய வேண்டும்?" என்று கேட்கும்போது, நீங்கள் கொடுக்கும் பரிந்துரைகள் உங்கள் முதன்மைக் காதல் மொழியைச் சுற்றியே அமைந்திருக்கும். ஐந்து காதல் மொழிகளில் இருந்தும் நீங்கள் பல விஷயங்களை அவரிடம் கோரிக்கையாக வைக்கக்கூடும், ஆனால் உங்களது பெரும்பான்மையான கோரிக்கைகள் உங்களது முதன்மைக் காதல் மொழியைச் சுற்றியே இருக்கும்.

இல்லினாய் மாநிலத்தின் சையான் நகரைச் சேர்ந்த ரேமன்ட் மற்றும் ஹெலன் என்னிடம் கூறியதை உங்களில் சிலர் இப்போது உங்கள் மனத்தில் சொல்லிக் கொண்டிருக்கக்கூடும். ரேமன்ட்டும் ஹெலனும் என்னிடம், "டாக்டர் சேப்மேன், நீங்கள் கூறும் அனைத்தும் கேட்பதற்கு

அருமையானவையாகவும் அற்புதமானவையாகவும் இருப்பது உண்மைதான். ஆனால் உங்கள் வாழ்க்கைத் துணைவரின் காதல் மொழியைப் பேசுவது உங்களுக்கு இயற்கையாக வராமல் போகும்போது என்ன செய்வது?" என்று கேட்டனர்.

அதற்கான விடையை நாம் அடுத்த அத்தியாயத்தில் அலசலாம்.

10

காதல் என்பது நாம் விரும்பித் தேர்ந்தெடுக்கும் ஒன்று

கடந்தகாலத் தோல்விகள் குறித்தக் காயமும், கோபமும், வெறுப்பும் நம் மனத்தில் நிரம்பி வழியும்போது நம்மால் எப்படி அடுத்தவரின் காதல் மொழியைப் பேச முடியும்? அதற்கான பதில் நமது மனிதகுலத்தின் இன்றியமையாத இயல்பில் அடங்கியுள்ளது. தேர்ந்தெடுப்பது நமது இயல்பு. அதாவது, மோசமான தேர்ந்தெடுப்புகளைச் செய்யும் திறன் நமக்கு உண்டு என்று பொருள். நாம் அனைவருமே மோசமான தேர்ந்தெடுப்புகளைச் செய்திருக்கிறோம். மனத்தைப் புண்படுத்தும் வார்த்தைகளைப் பேசியிருக்கிறோம். பிறரைக் காயப்படுத்தும் விஷயங்களைச் செய்திருக்கிறோம். அந்தக் கணத்தில் அவை நியாயமானவைபோல் நமக்குத் தோன்றியிருந்தாலும், நமது அந்தத் தேர்ந்தெடுப்புகள் குறித்துப் பின்னர் நாம் பெருமை கொள்வதில்லை. கடந்தகாலத்தில் நாம் மோசமாகத் தேர்ந்தெடுத்துள்ளோம் என்பதால்,

எதிர்காலத்திலும் நமது தேர்ந்தெடுப்புகள் மோசமாகத்தான் இருக்க வேண்டும் என்றில்லை. மாறாக நாம், "என்னை மன்னித்துவிடுங்கள். நான் உங்களைக் காயப்படுத்தி இருக்கிறேன் என்பது எனக்குத் தெரியும். ஆனால் எதிர்காலத்தை நான் வித்தியாசமாக மாற்ற விரும்புகிறேன். நான் என் காதலை உங்களது மொழியில் வெளிப்படுத்த விரும்புகிறேன். உங்கள் தேவைகளைப் பூர்த்தி செய்ய விரும்புகிறேன்," என்று கூறலாம். தம்பதியர் ஒருவர்மீது ஒருவர் அன்பு செலுத்துவதைத் தேர்ந்தெடுக்கும்போது, பல திருமணங்கள் விவாகரத்தின் விளிம்பில் இருந்து மீண்டு வந்துள்ளதை நான் பார்த்திருக்கிறேன்.

அன்பு கடந்தகாலத்தை அழிப்பதில்லை, ஆனால் அது எதிர்காலத்தை வேறு விதமாக மாற்றி அமைத்துவிடுகிறது. நம் காதலை நமது வாழ்க்கைத் துணைவரின் முதன்மைக் காதல் மொழியில் வெளிப்படுத்த முயலும்போது, நமது கடந்தகால முரண்பாடுகளையும் தோல்விகளையும் கையாள்வதற்கு உகந்த ஒரு சூழலை நாம் உருவாக்கிக் கொள்கிறோம்.

பிரென்ட் எனது அலுவலகத்திற்கு வந்திருந்தார். அவரது முகம் இறுகியிருந்தது. அவரிடம் இருந்து எந்த உணர்வும் வெளிப்படவில்லை. அவர் தானாக என்னைப் பார்க்க வரவில்லை. எனது அழைப்பின் பேரில்தான் அவர் எனது அலுவலகத்திற்கு வந்திருந்தார். ஒரு வாரத்திற்கு முன்பு அவரது மனைவி பெக்கி, அவர் இப்போது அமர்ந்திருந்த அதே நாற்காலியில் அமர்ந்து தன்னைக் கட்டுப்படுத்த முடியாமல் அழுது கொண்டிருந்தாள். தன் கணவர் பிரென்ட் இனியும் தன்னை நேசிக்கவில்லை என்றும், தன்னைவிட்டு விலகப் போவதாகத் தெரிவித்ததாகவும் தனது விம்மல்களுக்கு இடையே அவள் என்னிடம் தெரிவித்தாள். அவள் மனமுடைந்து போயிருந்தாள்.

ஒருவழியாக அவர் தன்னைத் தேற்றிக் கொண்டு, "கடந்த இரண்டு மூன்று வருடங்களாக நாங்கள் இருவரும் கடினமாக உழைத்திருக்கிறோம். முன்புபோல் நாங்கள் இருவரும் ஒன்றாகச் சேர்ந்து அதிக நேரம் செலவிடவில்லை என்பதை நான் அறிவேன். ஆனால் நாங்கள் இருவரும் எங்களுக்குப் பொதுவான ஓர் இலக்கை நோக்கி உழைத்துக் கொண்டிருந்ததாக நான் நினைத்தேன். அவர் இப்போது கூறுவதை என்னால் நம்ப முடியவில்லை. அவர் எப்போதுமே ஓர் அன்பான, கரிசனமான நபராக இருந்து வந்திருக்கிறார். எங்கள் குழந்தைகளுக்கு அவர் ஒரு நல்ல தந்தையாகவும் இருக்கிறார். இப்படிப்பட்ட ஒரு காரியத்தை அவரால் எப்படி எங்களுக்குச் செய்ய முடிந்தது?" என்று கேட்டாள்.

அவள் தனது பன்னிரண்டு வருடத் திருமண வாழ்க்கையைப் பற்றி விவரித்ததை நான் கவனமாகக் கேட்டேன். அந்தக் கதையை நான் பல முறை கேட்டுள்ளேன். திருமணத்திற்கு முன்பு பிரென்ட்டும் பெக்கியும் சிறந்த காதலர்களாக இருந்துள்ளனர். இருவரும் காதலின் 'உச்சத்தில்' இருந்தபோது திருமணம் செய்து கொண்டனர். திருமணத்தின் ஆரம்பக் காலங்களில், இருவரும் பல விஷயங்களில் அனுசரித்துப் போக வேண்டியிருந்தது. இருவருமே அமெரிக்கக் கனவைப் பின்தொடர்ந்து சென்றனர். காலப்போக்கில், அவர்கள் தங்களது காதல் பித்து தெளிந்து

வானத்தில் இருந்து தரையிறங்கினர். ஆனால் ஒருவருக்கொருவர் அடுத்தவரின் காதல் மொழியைப் பேசுவதற்குப் போதுமான அளவு கற்றுக் கொள்ளவில்லை. பெக்கியின் காதல் கேணி கடந்த பல வருடங்களாகப் பாதி நிரம்பிய நிலையிலேயே இருந்து வந்துள்ளது. ஆனால் எல்லாம் சரியாக இருப்பதாக அவள் நினைக்கும் அளவுக்கு அவளுக்கு அவளது கணவனிடமிருந்து போதிய அன்பு கிடைத்தது. ஆனால் அவளது கணவன் பிரென்ட்டின் காதல் கேணி வற்றிப் போயிருந்தது.

பிரென்ட்டிற்கு என்னுடன் பேச சம்மதம் என்றால் நான் அவரைப் பார்க்க விரும்புவதாக பெக்கியிடம் கூறினேன். நான் பிரன்ட்டைத் தொலைபேசியில் அழைத்து, “பெக்கி என்னை வந்து பார்த்து, திருமண வாழ்க்கையில் அவள் சந்தித்துக் கொண்டிருக்கும் போராட்டத்தைப் பற்றி என்னிடம் கூறியது உங்களுக்குத் தெரியும் என்று நினைக்கிறேன். நான் அவளுக்கு உதவி செய்ய விரும்புகிறேன். ஆனால் அதற்கு, நீங்கள் என்ன சிந்தித்துக் கொண்டிருக்கிறீர்கள் என்று நான் தெரிந்து கொள்வது அவசியம்,” என்று கூறினேன்.

எந்தவிதமான தயக்கமும் இன்றி என்னைப் பார்ப்பதற்கு அவர் சம்மதித்தார். இப்போது அவர் என் அலுவலகத்தில் உட்கார்ந்திருந்தார். அவரது புறத்தோற்றம் பெக்கியிடமிருந்து முற்றிலும் மாறுபட்டிருந்தது. அவள் என்னைப் பார்க்க வந்திருந்தபோது அடக்க முடியாமல் அழுது கொண்டிருந்தாள். ஆனால் இவரோ கல்லாக அமர்ந்திருந்தார். ஆனாலும் அவர் பல வாரங்கள் அல்லது பல மாதங்களுக்கு முன்பே அழுது முடித்திருக்க வேண்டும் என்று எனக்கு உள்ளுணர்வுரீதியாகத் தோன்றியது. அவர் உள்ளுக்குள் அழுது கொண்டிருந்திருக்க வேண்டும். பிரென்ட் கூறிய கதை அதை உறுதி செய்தது.

“இனியும் நான் அவளை நேசிக்கவில்லை. அவள்மீது நான் கொண்டிருந்த காதல் மறைந்து நெடுங்காலமாயிற்று. நான் அவள் மனத்தைப் புண்படுத்த விரும்பவில்லை. ஆனால் எங்களுக்கிடையே நெருக்கம் இல்லை. எங்கள் உறவு வெறுமையாகிவிட்டது. அவளுடன் இருப்பது இனியும் எனக்கு மகிழ்ச்சியளிப்பதில்லை. என்ன நிகழ்ந்தது என்று எனக்குத் தெரியவில்லை. விஷயம் வேறு விதமாக இருந்திருந்தால் நன்றாக இருக்கும். ஆனால் அவளைக் குறித்து எனக்கு எந்த உணர்ச்சியும் இல்லை,” என்று அவர் கூறினார்.

பல்லாயிரக்கணக்கான கணவன்மார்கள் பல வருடங்களாகச் சிந்தித்தும் உணர்ந்தும் வந்துள்ளதைத்தான் பிரென்ட்டும் சிந்தித்துக் கொண்டிருந்தார், உணர்ந்து கொண்டிருந்தார். “இனியும் நான் அவளை நேசிக்கவில்லை” என்ற மனப்போக்குதான் வேறொருவர்மீது காதல் வயப்படுவதற்கு ஆண்களுக்குச் சுதந்திரம் அளிக்கின்றது. இதே சாக்குப்போக்கைப் பயன்படுத்தும் மனைவிமார்களுக்கும் இது பொருந்தும்.

பிரென்ட்டின்மீது எனக்குப் பரிதாபம் ஏற்பட்டது. நானும் அந்த நிலையில் இருந்திருக்கிறேன். பல்லாயிரக்கணக்கான கணவன்மார்களும் மனைவிமார்களும் அங்கு இருந்திருக்கின்றனர். அவர்களது உணர்ச்சிகள்

வெறுமையாகியிருக்கும். சரியான காரியத்தைச் செய்ய வேண்டும், பிறரைக் காயப்படுத்திவிடக்கூடாது என்று அவர்கள் மனம் துடிக்கும். ஆனால் தங்களது உணர்ச்சிரீதியான தேவைகளுக்காக அவர்கள் தங்கள் திருமணத்திற்கு வெளியே அன்பைத் தேடுவார்கள். அதிர்ஷ்டவசமாக, 'காதல் வயப்பட்டிருக்கும் அனுபவ'த்திற்கும், அன்பு செலுத்தப்பட வேண்டும் என்ற 'உணர்ச்சிரீதியான தேவை'க்கும் இடையேயான வித்தியாசத்தை நான் என் திருமணத்தின் ஆரம்பக் காலங்களிலேயே கண்டுகொண்டிருந்தேன். நம் சமுதாயத்தில் உள்ள பெரும்பான்மையினர் அந்த வேறுபாட்டை இன்னும் கற்றுக் கொள்ளவில்லை. திரைப்படங்களும், தொலைக்காட்சித் தொடர்களும், காதல் தொடர்பான இதழ்களும் இந்த இரண்டு காதல்களையும் ஒன்றோடு ஒன்றாகப் பின்னிப் பிணைத்து நமது குழப்பத்தை மேலும் அதிகரித்துள்ளன. ஆனால் உண்மையில், இந்த இரண்டு காதல்களும் முற்றிலும் வேறுபட்டவை.

மூன்றாவது அத்தியாயத்தில் நாம் பார்த்தக் 'காதல் வயப்பட்டிருக்கும் அனுபவம்' இயற்கையானது. அது திட்டமிட்டு வருவதில்லை. ஆணுக்கும் பெண்ணுக்கும் இடையே வெறுமனே இயல்பாக ஏற்படும் ஓர் உறவு அது. அதைப் பயிரிட்டு வளர்க்க முடியும். ஆனால் அது நாமாகத் தேர்ந்தெடுக்கும் ஒரு விஷயமாக இருப்பதில்லை. அது மிகக் குறைந்த காலமே தாக்குப் பிடிக்கும். வழக்கமாக இரண்டு வருடங்கள் அல்லது அதற்கும் குறைவான காலமே அது நீடித்திருக்கும்.

என் மனைவியின் அன்புத் தேவையைப் பூர்த்தி செய்வது தினமும் நான் மேற்கொள்ளும் ஒரு தேர்ந்தெடுப்பாகும். அவளது முதன்மைக் காதல் மொழி எதுவென்று எனக்குத் தெரிந்து, அதைப் பேசுவதை நான் தேர்ந்தெடுத்தால், அவளது ஆழமான உணர்ச்சிரீதியான தேவை நிறைவேற்றப்பட்டுவிடும். அதோடு அவள் என் அன்பில் பாதுகாப்பாக உணர்வாள்.

'காதல் வயப்படுவது' அன்பிற்கான ஒருவரது உணர்ச்சிரீதியான தேவையைத் தற்காலிகமாக நிறைவேற்றும். யாரோ ஒருவர் நம்மீது அக்கறை கொண்டிருக்கிறார், நம்மைப் பார்த்து பிரமிக்கிறார், நம்மைப் பாராட்டுகிறார் என்ற உணர்வை அது நமக்குத் தருகிறது. அடுத்தவருடைய கண்ணோட்டத்தில் நாம் முதலாம் இடத்தில் இருக்கிறோம், நம்முடன் அவர் கொண்டிருக்கும் உறவிற்கு நேரத்தையும் ஆற்றலையும் நமக்கென்று பிரத்யேகமாக அவர் வழங்குகிறார் என்ற எண்ணம் நம் உணர்ச்சிகள் மகிழ்ச்சியாக வானில் இறக்கை கட்டிப் பறக்க

உதவுகிறது. அது எவ்வளவு குறைந்த காலம் நீடித்திருந்தாலும், அந்தக் குறுகிய காலத்தில் அன்பிற்கான நமது உணர்ச்சிரீதியான தேவை நிறைவேற்றப்படுகிறது. நமது கேணி நிரம்பிவிடுகிறது; நம்மால் இவ்வுலகை வெற்றி கொள்ள முடியும். நமக்கு எல்லாமே சாத்தியம். பல நபர்களைப் பொறுத்தவரை, நிரம்பிய கேணியுடன் வாழ்வது அவர்களுக்கு அதுதான் முதல் முறை. அது அவர்களுக்குக் குதூகலம் அளிக்கிறது.

ஆனாலும் காலப்போக்கில், நாம் அந்த மயக்கத்தில் இருந்து தெளிந்து தரையிறங்கிவிடுகிறோம். நமது கணவனோ அல்லது மனைவியோ நமது முதன்மைக் காதல் மொழியைக் கற்றுக் கொண்டுவிட்டால், அன்பிற்கான நமது தேவை தொடர்ந்து நிறைவேற்றப்பட்டுக் கொண்டே இருக்கும். மறுபுறம், அவர் நமது முதன்மைக் காதல் மொழியைப் பேசவில்லை என்றால் நமது கேணி மெல்ல மெல்ல வற்றிவிடும். நாம் நேசிக்கப்படவில்லை என்ற உணர்வும் நம்முள் மேலோங்கும். தன் வாழ்க்கைத் துணைவரின் அந்தத் தேவையை நிறைவேற்றுவது நிச்சயமாக அவரவரின் தனிப்பட்ட விருப்பம்தான். நான் என்னுடைய மனைவியின் காதல் மொழியைக் கற்றுக் கொண்டு அதை அடிக்கடிப் பேசி வந்தால், தான் நேசிக்கப்படுவதாக அவள் தொடர்ந்து உணர்வாள். அவளது 'காதல் பித்து' தெளிந்த பிறகும், அது இல்லையென்ற குறை அவளுக்கு ஏற்படாது. ஏனெனில் அவளது காதல் கேணி தொடர்ந்து நிரப்பப்பட்டுக் கொண்டேயிருக்கும். ஆனால், நான் அவளது முதன்மைக் காதல் மொழியைக் கற்றுக் கொண்டிருக்கவில்லை என்றாலோ அல்லது அதைப் பேசுவதை நான் தேர்ந்தெடுக்காவிட்டாலோ, அவள் தன் காதல் மயக்கம் தீர்ந்து எழும்போது தான் நேசிக்கப்படவில்லை என்ற இயல்பான ஏக்கம் அவளுக்குள் தலைதூக்கும். பல ஆண்டுகள் ஒரு வற்றியக் கேணியுடன் வாழ்ந்த பிறகு, அவள் நிச்சயமாக வேறு ஒருவரிடம் 'காதல் வயப்படுவாள்.' அந்தச் சுழற்சி மீண்டும் துவங்கும்.

என் மனைவியின் அன்புத் தேவையைப் பூர்த்தி செய்வது தினமும் நான் மேற்கொள்ளும் ஒரு தேர்ந்தெடுப்பாகும். அவளது முதன்மைக் காதல் மொழி எதுவென்று எனக்குத் தெரிந்து, அதைப் பேசுவதை நான் தேர்ந்தெடுத்தால், அவளது ஆழமான உணர்ச்சிரீதியான தேவை நிறைவேற்றப்பட்டுவிடும். அதோடு அவள் என் அன்பில் பாதுகாப்பாக உணர்வாள். அவளும் எனக்காக அதைச் செய்தால், என் உணர்ச்சிரீதியான தேவைகளும் நிறைவேற்றப்பட்டு, நிரம்பி வழியும் கேணியுடன் நாங்கள் இருவரும் வாழ்வோம். உணர்ச்சிரீதியாக நாங்கள் நிறைவாக இருக்கும்போது, நாங்கள் இருவரும் எங்களது படைப்பாற்றலை எங்கள் திருமணத்திற்கு வெளியே பல வேலைத் திட்டங்களுக்குக் கொடுப்போம். அதே நேரத்தில், நாங்கள் எங்கள் திருமண வாழ்க்கையையும் தொடர்ந்து உற்சாகமளிப்பதாக வைத்துக் கொள்வோம்.

நான் பிரென்ட்டின் இறுக்கமான முகத்தைப் பார்த்துக் கொண்டிருந்தபோது, இவையெல்லாம் என் மனத்திற்குள் ஓடிக் கொண்டிருந்தன. அவருக்கு என்னால் உதவ முடியுமா என்று சந்தேகித்தேன். அவர் ஏற்கனவே வேறு ஒருவருடன் காதல் வயப்பட்டிருக்க வேண்டும் என்று என் மனத்திற்குப் பட்டது. அந்தப்

புதிய உறவு துவக்க நிலையில் உள்ளதா அல்லது உச்சத்தை அடைந்துவிட்டிருந்ததா என்று யோசித்தேன். வற்றியக் கேணியுடன் தவித்துக் கொண்டிருக்கும் ஆண்களைப் பொறுத்தவரை, அந்தத் தேவையை நிறைவேற்றக்கூடிய வேறு ஒரு பெண்ணைச் சந்திக்கக்கூடிய வாய்ப்பு தங்களுக்குக் கிடைக்கும்வரை தங்களது தற்போதையத் திருமணத்தில் இருந்து விலகிப் போவோர் வெகு சிலரே.

தான் பல மாதங்களாக வேறு ஒரு பெண்ணுடன் காதல் வயப்பட்டிருந்ததை பிரென்ட் நேர்மையாக வெளிப்படுத்தினார். அந்தப் பெண் குறித்துத் தான் கொண்டிருந்த உணர்வுகள் மறைந்துவிடும், பிறகு தன் மனைவியுடனான பிரச்சனையைப் பேசித் தீர்த்துக் கொண்டு, மீண்டும் அவருடன் சேர்ந்து வாழலாம் என்று அவர் நம்பியிருந்தார். ஆனால் அவரது வீட்டில் பிரச்சனை மிக மோசமான திசையை நோக்கிச் சென்று கொண்டிருந்தது. அதனால், அந்தப் புதிய பெண்ணின்மீது அவர் கொண்டிருந்த காதல் அதிகரித்தது. தனது புதிய காதலி இல்லாமல் வாழ்வதை அவரால் கற்பனை செய்து பார்க்கக்கூட முடியவில்லை.

அவரது இக்கட்டான சூழ்நிலையைக் கண்டு எனக்கு அவர்மீது பரிதாபம் ஏற்பட்டது. உண்மையிலேயே அவர் தன் மனைவியையும் குழந்தைகளையும் காயப்படுத்த விரும்பவில்லை. ஆனால் அதே நேரத்தில், தான் ஒரு மகிழ்ச்சியான வாழ்க்கைக்குத் தகுதியானவன்தான் என்ற உணர்வும் அவருள் எழுந்தது. இரண்டாவது திருமணங்களில் அறுபது சதவீதம் விவாகரத்தில் முடிகின்றன என்ற புள்ளிவிபரத்தை நான் அவருக்கு எடுத்துக்கூறினேன். அதைக் கேட்டு அவர் ஆச்சரியமடைந்தார். ஆனால் தனது இரண்டாவது திருமணம் நிச்சயமாக வெற்றி பெறும் என்று அவர் நம்பினார். குழந்தைகள்மீது விவாகரத்து ஏற்படுத்தும் மோசமான விளைவுகளைப் பற்றிய ஆய்வுகளை நான் அவரிடம் எடுத்துரைத்தேன். ஆனால் தன் குழந்தைகளுக்குத் தன்னால் ஒரு நல்ல தகப்பனாக இருக்க முடியும் என்றும், விவாகரத்தால் ஏற்படும் மனக்காயங்களில் இருந்து தன் குழந்தைகள் காலப்போக்கில் மீண்டுவிடுவர் என்றும் அவர் உறுதியாக நம்பினார். இப்புத்தகத்தில் உள்ள விஷயங்களைப் பற்றி நான் பிரென்ட்டிடம் பேசி, காதல் வயப்படுவதற்கும், நேசிக்கப்பட வேண்டும் என்ற ஆழமான உணர்ச்சிரீதியான தேவைக்கும் இடையேயான வேறுபாட்டை நான் அவருக்கு விளக்கிக் கூறினேன். ஐந்து காதல் மொழிகளைப் பற்றியும் நான் அவருக்கு விளக்கிக் கூறி, தனது திருமண வாழ்க்கைக்கு மீண்டும் ஒரு வாய்ப்புக் கொடுத்துப் பார்க்குமாறு கேட்டுக் கொண்டேன். புதிய காதலினால் அவருக்கு ஏற்பட்டிருந்த மயக்கத்தில், திருமணம் குறித்த எனது பகுத்தறிவுபூர்வமான, தர்க்கரீதியான அணுகுமுறை எடுபடாது என்பதை நான் நன்கு அறிந்திருந்தேன். அவரது திருமண வாழ்க்கை குறித்து நான் கொண்டிருந்த கரிசனத்திற்கு அவர் தன் நன்றியை வெளிப்படுத்தினார். பெக்கிக்கு என்னாலான அனைத்து உதவிகளையும் செய்யுமாறும் அவர் என்னைக் கேட்டுக் கொண்டார். ஆனால் இந்தத் திருமணம் இனி உயிர்ப்பெறாது என்று அவர் எனக்கு உத்தரவாதம் அளித்தார்.

ஒரு மாதத்திற்குப் பிறகு எனக்கு அவரிடமிருந்து ஒரு தொலைபேசி அழைப்பு வந்தது. தான் என்னுடன் மீண்டும் பேச விரும்புவதாக அவர் குறிப்பிட்டார். இம்முறை அவர் என் அலுவலகத்திற்கு வந்தபோது மிகவும் கலங்கிப் போயிருந்தது வெளிப்படையாகத் தெரிந்தது. அவரிடம் நான் முன்பு பார்த்த அமைதியும் உறுதியும் இப்போது மறைந்துவிட்டிருந்தன. அவரது புதிய காதலியின் காதல் மயக்கம் கலையத் துவங்கியிருந்தது. பிரென்ட்டிடம் தனக்குப் பிடிக்காத விஷயங்களை அவள் பார்க்கத் துவங்கியிருந்தாள். பிரென்ட்டுடனான தனது உறவில் இருந்து அவள் விலகிக் கொண்டிருந்தாள். அது பிரென்ட்டின் மனத்தைச் சுக்குநூறாக உடைத்தது. அவர் நிலைகுலைந்து போயிருந்தார். அவளைத் தான் மிகவும் நேசித்ததாகவும், அவள் தன்னைவிட்டு விலகுவது தனக்குத் தாள முடியாத வலியை ஏற்படுத்துவதாகவும் அவர் என்னிடம் கூறியபோது அவரது கண்களில் கண்ணீர் துளிர்த்தது.

அவர் ஒரு மணிநேரமாகப் பேசிக் கொண்டிருந்ததை நான் பொறுமையாகக் கேட்டப் பிறகு அவர் என் ஆலோசனையைக் கேட்டார். அவரது வலி எனக்குப் புரிவதாக நான் அவரிடம் கூறினேன். அதோடு, அவர் அனுபவித்துக் கொண்டிருந்தது ஓர் இழப்பினால் ஏற்படும் இயற்கையான துயரம் என்றும், அந்தத் துயரம் ஒரே இரவில் மறைந்துவிடாது என்றும் கூறினேன். ஆனாலும் அந்த இழப்பு தவிர்க்க முடியாத ஒன்று என்பதை நான் அவருக்கு விளக்கினேன். 'காதல் வயப்படுதல்' என்ற அனுபவத்தின் தற்காலிக இயல்பை அவருக்கு நினைவுபடுத்தி, இன்று இல்லாவிட்டாலும் வெகு விரைவில் நாம் நம் காதல் மயக்கம் தெளிந்து யதார்த்த உலகிற்குள் அடியெடுத்து வைத்துத்தான் ஆக வேண்டும். திருமணத்திற்கு முன்பே சிலருக்கு அந்த மயக்கம் தெளிந்துவிடுகிறது. மற்றவர்கள், திருமணமானவுடன் யதார்த்த உலகிற்குள் வருகின்றனர்.

சிறிது காலத்திற்குப் பிறகு, அவருக்கு ஏற்பட்டிருந்த அந்த நெருக்கடி நிலை, அவரும் அவரது மனைவியும் திருமண ஆலோசனை பெறுவதற்கு உகந்த நேரம் என்று நான் அவருக்குப் பரிந்துரைத்தேன். உண்மையான, நிலையான காதல் ஒரு விருப்பத்தேர்வு என்றும், அவரும் அவரது மனைவியும் சரியான காதல் மொழிகளைப் பேசி ஒருவரை ஒருவர் நேசிக்கக் கற்றுக் கொண்டால் அவரது திருமண வாழ்க்கையில் காதல் மீண்டும் துளிர்விடும் என்றும் நான் அவருக்கு நினைவூட்டினேன். திருமண ஆலோசனை பெறுவதற்கு அவர் சம்மதம் தெரிவித்தார். ஒன்பது மாதங்களுக்குப் பிறகு, அவரும் அவரது மனைவியும் ஒரு புதிய தம்பதியராக என் அலுவலகத்தைவிட்டு வெளியேறினர். மூன்று வருடங்கள் கழித்து நான் பிரென்ட்டைச் சந்தித்தபோது, தான் ஓர் அற்புதமான திருமண வாழ்க்கையை வாழ்ந்து கொண்டிருப்பதாகக் கூறி, தனது வாழ்வில் ஒரு நெருக்கடியான நேரத்தில் நான் அவருக்கு உதவியதற்காக எனக்கு நன்றி தெரிவித்தார். தன் வாழ்வில் குறுக்கிட்ட மற்றுமொரு காதலை இழந்தபோது ஏற்பட்ட வருத்தம் மறைந்து இரண்டு வருடங்களுக்கு மேல் ஆகிவிட்டதாகவும் அவர் கூறினார். என்னைப் பார்த்துப் புன்னகைத்துவிட்டு, "என் இதயம் இவ்வளவு அன்பால்

ஒருபோதும் நிரம்பி வழிந்ததில்லை. பெக்கிதான் இவ்வுலகிலேயே மிகவும் மகிழ்ச்சியான பெண் என்பதை அவரைச் சந்தித்தால் நீங்கள் தெரிந்து கொள்வீர்கள்," என்று கூறினார்.

இரண்டு நபர்கள் கிட்டத்தட்ட ஒருபோதும் ஒரே நாளில் காதல் வயப்படுவது இல்லை. அதேபோல் அவர்களுடைய காதல் இருவரிடம் இருந்தும் ஒரே நாளில் மறைந்து போவதும் இல்லை. இந்த உண்மையைக் கண்டறிவதற்கு நீங்கள் ஒரு சமூக அறிவியலறிஞராக இருக்க வேண்டியதில்லை. பிரென்ட்டின் புதிய காதலி சரியான நேரத்தில்தான் அவரைவிட்டு விலகிப் போயிருந்தார். இது பிரென்ட்டைப் பொறுத்தவரை, கெட்ட நேரத்திலும் ஒரு நல்ல நேரம்தான்.

அவர்களது திருமண வாழ்க்கை மீண்டும்
மலர்ந்ததற்கு முக்கியக் காரணம், அவர்கள்
இருவரும் அடுத்தவரது முதன்மைக் காதல்
மொழியைக் கண்டுகொண்டு, அதைத் தாராளமாக
பேசுவதைத் தேர்ந்தெடுத்ததுதான்.

அவர்கள் இருவருக்கும் நான் ஆலோசனை வழங்கிய ஒன்பது மாதங்களில், முன்பு ஒருபோதும் அவர்கள் பேசித் தீர்த்திராத எண்ணற்ற முரண்பாடுகளைப் பேசிக் களைந்தனர். ஆனால் அவர்களது திருமண வாழ்க்கை மீண்டும் மலர்ந்ததற்கு முக்கியக் காரணம், அவர்கள் இருவரும் அடுத்தவரது முதன்மைக் காதல் மொழியைக் கண்டுகொண்டு, அதைத் தாராளமாக பேசுவதைத் தேர்ந்தெடுத்ததுதான்.

ஒன்பதாவது அத்தியாயத்தில் நான் எழுப்பியக் கேள்வியை மீண்டும் பார்க்கலாம். "உங்கள் வாழ்க்கைத் துணைவரின் காதல் மொழியைப் பேசுவது உங்களுக்கு இயற்கையாக வராமல் போகும்போது என்ன செய்வது?" திருமண வாழ்க்கை பற்றிய எனது பயிலரங்குகளில் என்னிடம் அடிக்கடிக் கேட்கப்படும் கேள்வி இது. அதற்கு எனது பதில், "அதனால் என்ன?" என்பதுதான்.

'பணிவிடைகள்' என் மனைவியின் முதன்மைக் காதல் மொழி. காதலின் வெளிப்பாடாக என் மனைவிக்கு நான் வழக்கமாகச் செய்யும் ஒரு பணிவிடை, தரையை வாக்குவம் கிளீனரால் சுத்தம் செய்வது. அந்த வேலை எனக்கு இயற்கையாக வருவதாக நீங்கள் நினைக்கிறீர்களா? நான் சிறுவனாக இருந்தபோது என் தாயார் எங்கள் வீட்டை வாக்குவம் கிளீனர் கொண்டு என்னைச் சுத்தம் செய்ய வைத்தார். நான் பள்ளிப் படிப்பை முடிக்கும்வரை, சனிக்கிழமைகளில் வீடு முழுவதையும் வாக்குவம் கிளீனரால் சுத்தம் செய்யாமல் என்னால் பந்து விளையாடப் போக முடியவில்லை. அந்த நாட்களில், "நான் இங்கிருந்து போன பிறகு

இந்த வேலையை ஒருபோதும் செய்யப் போவதில்லை. என் மனைவி அந்த வேலையைச் செய்யும்படி நான் பார்த்துக் கொள்வேன்," என்று எனக்கு நானே கூறிக் கொண்டேன்.

ஆனால் இப்போது நான் எங்களது வீட்டை வாக்குவம் கிளீனரால் சுத்தம் செய்கிறேன். அதை நான் தவறாமல் செய்து வருகிறேன். நான் அந்த வேலையைச் செய்வதற்கு ஒரே ஒரு காரணம் மட்டும்தான் உண்டு. அதுதான் காதல்! நீங்கள் எனக்கு எவ்வளவு பணம் கொடுத்தாலும் நான் அந்த வேலையைச் செய்ய மாட்டேன். ஆனால் காதலுக்காக நான் அதைச் செய்வேன். ஒரு செயல் இயல்பாக உங்களுக்கு வரவில்லை என்றால், அதுதான் காதலின் மிகச் சிறந்த வெளிப்பாடு. நான் வீட்டை வாக்குவம் கிளீனர் கொண்டு சுத்தம் செய்யும்போது, அது 100 சதவீதம் தூய்மையான, கலப்படமற்றக் காதல் என்பதை என் மனைவி அறிவாள். அப்போது அவள் கண்களில் நான் மிகவும் உயர்ந்தவனாகத் தெரிகிறேன்.

"டாக்டர் சேப்மேன், அது வேறு விஷயம். ஸ்பரிசம்தான் என் மனைவியின் காதல் மொழி என்பதை நான் அறிவேன். ஆனால் தொடுவது எனக்குப் பழக்கமில்லை. என் தாயும் தந்தையும் ஒருவரை ஒருவர் அரவணைத்து நான் பார்த்ததில்லை. அவர்கள் என்னையும் ஒருபோதும் கட்டிப்பிடித்ததில்லை. தொடுவது எனக்கு இயல்பாக வராது. நான் என்ன செய்வது?" என்று யாரேனும் கூறக்கூடும்.

உங்களிடம் இரண்டு கைகள் உள்ளனவா? உங்களால் அவற்றைச் சேர்த்துப் பிடிக்க முடியுமா? இப்போது, உங்கள் மனைவி உங்கள் கைகளுக்கு நடுவில் இருப்பதாகக் கற்பனை செய்து கொள்ளுங்கள். அவரை உங்களை நோக்கி இழுங்கள். உங்கள் மனைவியை மூவாயிரம் முறை கட்டி அணைத்தால், பிறகு அதைச் சௌகரியமாகச் செய்யத் துவங்கிவிடுவீர்கள். ஆனால் இறுதியில், சௌகரியம் இங்கு பிரச்சனையல்ல. நாம் காதலைப் பற்றித்தான் பேசிக் கொண்டிருக்கிறோம். காதல் என்பது நீங்கள் வேறொருவருக்குச் செய்யும் ஒன்று, நீங்கள் உங்களுக்கே செய்து கொள்ளும் ஒன்றல்ல. நமக்கு 'இயற்கையாக' வராத பல விஷயங்களை நம்மில் பெரும்பாலானவர்கள் ஒவ்வொரு நாளும் செய்து கொண்டிருக்கிறோம். நம்மில் சிலருக்கு, அது காலையில் படுக்கையைவிட்டு எழுவதாக இருக்கலாம். நம் உணர்வுகளுக்கு எதிராகச் சென்று, நாம் படுக்கையைவிட்டு எழுகிறோம். ஏன்? ஏனெனில், அன்று நாம் செய்ய வேண்டிய ஏதேனும் ஓர் ஆக்கபூர்வமான வேலை இருப்பதாக நாம் நம்புகிறோம். அன்றைய தினம் முடிவதற்குள்ளாகவே, அன்று காலை நாம் வலுக்கட்டாயமாகப் படுக்கையைவிட்டு எழுந்தது குறித்து மிகவும் நல்லவிதமாக உணர்கிறோம். நமது செயல்கள் நமது உணர்ச்சிகளை முந்திக் கொண்டன.

இது அன்பிற்கும் பொருந்தும். நாம் நம் கணவன் அல்லது மனைவியின் முதன்மைக் காதல் மொழியைக் கண்டறிந்து, அது நமக்கு இயற்கையாக வருகிறதோ இல்லையோ, அதைப் பேசுவதைத் தேர்ந்தெடுக்கிறோம். அந்த மொழியில் பேசுவது நமக்கு இதமான, உற்சாகமான உணர்வுகளைக் கொடுக்க வேண்டிய அவசியமில்லை. நமது

கணவன் அல்லது மனைவியின் நலன் கருதி நாம் அதை வெறுமனே செய்கிறோம், அவ்வளவுதான். நமது கணவனின் உணர்ச்சிரீதியான தேவைகளை நாம் நிறைவேற்ற விரும்புகிறோம், எனவே அவரது மொழியில் நாம் நமது காதலை வெளிப்படுத்துவதைத் தேர்ந்தெடுக்கிறோம். அவ்வாறு செய்வதன்மூலம் அவரது இதயம் அன்பால் நிரம்புகிறது. அதன் காரணமாக, அவர் நமது மொழியில் தனது காதலை நம்மிடம் வெளிப்படுத்துவார். அவர் அவ்வாறு செய்யும்போது, நமது உணர்ச்சிகள் உயிர்ப்பெற்று, நமது இதயமும் அன்பால் நிரம்பத் துவங்குகிறது.

காதல் என்பது ஒரு விருப்பத் தேர்வு. கணவன் மனைவி இருவருமே அதை இன்றே துவங்கலாம்.

11

காதலின் தாக்கம் மகத்தானது

அன்பு என்பது நமது உணச்சிரீதியான தேவை. பாதுகாப்பு, சுயமதிப்பு, மற்றும் முக்கியத்துவம் ஆகியவை நமது அடிப்படைத் தேவைகளில் முக்கியமானவை என்று உளவியலாளர்கள் கண்டுகொண்டுள்ளனர். ஆனாலும், அன்பு அவை அனைத்துடனும் பின்னிப் பிணைந்துள்ளது.

என் மனைவி என்னை நேசிக்கிறாள் என்று நான் உணரும்போது, அவள் எனக்கு எந்தத் தீங்கும் செய்ய மாட்டாள் என்று நான் அறிவதால், என்னால் ஆசுவாசமாக இருக்க முடியும். நான் அவளுடன் இருக்கும்போது பாதுகாப்பாக உணர்வேன். என் வேலையில் நான் பல நிச்சயமற்ற விஷயங்களை எதிர்கொள்ளக்கூடும். என் வாழ்வின் பிற பகுதிகளில் எனக்கு எதிரிகள் இருக்கக்கூடும். ஆனால் என் மனைவி என்னுடன் இருக்கும்போது நான் பாதுகாப்பாக உணர்கிறேன்.

என் மனைவி என்னைக் காதலிக்கிறாள் என்ற விஷயம் என் சுயமதிப்பை ஊட்டி வளர்க்கிறது. அவள் என்னைக் காதலிக்கிறாள் என்றால் நான் நேசிக்கத்தக்கவனாகத்தான் இருக்க வேண்டும். என் சுயமதிப்பைப் பற்றி என் பெற்றோர் எனக்கு எதிர்மறையான அல்லது குழப்பமான தகவல்களைக் கொடுத்திருக்கக்கூடும். ஆனால் என் மனைவி என்னை நன்றாக அறிந்திருக்கிறாள், அவள் என்னை நேசிக்கிறாள். அவளது காதல் என் சுயமதிப்பைக் கட்டியெழுப்புகிறது.

நமக்கு முக்கியத்துவம் வழங்கப்பட வேண்டும் என்ற தேவைதான் நமது பெரும்பான்மையான நடத்தையின் பின்னால் உள்ள உணர்ச்சிரீதியான ஆற்றலாகும். வாழ்க்கை என்பது வெற்றி குறித்தத் தீவிரமான விருப்பத்தால் தூண்டப்படுகிறது. நம் வாழ்வு அர்த்தமுள்ளதாக இருக்க வேண்டும் என்று நாம் விரும்புகிறோம். முக்கியத்துவத்துடன் இருப்பது என்றால் என்ன என்பது குறித்து நம் ஒவ்வொருவருக்கும் ஒரு சொந்தக் கருத்து இருக்கக்கூடும். நமது இலட்சியங்களை அடைய நாம் கடினமாக உழைக்கிறோம். நம் கணவனாலோ அல்லது மனைவியாலோ நாம் நேசிக்கப்படும்போது, அது நமது முக்கியத்துவத்தைப் பன்மடங்கு மேம்படுத்துகிறது. யாரேனும் ஒருவர் நம்மை நேசிக்கிறார் என்றால் நிச்சயமாக நாம் முக்கியத்துவம் வாய்ந்தவராகத்தான் இருக்க வேண்டும் என்று நாம் நம்புகிறோம்.

இவ்வுலகில் படைக்கப்பட்டுள்ள ஜீவராசிகளில், மனிதன் என்ற முறையில் நான் உச்சநிலையில் இருப்பதால் நான் முக்கியத்துவம் வாய்ந்தவன். சிந்திப்பதற்கான திறனும், என் கருத்துக்களை வார்த்தைகளால் வெளிப்படுத்தும் திறனும், தீர்மானங்களை மேற்கொள்ளும் திறனும் எனக்கு இருக்கிறது. புத்தகங்கள் மற்றும் ஒலிநாடாக்களில் பதிவு செய்யப்பட்டுள்ள, எனக்கு முன்பு வாழ்ந்துள்ள மற்றவர்களின் கருத்துக்களால் நான் பயனடைகிறேன். அடுத்தவர்களின் அனுபவங்களில் இருந்து நான் கற்றுக் கொள்கிறேன், அவர்கள் வேறொரு காலகட்டத்திலும் வேறொரு கலாச்சாரத்திலும் வாழ்ந்திருந்த போதிலும்கூட. என் குடும்ப உறுப்பினர்களும் நண்பர்களும் இறந்து போவதை நான் பார்த்திருக்கிறேன். அதன்மூலம், பௌதீக உலகத்திற்கு அப்பாலும் ஓர் இருத்தல் உள்ளது என்பதை நான் உணர்கிறேன். அனைத்துக் கலாச்சாரத்தைச் சேர்ந்த மக்களும் ஓர் ஆன்மீக உலகில் நம்பிக்கை கொண்டுள்ளனர் என்பதை நான் கண்டறிகிறேன். அறிவியல் கண்ணோட்டத்தில் பார்க்கப் பயிற்றுவிக்கப்பட்டுள்ள என் மனது பல கேள்விகளை எழுப்பும்போதும், அது உண்மை என்று என் இதயம் கூறுகிறது.

நான் முக்கியத்துவம் வாய்ந்தவன். வாழ்க்கைக்கு ஓர் அர்த்தம் உள்ளது. அதில் ஓர் உயர்ந்த, உன்னதமான நோக்கம் உள்ளது. நான் அதை நம்ப விரும்புகிறேன். ஆனால், யாரேனும் ஒருவர் என்னிடம் தன் அன்பை வெளிப்படுத்தாதவரை, நான் முக்கியத்துவம் வாய்ந்தவன் என்று என்னால் உணர முடியாமல் போகக்கூடும். என் மனைவி தனது நேரத்தையும், ஆற்றலையும், முயற்சியையும் காதலுடன் என்மீது முதலீடு செய்யும்போது, நான் முக்கியமானவன் என்று நம்புகிறேன். காதல் இல்லாமல், முக்கியத்துவத்தையும் சுயமதிப்பையும் பாதுகாப்பையும் தேடுவதில் நான்

என் வாழ்நாள் முழுவதையும் செலவழிக்கக்கூடும். நான் காதலை அனுபவிக்கும்போது, அது அந்த அனைத்துத் தேவைகள்மீதும் நேர்மறையான தாக்கத்தை ஏற்படுத்துகிறது. இப்போது சுதந்திரமாக என்னால் என்னுடைய ஆற்றலை உருவாக்க முடியும். என் சுயமதிப்பு குறித்து நான் அதிகப் பாதுகாப்பாக உணர்கிறேன். என் சொந்தத் தேவைகளில் மூழ்கியிருப்பதற்குப் பதிலாக, என் ஆற்றலையும் முயற்சிகளையும் நான் மற்றவற்றை நோக்கிச் செலுத்துகிறேன். உண்மையான அன்பு என்றென்றும் நம்மைச் சுதந்திரமாக உணரச் செய்யும்.

மண வாழ்க்கையைப் பொறுத்தவரை, நம் கணவனோ அல்லது மனைவியோ நம்மை நேசிக்கவில்லை என்பதாக நாம் உணர்ந்தால், நமது வேறுபாடுகள் பூதாகாரமாகத் தோன்றும். நமது மகிழ்ச்சிக்கு அவர் தடையாக இருப்பதாக நாம் உணர்வோம். அவருக்கும் அதே உணர்வு ஏற்படும். சுயமதிப்பு மற்றும் முக்கியத்துவத்திற்காக நாம் போராடுவோம். அதனால், இல்லறம் ஒரு புகலிடமாக இருப்பதற்குப் பதிலாக ஒரு போர்க்களமாக மாறிவிடும்.

காதல் ஒரு சர்வரோக நிவாரணி அல்ல. ஆனால் நம்மைத் தொந்தரவு செய்து கொண்டிருக்கும் விஷயங்களுக்கான விடைகளை நாம் தேடுவதற்கு ஒரு பாதுகாப்பான சூழலை அது உருவாக்கிக் கொடுக்கும். அந்த அன்பு தரும் பாதுகாப்பில், ஒருவரை ஒருவர் பழித்துரைக்காமல் ஒரு தம்பதியால் தங்கள் கருத்து வேறுபாடுகளைக் கலந்தாராய முடியும். அந்தச் சூழலில், முரண்பாடுகளுக்கு அவர்களால் எளிதில் தீர்வு காண முடியும். வேறுபட்ட இரு நபர்களால் இணக்கத்துடன் ஒன்றாகச் சேர்ந்து வாழக் கற்றுக் கொள்ள முடியும். அடுத்தவரிடம் உள்ள சிறந்தவற்றை எவ்வாறு வெளிக்கொணர்வது என்பதை நாம் கண்டறிகிறோம். இவையெல்லாம்தான் காதலின் வெகுமதிகள்.

உங்கள் வாழ்க்கைத் துணைவரைக் காதலிப்பதற்கு நீங்கள் மேற்கொள்ளும் தீர்மானம் அபரிமிதமான ஆற்றலை உள்ளடக்கியுள்ளது. அவரது முதன்மைக் காதல் மொழியைக் கற்றுக் கொள்வது அந்த ஆற்றலை யதார்த்தமாக மாற்றுகிறது. காதல் உண்மையிலேயே உலகைச் சுழலச் செய்கிறது. ஜீன் மற்றும் நார்ம் தம்பதியினரின் வாழ்க்கையில் இது எப்படி நிரூபணமாகியது என்பதை இப்போது பார்க்கலாம்.

அவர்கள் இருவரும் மூன்று மணிநேரம் பிரயாணம் செய்து என் அலுவலகத்திற்கு வந்திருந்தனர். நார்முக்கு என்னிடம் வர விருப்பமில்லை என்பது வெளிப்படையாகத் தெரிந்தது. அவர் என்னைப் பார்க்க வரவில்லை என்றால் தான் அவரைவிட்டு விலகிச் சென்றுவிடுவதாக ஜீன் தன் கணவனை அச்சுறுத்தியிருந்தார். (நான் இந்த அணுகுமுறையை யாருக்கும் பரிந்துரைக்கவில்லை. ஆனால், என்னைப் பார்க்க வரும் முன்பே நான் என்ன பரிந்துரைகளைக் கொடுக்கவிருக்கிறேன் என்பது எப்போதும் மக்களுக்குத் தெரிந்திருக்க முடியாது.) அவர்கள் இருவருக்கும் திருமணமாகி முப்பத்தைந்து ஆண்டுகள் ஆகியிருந்தன. என்னிடம் வருவதற்கு முன் அவர்கள் ஒருபோதும் திருமண ஆலோசனை பெற்றிருந்ததில்லை.

ஜீன் முதலில் பேசத் துவங்கினார். "டாக்டர் சேப்மேன், முதலில் நீங்கள் இரண்டு விஷயங்களைத் தெரிந்து கொள்ள வேண்டும் என்று நான் விரும்புகிறேன். முதலில், எங்களுக்கு எந்தவிதமான பணப் பிரச்சனையும் இல்லை. பணம்தான் திருமண வாழ்வில் உள்ள மாபெரும் பிரச்சனை என்று ஓர் இதழில் நான் படித்திருக்கிறேன். ஆனால் எங்கள் விஷயத்தில் அது உண்மையல்ல. நாங்கள் இருவரும் பல வருடங்களாக வேலை பார்த்து, சொந்த வீடு மற்றும் கார் என்று வசதியுடன் சௌகரியமாக வாழ்ந்து வருகிறோம். எங்களுக்கு எந்தப் பணப் பிரச்சனையும் இல்லை. இரண்டாவது, நாங்கள் எதற்கும் வாக்குவாதம் செய்வதில்லை. எப்போதும் தங்களுக்குள் நிகழும் வாக்குவாதம் பற்றி என் தோழிகள் பேசுவதை நான் கேட்டிருக்கிறேன். நாங்கள் ஒருபோதும் வாக்குவாதத்தில் ஈடுபட்டதில்லை. கடைசியாக நாங்கள் எப்போது விவாதித்தோம் என்பதுகூட எனக்கு நினைவில்லை. வாக்குவாதம் பயனற்றது என்பதில் நாங்கள் இருவரும் ஒத்தக் கருத்தைக் கொண்டுள்ளோம். எனவே நாங்கள் சர்ச்சையில் ஈடுபடுவதில்லை."

ஓர் ஆலோசனையாளர் என்ற முறையில், உரையாடலைத் தொடங்கி வைத்ததற்காக நான் ஜீனுக்கு மனத்தில் நன்றி கூறினேன். அவர் நேராக விஷயத்திற்கு வந்து கொண்டிருந்தார் என்பதை நான் அறிந்தேன். தனது உரையாடலின் முதல் வாக்கியத்தை அவர் நன்றாகத் திட்டமிட்டுப் பயிற்சி செய்திருந்தார் என்பது வெளிப்படையாகத் தெரிந்தது. இல்லாத பிரச்சனைகளில் நாங்கள் எங்கள் நேரத்தை விரயம் செய்ய வேண்டாம் என்பதில் அவர் உறுதியாக இருந்தார். நேரத்தைப் புத்திசாலித்தனமாகப் பயன்படுத்த வேண்டும் என்று அவர் விரும்பினார்.

அவர் தொடர்ந்து பேசினார். "பிரச்சனை என்னவென்றால், என் கணவர் என்னை நேசிக்கிறார் என்பதற்கான எந்த அறிகுறியையும் நான் அவரிடம் பார்க்கவில்லை. அவரிடமிருந்து என்னை நோக்கி எந்த அன்பும் வெளிப்படுவதாக எனக்குத் தோன்றவில்லை. வாழ்க்கை எங்களுக்கு வழக்கமான, சலிப்பூட்டும் ஒன்றாக ஆகிவிட்டது. நாங்கள் காலையில் எழுந்து வேலைக்குச் சென்றுவிடுகிறோம். மாலை நேரத்தில், அவர் தனது வேலையைப் பார்க்கிறார், நான் என்னுடைய வேலையைப் பார்க்கிறேன். இரவு பொதுவாக நாங்கள் இருவரும் சேர்ந்துதான் உணவருந்துவோம். ஆனால் அப்போது நாங்கள் பேசிக் கொள்வதில்லை. அவர் தொலைக்காட்சி நிகழ்ச்சிகளைப் பார்த்துக் கொண்டே சாப்பிடுவார். இரவு உணவிற்குப் பிறகு கீழே சென்று தொலைக்காட்சியில் மூழ்கிவிடுவார். சிறிது நேரத்தில் அதன் முன்னாலேயே தூங்கிவிடுவார். பிறகு நான் அங்கு சென்று படுக்கைக்குச் செல்ல நேரமாகிவிட்டதாகக் கூறும்வரை அவர் அங்கேயே தூங்கிக் கொண்டிருப்பார். வாரத்தில் ஐந்து நாட்கள் எங்கள் வழக்கம் இதுதான். சனிக்கிழமை காலையில் அவர் கோல்ஃப் விளையாடச் சென்றுவிடுவார். மதியத்தில் எங்கள் தோட்டத்தில் வேலை செய்வார். சனிக்கிழமை இரவுகளில் நாங்கள் வேறொரு தம்பதியுடன் வெளியே சென்று உணவருந்துவோம். நார்ம் அவர்களிடம் சகஜமாகப் பேசுவார். ஆனால் உணவருந்திவிட்டு வீட்டிற்குக் கிளம்புவதற்காக நாங்கள் இருவரும் காரில் ஏறியவுடன் உரையாடல் நின்றுவிடும். வீட்டிற்கு வந்தவுடன், நாங்கள் படுக்கைக்குச்

செல்லும்வரை தொலைக்காட்சி முன்னாலேயே அவர் தூங்குவார். ஞாயிற்றுக்கிழமை காலையில் நாங்கள் தேவாலயத்திற்குச் செல்வோம். டாக்டர் சேப்மேன், தவறாமல் ஒவ்வொரு ஞாயிற்றுக்கிழமை காலையிலும் நாங்கள் தேவாலயத்திற்குச் சென்றுவிடுவோம்," என்று அவர் வலியுறுத்தினார்.

"பிறகு, சில நண்பர்களுடன் மதிய உணவருந்த வெளியே சென்றுவிடுவோம். வீட்டிற்கு வந்த பிறகு, அன்று மதியம் முழுவதும் தொலைக்காட்சி முன்னாலேயே அவர் தூங்குவார். வழக்கமாக நாங்கள் ஞாயிற்றுக்கிழமை இரவில் தேவாலயத்திற்குச் சென்றுவிட்டு வீட்டிற்கு வந்து பார்ப்கார்ன் சாப்பிட்டுவிட்டுப் படுக்கச் சென்றுவிடுவோம். ஒவ்வொரு வாரமும் எங்கள் வாராந்திர அட்டவணை இதுதான். எங்கள் வாழ்க்கை இவ்வளவுதான். நாங்கள் இருவரும் ஒரே வீட்டில் வசிக்கும் இரண்டு அந்நியர்கள். எங்கள் இருவருக்கும் இடையில் எதுவும் நிகழ்வது கிடையாது. அவரது இதயத்தில் என்னைக் குறித்து எந்த அன்பும் இல்லை, எந்தவிதமான உணர்ச்சியும் இல்லை, எந்தவிதமான பரிவும் இல்லை. அது வெறுமையாக உள்ளது. என்னைப் பொறுத்தவரை அது செத்துவிட்டது. வாழ்க்கையை இனிமேலும் இப்படியே என்னால் ஓட்டிக் கொண்டிருக்க முடியும் என்று எனக்குத் தோன்றவில்லை."

இப்போது ஜீன் அழுது கொண்டிருந்தார். அவரிடம் ஒரு டிஷ்யூ பேப்பரைக் கொடுத்துவிட்டு நான் நார்மைப் பார்த்தேன். "என்னால் அவளைப் புரிந்து கொள்ள முடியவில்லை," என்பதுதான் அவர் உதிர்த்த முதல் வாக்கியம். ஒரு கணநேர அமைதிக்குப் பிறகு அவர் தொடர்ந்து, "நான் அவளைக் காதலிக்கிறேன் என்பதை அவளுக்குக் காட்ட என்னால் முடிந்த அனைத்து விஷயங்களையும் செய்துவிட்டேன். அவள் இதைப் பற்றி அதிகமாகக் குறைகூறிக் கொண்டிருந்ததால், குறிப்பாகக் கடந்த இரண்டு மூன்று வருடங்களாக நான் அவளுக்கு என் அன்பை வெளிப்படுத்தக் கடினமாக முயற்சித்துள்ளேன். ஆனால் அதனால் எந்தப் பிரயோஜனமும் இல்லை. நான் எப்படி முயன்றாலும், நான் அவளை நேசிக்கவில்லை என்று அவள் தொடர்ந்து குறைகூறிக் கொண்டே இருக்கிறாள். வேறு என்னதான் செய்ய வேண்டும் என்று எனக்குத் தெரியவில்லை," என்று கூறினார்.

நார்ம் வெறுப்புடனும் எரிச்சலுடனும் இருந்ததை என்னால் உணர முடிந்தது. "உங்கள் மனைவி ஜீனை நீங்கள் காதலிக்கிறீர்கள் என்பதை அவரிடம் தெரிவிக்க நீங்கள் என்னெவெல்லாம் செய்து வந்திருக்கிறீர்கள்?" என்று நான் அவரிடம் விசாரித்தேன்.

"ஒரு விஷயம், வேலையிலிருந்து அவள் வீடு திரும்புவதற்கு முன்பே நான் வீட்டிற்கு வந்து ஒவ்வோர் இரவும் சமையலைத் துவங்கிவிடுவேன். உண்மையைக் கூற வேண்டும் என்றால், வாரத்தில் நான்கு நாட்கள் அவள் வீட்டிற்கு வரும்போது நான் இரவு உணவைக் கிட்டத்தட்டத் தயாராக வைத்திருப்பேன். ஐந்தாவது நாள் இரவில், உணவருந்துவதற்காக நாங்கள் வெளியே சென்றுவிடுவோம். வாரத்தில் மூன்று இரவுகள், இரவு உணவிற்குப் பிறகு நான் பாத்திரங்களைக் கழுவுகிறேன். மீதமுள்ள இரவுகளில் எனக்கு அலுவலகத்தில் சந்திப்புக்

கூட்டம் இருக்கும். அதனால் நான் அலுவலகத்திற்குச் சென்றுவிடுவேன். ஆனால் மூன்று இரவுகள் நான் பாத்திரங்களைக் கழுவுகிறேன். ஜீனுக்கு முதுகில் பிரச்சனை இருப்பதால் வீட்டை நான்தான் வாக்குவம் கிளீனர் கொண்டு சுத்தப்படுத்துகிறேன். தோட்ட வேலை அவளுக்கு ஒத்துக் கொள்ளாது என்பதால் அந்த வேலை முழுவதையும் நான்தான் செய்கிறேன். துணி துவைக்கும் இயந்திரத்தில் துணிகளைத் துவைத்துக் காயப்போட்டு அவற்றை மடித்து வைப்பதும் என் வேலைதான்."

தன் மனைவிக்காகத் தான் செய்த பிற விஷயங்களையும் நார்ம் அடுக்கிக் கொண்டே போனார். அவர் பேசி முடித்தப் பிறகு, "இவரே எல்லா வேலைகளையும் செய்து முடித்தப் பிறகு, இந்தப் பெண் செய்வதற்கு என்ன வேலை மீதியிருக்கிறது?" என்று நான் வியந்தேன்.

நார்ம் தொடர்ந்தார். "அவளை நான் நேசிப்பதை அவளுக்குத் தெரியப்படுத்தும் நோக்கத்தில்தான் நான் அந்த வேலைகள் அனைத்தையும் செய்கிறேன். ஆனால், நான் அவளை நேசிப்பதாக அவள் உணரவில்லை என்று என்னிடம் கடந்த இரண்டு மூன்று வருடங்களாகக் கூறி வரும் அதே குறையைத்தான் இப்போது இங்கு உங்கள் முன்னால் உட்கார்ந்து கொண்டு உங்களிடம் கூறுகிறாள். இவளுக்காக நான் வேறு என்னதான் செய்ய வேண்டும் என்று எனக்குத் தெரியவில்லை."

நான் ஜீனை நோக்கித் திரும்பியபோது அவர், "டாக்டர் சேப்மேன், அந்த விஷயங்கள் எல்லாம் சரிதான். ஆனால் அவர் என்னோடு சோபாவில் உட்கார்ந்து கொண்டு என்னுடன் பேச வேண்டும் என்று நான் விரும்புகிறேன். நாங்கள் பேசுவதே இல்லை. முப்பது வருடங்களாக நாங்கள் பேசியதே இல்லை. அவர் எப்போதும் பாத்திரங்களைக் கழுவிக் கொண்டும், தரையை வாக்குவம் கிளீனரால் சுத்தப்படுத்திக் கொண்டும், புல்வெளியைச் சீர்செய்து கொண்டும் இருக்கிறார். அவர் எப்போதும் எதையாவது செய்து கொண்டே இருக்கிறார். என்னோடு சோபாவில் உட்கார்ந்து, என்னைப் பார்த்து, எங்களைப் பற்றியும் எங்கள் வாழ்க்கையைப் பற்றியும் என்னிடம் பேசி, அவர் எனக்காகச் சிறிது நேரம் ஒதுக்க வேண்டும் என்று நான் விரும்புகிறேன்," என்று கூறினார்.

ஜீன் மீண்டும் அழத் துவங்கினார். அவரது முதன்மைக் காதல் மொழி 'பிரத்யேகமான நேரம்' என்பது எனக்கு வெளிப்படையாகத் தெரிந்தது. அவர் தன்மீது கவனம் செலுத்தப்பட வேண்டும் என்பதற்காக அழுதார். தன் கணவன் தன்னை ஒரு பொருளாகப் பார்க்காமல் ஒரு பெண்ணாகப் பார்க்க வேண்டும் என்று அவர் விரும்பினார். நார்ம் எப்போதும் ஏதோ ஒரு வேலையில் மூழ்கி இருந்ததால் ஜீனின் உணர்ச்சிரீதியான தேவையை அவரால் நிறைவேற்ற முடியாமல் போனது. நான் நார்முடன் தொடர்ந்து பேசியதில், தான் நேசிக்கப்படவில்லை என்ற உணர்வு அவருக்கும் இருந்ததைக் கண்டறிந்தேன். ஆனால் அவர் அதைப் பற்றிப் பேசவில்லை. அவர், "உங்களுக்குத் திருமணமாகி முப்பத்தைந்து ஆண்டுகள் ஆகியிருந்து, எந்தக் கடனும் இல்லாமல் இருந்து, எந்த வாக்குவாதமும் இல்லாமல் இருக்கும்போது, இன்னும் எதைத்தான் நீங்கள் எதிர்பார்ப்பீர்கள்?" என்று கேட்டார். நான் அவரிடம், "ஒரு கச்சிதமான

மனைவி பற்றிய உங்கள் அபிப்பிராயம் என்ன? உங்களுக்கு ஒரு கச்சிதமான மனைவி வாய்ப்பாள் என்ற பட்சத்தில், அவர் எப்படி இருக்க வேண்டும் என்று நீங்கள் விரும்புவீர்கள்?" என்று கேட்டேன். அவர் முதன்முறையாக என் கண்களை நேருக்கு நேர் பார்த்து, "அதைப் பற்றி நீங்கள் உண்மையிலேயே தெரிந்து கொள்ள விரும்புகிறீர்களா?" என்று கேட்டார்.

"ஆமாம்," என்றேன் நான்.

அவர் சோபாவில் நிமிர்ந்து உட்கார்ந்து தன் கைகளைத் தன் மார்புக்குக் குறுக்காக மடக்கிக் கொண்டார். அவரது முகத்தில் ஒரு பெரிய புன்னகை மலர்ந்தது. "நான் இதைப் பற்றிக் கனவு கண்டிருக்கிறேன். ஒரு கச்சிதமான மனைவி என்பவள் மாலையில் வீட்டிற்கு வந்து எனக்கு இரவு உணவு தயாரித்து வைப்பாள். நான் தோட்டத்தில் வேலை பார்த்துக் கொண்டிருக்கும்போது, சாப்பிடுவதற்காக என்னை அழைப்பாள். இரவு உணவிற்குப் பிறகு பாத்திரங்களைக் கழுவுவாள். நான் அவளுக்குச் சிறிது உதவுவேன், ஆனால் பாத்திரம் கழுவும் பொறுப்பை அவள் ஏற்றுக் கொள்வாள். என் சட்டையில் பொத்தான் இல்லாமல் இருக்கும்போது அவள் எனக்காக அதைத் தைத்து வைப்பாள்," என்று கூறினார்.

ஜீனால் அதற்கு மேல் பொறுத்துக் கொள்ள முடியவில்லை. அவர் தன் கணவனை நோக்கித் திரும்பி, "நீங்கள் கூறுவதை என்னால் நம்ப முடியவில்லை. உங்களுக்குச் சமைக்கப் பிடிக்கும் என்று நீங்கள்தானே என்னிடம் கூறினீர்கள்?" என்று கேட்டார்.

"சமைப்பதில் எனக்குப் பிரச்சனை இல்லை. ஆனால் எனக்கு எது கச்சிதமானது என்று டாக்டர் சேப்மேன் கேட்டதால் நான் அதற்கு பதிலளித்தேன்," என்று நார்ம் அவரிடம் கூறினார்.

நார்மின் முதன்மைக் காதல் மொழி 'பணிவிடைகள்' என்பதை அக்கணத்தில் நான் கண்டுகொண்டேன். நார்ம் ஏன் அந்த வேலைகளை எல்லாம் ஜீனுக்குச் செய்தார் என்று நினைக்கிறீர்கள்? ஏனெனில் அதுதான் நார்மின் காதல் மொழி. மற்றவர்களுக்காக வேலைகளைச் செய்வதுதான் அவர்கள்மீதான உங்கள் அன்பை வெளிப்படுத்துவதற்கான வழி என்று நார்ம் தன் மனத்தில் நினைத்திருந்தார். ஆனால் 'பணிவிடைகள்' ஜீனின் முதன்மைக் காதல் மொழியாக இல்லாமல் போனதுதான் பிரச்சனை. ஜீன் தன் கணவனுக்காகப் பணிவிடைகள் செய்திருந்தால் அவை நார்மின் இதயத்தை எவ்வளவு குளிரச் செய்திருக்குமோ, அந்த அளவு ஜீனிற்கு அவை முக்கியமானவையாகத் தெரியவில்லை.

நார்மிற்கு இது புரியத் துவங்கியபோது, அவர் என்னிடம் கூறிய முதல் விஷயம், "முப்பது வருடங்களுக்கு முன் ஏன் யாரும் இதை என்னிடம் கூறவில்லை? இந்த வேலைகள் அனைத்தையும் செய்வதற்குப் பதிலாக, சோபாவில் நான் சௌகரியமாக உட்கார்ந்து கொண்டு ஒவ்வோர் இரவும் அவளுடன் பதினைந்து நிமிடங்கள் பேசிக் கொண்டிருந்திருப்பேனே?" என்பதுதான்.

நார்ம் ஜீனிடம் திரும்பி, " 'நாம் பேசுவதில்லை,' என்று நீ கூறுவதை என் வாழ்வில் முதன்முறையாக இப்போதுதான் நான் முழுமையாகப் புரிந்து கொண்டிருக்கிறேன். என்னால் முன்பு அதை ஒருபோதும் புரிந்து கொள்ள முடியவில்லை. நாம் நன்றாகப் பேசிக் கொண்டிருந்ததாகத்தான் நான் நினைத்தேன். 'நீ நன்றாகத் தூங்கினாயா?' என்று நான் உன்னிடம் எப்போதும் கேட்பேன். நம்மிடையே நல்ல பேச்சுவார்த்தை நிலவுவதாகத்தான் நான் இதுவரை நினைத்திருந்தேன். ஆனால் இப்போது எனக்குப் புரிகிறது. ஒவ்வோர் இரவும் நாம் இருவரும் சோபாவில் ஒன்றாக அமர்ந்து, ஒருவரை ஒருவர் பார்த்துப் பதினைந்து நிமிடங்கள் பேச வேண்டும் என்று நீ விரும்புகிறாய், அப்படித்தானே? உன் விருப்பம் ஒருவழியாக இப்போது எனக்குப் புரிகிறது. அது ஏன் உனக்கு அவ்வளவு முக்கியம் என்பதும் இப்போது எனக்குத் தெரிகிறது. ஏனெனில் அதுதான் உன்னுடைய காதல் மொழி. நாம் இன்றிரவே அதைத் துவங்கலாம். என் மீதமுள்ள வாழ்நாள் முழுவதும் ஒவ்வோர் இரவும் நான் உன்னுடன் சோபாவில் அமர்ந்து பதினைந்து நிமிடங்களை உனக்காகச் செலவிடுவேன். இது உனக்கு நான் கொடுக்கும் வாக்குறுதி," என்று கூறினார்.

ஜீன் நார்மைப் பார்த்து, "அது எனக்குப் பேரானந்தத்தைத் தரும். இரவில் சமைப்பது எனக்குப் பிரச்சனையில்லை. வேலை முடிந்து நான் அலுவலகத்தைவிட்டு உங்களைவிடச் சற்று நேரம் கழித்துப் புறப்படுவதால், வழக்கத்தைவிடச் சற்றுத் தாமதமாக நாம் உணவருந்த வேண்டியிருக்கும். ஆனால் சமைப்பது எனக்குப் பிரச்சனையில்லை. நான் மகிழ்ச்சியோடு உங்கள் சட்டைக்குப் பொத்தான்கள் தைத்துக் கொடுப்பேன். நான் தைக்கும்வரை நீங்கள் ஒருபோதும் விட்டுவைப்பதில்லை. நீங்களே அந்த வேலையைச் செய்து முடித்துவிடுகிறீர்கள். நான் பாத்திரங்களைக் கழுவுவது உங்கள்மீதான என் காதலை உங்களுக்கு வெளிப்படுத்தும் என்றால், அந்த வேலையை என் வாழ்நாள் முழுவதும் செய்வதற்கு நான் தயார்," என்று கூறினார்.

ஜீனும் நார்மும் வீட்டிற்குச் சென்று, சரியான காதல் மொழிகளில் ஒருவரை ஒருவர் நேசிக்கத் துவங்கினர். இரண்டு மாதங்களுக்குள், அவர்கள் தங்கள் இரண்டாவது தேனிலவைக் கொண்டாடப் புறப்பட்டுவிட்டனர். பஹாமாஸ் கடற்கரையிலிருந்து அவர்கள் என்னைத் தொலைபேசியில் அழைத்து, தங்கள் இல்லற வாழ்வில் ஏற்பட்டுள்ள அளப்பரிய மாற்றத்தைப் பற்றி என்னிடம் கூறினர்.

ஒரு திருமண உறவில் காதல் மீண்டும் துளிர்விடுமா? நிச்சயமாகத் துளிர்விடும்! உங்கள் கணவன் அல்லது மனைவியின் முதன்மைக் காதல் மொழியை நீங்கள் கற்றுக் கொண்டு, அதைப் பேசுவதைத் தேர்ந்தெடுப்பதுதான் இதில் இன்றியமையாதது.

12

வெறுப்பவரையும் காதலித்தல்

செப்டம்பர் மாதத்தின் ஓர் அழகிய சனிக்கிழமை அது. நானும் என் மனைவியும் ரெனால்டா தோட்டங்களில் இருந்த அழகிய மலர்களை ரசித்துக் கொண்டு வளைய வந்து கொண்டிருந்தோம். அங்கிருந்த சில மலர்கள் உலகின் பிற பகுதிகளில் இருந்து இறக்குமதி செய்யப்பட்டு இருந்தன. அந்தத் தோட்டங்களை முதன்முதலில், புகையிலை வியாபாரத்தில் கொடிகட்டிப் பறந்த ஆர்.ஜே.ரெனால்ட்ஸ் என்பவர் தனது பண்ணைத் தோட்டத்தின் ஒரு பகுதியாக உருவாக்கியிருந்தார். அத்தோட்டங்கள் இப்போது வேக் ஃபாரஸ்ட் பல்கலைக்கழக வளாகத்தின் ஒரு பகுதியாகிவிட்டன. நாங்கள் ரோஜா தோட்டத்தைக் கடந்து சென்றபோது, இரண்டு வாரங்களுக்கு முன்பு என்னிடம் திருமண ஆலோசனை பெறத் துவங்கியிருந்த ஆன் என்ற பெண் எங்களுக்கு எதிரே வருவதை நான் கண்டேன். தரையில் இருந்த உருளைக் கற்களைப் பார்த்தபடி ஆழ்ந்த சிந்தனையுடன் அவர் நடந்து வந்து கொண்டிருந்தார்.

நான் அவருக்கு வணக்கம் கூறியபோது அவர் திடுக்கிட்டார். பிறகு என்னைப் பார்த்துப் புன்னகைத்தார். நான் என் மனைவி கேரோலீனை அவருக்கு அறிமுகப்படுத்தினேன். நாங்கள் ஒருவருக்கொருவர் பரஸ்பரம் நலம் விசாரித்தோம். பிறகு எந்த முன்னறிவிப்பும் இன்றி, "நீங்கள் வெறுக்கும் ஒருவரை உங்களால் காதலிக்க முடியுமா?" என்று ஆன் என்னிடம் கேட்டார். என்னிடம் யாரும் அதுவரை கேட்டிராத மிக ஆழமான கேள்விகளில் ஒன்று அது.

அந்தக் கேள்வி ஓர் ஆழமான காயத்தில் இருந்து தோன்றியுள்ளது என்பதையும், அதற்கு ஒரு பொருத்தமான பதில் வழங்கப்பட வேண்டும் என்பதையும் நான் அறிந்திருந்தேன். அடுத்த வாரம் நான் அவரை மீண்டும் சந்திப்பேன் என்பதை அறிந்திருந்தேன். எனவே, "ஆன், சிந்தனையைத் தூண்டும் ஆழமான கேள்வி ஒன்றை என்னிடம் நீங்கள் கேட்டுள்ளீர்கள். அடுத்த வாரம் நாம் சந்திக்கும்போது அதைப் பற்றிப் பேசலாமா?" என்று அவரிடம் கேட்டேன். அவர் அதற்குச் சம்மதம் தெரிவித்தார். பிறகு நானும் என் மனைவியும் எங்கள் உலாவைத் தொடர்ந்தோம். ஆனால் ஆனின் கேள்வி என் மனத்தைவிட்டு அகலவில்லை. வீட்டிற்கு வரும் வழியில் நானும் என் மனைவியும் அதைப் பற்றி விவாதித்தோம். எங்கள் திருமணத்தின் ஆரம்பக் காலத்தை நாங்கள் நினைவுபடுத்திப் பார்த்தோம். அப்போது நாங்கள் இருவரும் ஒருவரை ஒருவர் வெறுத்தப் பல அனுபவங்கள் எங்கள் நினைவிற்கு வந்தன. ஒருவர்மீது ஒருவர் நாங்கள் வீசிய கடுமையான வார்த்தைகள் எங்களுக்குக் காயத்தை ஏற்படுத்தி, அதன் விளைவாகக் கோபத்தை ஏற்படுத்தியிருந்தன. மனத்திற்குள் அடக்கி வைக்கப்படும் கோபம் வெறுப்பாக மாறுகிறது. எங்கள் விஷயத்தில் எது வித்தியாசத்தை ஏற்படுத்தியது? நேசிப்பதைத் தேர்ந்தெடுத்ததுதான் அது என்பதை நாங்கள் இருவரும் அறிந்திருந்தோம். தொடர்ந்து நாங்கள் அடுத்தவரைக் கண்டித்துக் கொண்டும் பழித்துரைத்துக் கொண்டும் இருந்தால் எங்கள் திருமண வாழ்க்கை அழிந்து போகும் என்பதை நாங்கள் உணர்ந்தோம். அதிர்ஷ்டவசமாக, சுமார் ஒரு வருடத்தில், அடுத்தவரைக் குறைகூறாமல் எங்களுக்கிடையே இருந்த வேறுபாடுகளைப் பற்றிக் கலந்தாய்வு செய்வது எப்படி என்பதையும், எங்கள் ஒற்றுமையைக் குலைக்காமல் தீர்மானங்களை மேற்கொள்வது எப்படி என்பதையும், இறுதியாக அடுத்தவரது முதன்மைக் காதல் மொழியைப் பேசுவது எப்படி என்பதையும் நாங்கள் கற்றுக் கொண்டோம். நாங்கள் இருவரும் ஒருவர்மீது ஒருவர் வெறுப்புற்றிருந்த சமயத்தில்தான், நேசிப்பது என்று தேர்ந்தெடுத்தோம். நாங்கள் அடுத்தவரது முதன்மைக் காதல் மொழியில் பேசத் துவங்கியவுடன், நாங்கள் கொண்டிருந்த கோபமும் வெறுப்பும் மறைந்தன.

இருந்தாலும், எங்கள் சூழ்நிலை ஆனின் சூழ்நிலையில் இருந்து வேறுபட்டிருந்தது. நானும் என் மனைவியும் கற்றுக் கொள்வதற்கும் வளர்வதற்கும் திறந்த மனத்துடன் இருந்தோம். ஆனால் ஆனின் கணவன் அப்படி இல்லை என்பதை நான் அறிந்திருந்தேன். என்னை வந்து பார்க்குமாறு தன் கணவனிடம் தான் கெஞ்சியதாகக் கடந்த முறை என்னைச் சந்தித்தபோது ஆன் கூறியிருந்தார். திருமண வாழ்க்கை பற்றிய ஏதேனும் ஒரு புத்தகத்தைப் படிக்க அல்லது அது குறித்த ஒரு பேச்சைக்

கேட்க அவர் தன் கணவனிடம் தெரிவித்த வேண்டுகோள்களை, அவரது கணவன் அலட்சியம் செய்தார். உறவை மேம்படுத்த ஆன் எடுத்த அனைத்து முயற்சிகளும் வீணாகப் போயின. ஆனைப் பொறுத்தவரை, அவரது கணவனின் மனப்போக்கு, “எனக்கு எந்தப் பிரச்சனையும் இல்லை. பிரச்சனை உன்னிடம்தான் உள்ளது,” என்பதாக இருந்தது. தான் செய்வதுதான் சரி, ஆன் செய்வது தவறு என்ற எண்ணமே ஆனின் கணவனிடம் மேலோங்கி இருந்தது. பல வருடங்களாக அவர் தன் மனைவியை விமர்சித்தும் கண்டித்தும் வந்திருந்ததால், ஆனுக்குத் தன் கணவன்மீதான காதல் உணர்வு மறைந்துவிட்டிருந்தது. பத்து வருடத் திருமணத்திற்குப் பிறகு அவரது உணர்ச்சிகள் குறைந்து, அவரது சுயமதிப்பும் கிட்டத்தட்ட அழிந்துவிட்டிருந்தது. ஆனின் திருமண வாழ்க்கை மீண்டும் உயிர்ப்பெறுவதற்கான வாய்ப்பு உள்ளதா? தான் வெறுக்கும் தன் கணவனை அவரால் மீண்டும் நேசிக்க முடியுமா? ஆன் தன் கணவனை நேசித்தாலும் அவர் ஆனை நேசிப்பாரா?

ஆன் ஆழ்ந்த சமய நம்பிக்கை கொண்டவர் என்பதை நான் அறிவேன். அவர் தினமும் தேவாலயத்திற்குச் சென்றார். அவரது திருமண வாழ்க்கை உயிர்ப்பெறுவதற்கான ஒரே வாய்ப்பு அவரது சமய நம்பிக்கையில்தான் உள்ளது என்று நான் கணித்தேன். அடுத்த நாள், ஆனை என் மனத்தில் கொண்டு, இயேசு கிறிஸ்துவின் வாழ்க்கையைப் பற்றி லூக்கா எழுதியிருந்ததை நான் பைபிளில் இருந்து படிக்கத் துவங்கினேன். லூக்காவின் வார்த்தைகள் எப்போதும் என்னைப் பிரமிக்க வைத்துள்ளன. ஏனெனில், ஒவ்வொரு விஷயத்தையும் கவனமாகக் கையாண்ட ஒரு மருத்துவர் அவர். முதலாவது நூற்றாண்டில் அவர் இயேசு கிறிஸ்துவின் போதனைகளையும் வாழ்க்கை முறையையும் முறையாகத் தொகுத்து வழங்கினார். இயேசுவின் மாபெரும் பிரசங்கம் என்று பலரால் கருதப்பட்ட ஒரு பிரசங்கத்தில் இருந்து சில வார்த்தைகளை நான் படித்தேன். அன்பிற்கான மாபெரும் சவால் என்று நான் அதை அழைக்கிறேன்.

“நான் கூறுவதைக் கேட்பவர்களுக்கு நான் இதை எடுத்துக்கூறுகிறேன்: உங்கள் எதிரிகளிடம் அன்பு செலுத்துங்கள். உங்களை வெறுப்பவருக்கு நன்மை செய்யுங்கள். உங்களுக்குச் சாபம் இடுபவரை ஆசீர்வதியுங்கள். உங்களை முறையின்றி நடத்துபவர்களுக்காகப் பிரார்த்தனை செய்யுங்கள் . . . மற்றவர்கள் உங்களுக்கு என்ன செய்ய வேண்டும் என்று நீங்கள் விரும்புகிறீர்களோ, அதையே நீங்கள் மற்றவர்களுக்குச் செய்யுங்கள். உங்களை நேசிப்பவர்கள்மீது நீங்கள் அன்பு செலுத்தினால் அது எப்படி உங்கள் மதிப்பை உயர்த்தும்? ‘பாவிகள்’கூடத் தங்களை நேசிப்பவர்கள்மீது அன்பு செலுத்துகின்றனர்.”

சுமார் இரண்டாயிரம் ஆண்டுகளுக்கு முன் எழுதப்பட்டுள்ள அந்த ஆழமான சவால்தான் ஆன் தேடிக் கொண்டிருக்கும் திசையாக இருக்கக்கூடும் என்று எனக்குத் தோன்றியது. ஆனால் அவரால் எப்படி அதைச் செய்ய முடியும்? எல்லோராலும் அதைச் செய்ய முடியுமா? உங்கள் எதிரியாக மாறிவிட்ட உங்கள் கணவனிடம் உங்களால் அன்பு செலுத்த முடியுமா? உங்களைச் சபித்தும், முறையின்றி நடத்தியும், உங்களிடம் வெறுப்பையும் எரிச்சலையும் வெளிப்படுத்தியும் இருக்கும்

ஒருவரை உங்களால் நேசிக்க முடியுமா? ஒருவேளை ஆனிற்கு அது சாத்தியப்பட்டாலும், அதனால் அவருக்குப் பலன் கிடைக்குமா? அவரது கணவரிடம் மாற்றம் ஏற்பட்டு, தன் மனைவியிடம் காதலையும் கரிசனைத்தையும் அவர் வெளிப்படுத்தத் துவங்குவாரா? இயேசுவின் பண்டைய சொற்பொழிவில் இருந்த மேலும் சில வார்த்தைகள் என்னை உறைய வைத்தன: "கொடுங்கள், அப்போது உங்களுக்குக் கொடுக்கப்படும். நீங்கள் அளக்கும் அளவின்படியே நீங்களும் அளக்கப்படுவீர்கள்."

நாம் வெறுக்கும் ஒருவர்மீது அன்பு பாராட்ட வேண்டும் என்ற பண்டையக் கொள்கை, ஆனைப்போல் வெறுப்பின் உச்சகட்டத்தை எட்டியிருக்கும் ஒருவரது திருமண வாழ்க்கையில் வேலை செய்யுமா? நான் அதைப் பரிசோதித்துப் பார்க்க விரும்பினேன். ஆன் தன் கணவனின் முதன்மைக் காதல் மொழியைக் கற்றுக் கொண்டு, அன்பிற்கான தனது கணவனின் தேவை நிறைவேறும்வரை ஒரு குறிப்பிட்டக் காலம் அதைப் பேசி வந்தால், இறுதியில் அவளது கணவன் அதைப் புரிந்து கொண்டு தன் காதலை ஆனுக்கு வெளிப்படுத்தத் துவங்குவார் என்று நான் அனுமானித்தேன். ஆனால் அது உண்மையில் வேலை செய்யுமா என்று நான் சந்தேகித்தேன்.

அடுத்த வாரம் நான் ஆனைச் சந்தித்தேன். அவர் தனது திருமண வாழ்க்கையின் கொடூரங்களை மீண்டும் நினைவுகூர்ந்ததை நான் கேட்டேன். அவரது சுருக்கமான பொழிப்புரையின் முடிவில் ரெனால்டா தோட்டங்களில் வைத்து என்னிடம் அவர் கேட்ட அதே கேள்வியை அவர் மீண்டும் கேட்டார். இம்முறை அதை ஒரு வாக்கியத்தின் வடிவில் அவர் அமைத்திருந்தார்: "டாக்டர் சேப்மேன், அவர் எனக்குச் செய்துள்ள இத்தனைக் கொடுமைகளுக்குப் பிறகும் அவரை என்னால் நேசிக்க முடியுமா என்று எனக்குத் தெரியவில்லை."

"உங்களது நிலைமையைப் பற்றி உங்கள் தோழிகள் யாரிடமேனும் கலந்து பேசியுள்ளீர்களா?" என்று கேட்டேன்.

"எனது நெருங்கிய தோழிகள் இருவருடன் நான் பேசியுள்ளேன். இன்னும் வேறு சில நபர்களுடனும் அது பற்றி ஓரளவு பேசியிருக்கிறேன்," என்றார் அவர்.

"அதற்கு அவர்கள் என்ன கூறினார்கள்?"

"என் கணவர் ஒருபோதும் மாற மாட்டார் என்றும், நான் எனது துன்பத்தை வீணாக நீட்டித்துக் கொண்டிருக்கிறேன் என்றும் கூறி என் கணவரைவிட்டுப் பிரிந்து செல்லுமாறு அவர்கள் அனைவரும் என்னிடம் கூறினர். ஆனால், டாக்டர் சேப்மேன், என்னால் அப்படிச் செய்ய முடியாது. நான் அதைத்தான் செய்ய வேண்டும் என்பதாக இருந்தாலும், அது சரியான காரியம் என்று எனக்குத் தோன்றவில்லை," என்றார் ஆன்.

"திருமண வாழ்க்கையில் இருந்து வெளியேறுவது தவறு என்று கூறும் உங்கள் சமய மற்றும் நல்லொழுக்க நம்பிக்கைகளுக்கும், அப்படி வெளியேறுவதுதான் நீங்கள் மகிழ்ச்சியாக இருப்பதற்கான ஒரே வழி என்று கூறும் உங்கள் உணர்ச்சிரீதியான வலிக்கும் இடையே நீங்கள் அலைக்கழிக்கப்பட்டுக் கொண்டிருக்கிறீர்கள் என்று எனக்குத் தோன்றுகிறது," என்று நான் கூறினேன்.

"டாக்டர் சேப்மேன், நீங்கள் கூறுவது முற்றிலும் சரி. என் உணர்வை நீங்கள் துல்லியமாகப் படம் பிடித்துள்ளீர்கள். என்ன செய்வதென்று எனக்குத் தெரியவில்லை."

காதல் கேணியில் காதல் குறைவாக இருக்கும்போது, நமது கணவன் அல்லது மனைவி குறித்து நமக்கு எந்தக் காதல் உணர்வும் தோன்றுவதில்லை, மாறாக, வெறுமையையும் வலியையும் மட்டுமே நாம் அனுபவிக்கிறோம்.

நான் தொடர்ந்தேன். "உங்கள் போராட்டத்தைக் கண்டு நான் அனுதாபப்படுகிறேன். நீங்கள் ஒரு கடினமான சூழ்நிலையில் இருக்கிறீர்கள். உங்களுக்கு ஒரு சுலபமான விடையைக் கொடுக்க என் மனம் விரும்புகிறது. துரதிர்ஷ்டவசமாக, என்னால் அது முடியவில்லை. உங்கள் கணவரைவிட்டு விலகுவது அல்லது அவரோடு சேர்ந்து இருப்பது என்று நீங்கள் கூறியுள்ள இரண்டு உபாயங்களும் உங்களுக்கு இன்னும் அதிக வலியைத்தான் ஏற்படுத்தும். நீங்கள் அந்த முடிவை எடுப்பதற்கு முன் என்னிடம் ஒரு யோசனை உள்ளது. அது வேலை செய்யும் என்று என்னால் உறுதியாகக் கூற முடியாது. ஆனால் நீங்கள் அதை முயற்சித்துப் பார்க்க வேண்டும் என்று நான் விரும்புகிறேன். உங்கள் சமய நம்பிக்கை உங்களுக்கு மிகவும் முக்கியமானது என்பதையும், இயேசுவின் போதனைகள்மீது நீங்கள் அபரிமதமான மதிப்பு வைத்துள்ளீர்கள் என்பதையும் நீங்கள் கூறியதில் இருந்து நான் அறிந்து கொண்டுள்ளேன்."

அவர் தலையசைத்துத் தன் ஒப்புதலைத் தெரிவித்தார். நான் தொடர்ந்து, "இயேசு முன்பு ஒருமுறை கூறியுள்ள ஒரு விஷயத்தை நீங்கள் படிக்க வேண்டும் என்று நான் விரும்புகிறேன். அது உங்கள் திருமண வாழ்வில் நடைமுறைப்படுத்த ஏற்ற ஒன்று என்று நான் நினைக்கிறேன்," என்று கூறிவிட்டு, அதை நான் மெதுவாகவும் வலியுறுத்தலோடும் படித்தேன்.

"நான் கூறுவதைக் கேட்பவர்களுக்கு நான் இதை எடுத்துக்கூறுகிறேன்: உங்கள் எதிரிகளிடம் அன்பு செலுத்துங்கள். உங்களை வெறுப்பவருக்கு நன்மை செய்யுங்கள். உங்களுக்குச் சாபம் இடுபவரை ஆசீர்வதியுங்கள். உங்களை முறையின்றி நடத்துபவர்களுக்காகப் பிரார்த்தனை செய்யுங்கள் . . . மற்றவர்கள் உங்களுக்கு என்ன செய்ய வேண்டும் என்று நீங்கள் விரும்புகிறீர்களோ, அதையே நீங்கள் மற்றவர்களுக்குச் செய்யுங்கள். உங்களை நேசிப்பவர்கள்மீது நீங்கள் அன்பு செலுத்தினால் அது எப்படி உங்கள் மதிப்பை உயர்த்தும்? 'பாவிகள்'கூடத் தங்களை நேசிப்பவர்கள்மீது அன்பு செலுத்துகின்றனர்."

பிறகு நான் ஆனிடம், "இது உங்கள் கணவரை உங்களுக்கு நினைவுபடுத்துகிறதா? அவர் உங்களை ஒரு நண்பராக நடத்துவதற்குப் பதிலாக ஓர் எதிரியாக நடத்தி வருகிறாரா?" என்று கேட்டேன்.

அவர் தலையசைத்து அதை ஆமோதித்தார்.

"அவர் எப்போதேனும் உங்களைச் சபித்திருக்கிறாரா?" என்று கேட்டேன்.

"பல முறை அவ்வாறு செய்திருக்கிறார்."

"உங்களை முறையின்றி நடத்தி இருக்கிறாரா?"

"அடிக்கடி அவ்வாறு செய்துள்ளார்."

"அவர் உங்களை வெறுப்பதாக உங்களிடம் கூறியுள்ளாரா?"

"ஆமாம்."

"ஆன், நீங்கள் விரும்பினால் நான் ஒரு பரிசோதனை செய்து பார்க்க விரும்புகிறேன். இந்தக் கொள்கையை நாம் உங்கள் திருமண வாழ்க்கையில் செயல்படுத்தினால் என்ன நிகழும் என்று பார்க்க விரும்புகிறேன். நான் கூற வருவதை விளக்கமாகக் கூறுகிறேன்." காதல் கேணி பற்றியக் கருத்தையும், காதல் கேணியில் காதல் குறைவாக இருக்கும்போது நமது கணவன் அல்லது மனைவி குறித்து நமக்கு எந்தக் காதல் உணர்வும் தோன்றுவதில்லை, மாறாக வெறுமையும் வலியும் மட்டுமே தோன்றுகின்றன என்ற உண்மையையும் அவருக்கு விளக்கமாக எடுத்துரைத்தேன். அன்பு என்பது ஓர் ஆழமான உணர்ச்சிரீதியான தேவை என்பதால், அதன் பற்றாக்குறை நமக்கு ஆழமான உணர்ச்சிரீதியான வலியை ஏற்படுத்துகிறது. நாமும் நம் வாழ்க்கைத் துணைவரும் பரஸ்பரம் ஒருவரது காதல் மொழியை மற்றவர் பேசக் கற்றுக் கொள்ளும்போது, அந்த உணர்ச்சிரீதியான தேவை நிறைவேற்றப்பட்டுவிடுகிறது என்றும், நேர்மறையான உணர்வுகள் மீண்டும் தலைதூக்குகின்றன என்றும் அவரிடம் கூறினேன்.

"இது உங்களுக்கு அர்த்தமுள்ளதாகத் தோன்றுகிறதா?" என்று கேட்டேன்.

"டாக்டர் சேப்மேன், நீங்கள் என் வாழ்க்கையைத் துல்லியமாக விவரித்திருக்கிறீர்கள். இன்றுவரை அதை நான் இவ்வளவு தெளிவாகப் பார்த்ததில்லை. திருமணத்திற்கு முன்பு நாங்கள் காதலித்தோம். ஆனால் திருமணமானவுடன் எங்கள் காதல் மயக்கம் தெளிந்துவிட்டது. நாங்கள் ஒருபோதும் அடுத்தவரின் காதல் மொழியைப் பேசக் கற்றுக் கொண்டதில்லை. என் கேணி பல வருடங்களாகக் காலியாக இருந்து வந்துள்ளது. அவருக்கும் இதே நிலைமைதான் என்று நான் உறுதியாக நம்புகிறேன். டாக்டர் சேப்மேன், நான் இந்தக் கொள்கையை முன்னதாகவே புரிந்து கொண்டிருந்தால் என் வாழ்வில் இந்த மோசமான விஷயங்கள் எதுவும் நடந்திருக்காது," என்றார் அவர்.

"ஆன், நம்மால் கடந்தகாலத்திற்குள் போக முடியாது. நம்மால் செய்ய முடிந்ததெல்லாம் எதிர்காலத்தை மாற்ற முயற்சிப்பதுதான். நான் ஓர் ஆறு மாதப் பரிசோதனையை உங்களுக்குப் பரிந்துரைக்க விரும்புகிறேன்."

"நான் எதை வேண்டுமானாலும் முயற்சிக்கத் தயார்," என்று ஆன் கூறினார்.

அவரது நேர்மறையான உற்சாகம் எனக்குப் பிடித்திருந்தது. ஆனால் அப்பரிசோதனை எவ்வளவு கடினமாக இருக்கப் போகிறது என்பதை அவர் புரிந்து கொண்டாரா என்று என்னால் உறுதியாகக் கூற முடியவில்லை.

"நாம் உங்களது நோக்கத்தைத் தெளிவுபடுத்துவதில் இருந்து துவங்கலாம். நீங்கள் ஆழமாக விரும்பும் ஒரு விஷயம் ஆறு மாதங்களில் நடக்கும் என்றால், அது எதுவாக இருக்கும்?" என்று கேட்டேன்.

ஆன் சற்று நேரம் அமைதியாக உட்கார்ந்திருந்தார். பிறகு சிந்தனையுடன், "என் கணவர் கிளென் என்னை மீண்டும் நேசிக்க வேண்டும், என்னோடு நேரத்தைச் செலவிடுவதன் மூலம் அதை அவர் என்னிடம் வெளிப்படுத்த வேண்டும் என்று நான் விரும்புகிறேன். நாங்கள் இருவருமாகச் சேர்ந்து பல விஷயங்களைச் செய்ய வேண்டும், பல இடங்களுக்கும் நாங்கள் ஒன்றாகச் செல்ல வேண்டும் என்பது என் விருப்பம். எனக்கு விருப்பமான விஷயங்களில் அவர் ஆர்வமாக இருக்கிறார் என்ற உணர்வு எனக்கு ஏற்பட வேண்டும். நாங்கள் இருவரும் வெளியே சென்று சேர்ந்து உணவருந்த வேண்டும். அவர் நான் கூறுவதைக் காது கொடுத்துக் கேட்க வேண்டும். என் கருத்துக்களுக்கு அவர் மதிப்புக் கொடுக்கிறார் என்று நான் உணர வேண்டும். நாங்கள் இருவரும் சேர்ந்து பல பிரயாணங்களை மேற்கொள்ள வேண்டும், குதூகலமாக இருக்க வேண்டும் என்று நான் விரும்புகிறேன். அவர் எல்லாவற்றையும்விட அதிகமாக எங்கள் திருமண வாழ்க்கைக்கு முக்கியத்துவம் கொடுக்கிறார் என்பதை நான் அறிந்து கொள்ள விரும்புகிறேன்," என்று கூறினார்.

சற்று நிறுத்திவிட்டு, ஆன் மீண்டும் தொடர்ந்தார். "என்னைப் பொறுத்தவரை, அவரைக் குறித்து நான் இதமான, நேர்மறையான உணர்வுகளை வெளிப்படுத்த விரும்புகிறேன். அவர்மீது எனக்குள்ள மதிப்பு மீண்டும் உயர வேண்டும் என்று விரும்புகிறேன். அவரைக் குறித்து நான் பெருமிதம் கொள்ள ஆசைப்படுகிறேன். இக்கணத்தில் எனக்கு அவர்மீது இப்படிப்பட்ட உணர்வுகள் இல்லை."

ஆன் பேசுவதை நான் குறிப்பெடுத்துக் கொண்டிருந்தேன். அவர் பேசி முடித்தவுடன், அவர் கூறியவற்றை நான் சத்தமாகப் படித்தேன். "இது மிகப் பெரிய இலக்காகத் தெரிகிறது. ஆனால் உண்மையிலேயே இதுதான் உங்களுக்கு வேண்டும், இல்லையா?" என்று கேட்டேன்.

"டாக்டர் சேப்மேன், இக்கணத்தில் இக்குறிக்கோள் சாத்தியமற்றதாகத் தோன்றுகிறது. ஆனால், எல்லாவற்றையும்விட மேலாக இவ்விஷயங்கள் மெய்யாவதைத்தான் நான் பார்க்க விரும்புகிறேன்," என்று ஆன் பதிலளித்தார்.

"அப்படியென்றால், இதுதான் நமது குறிக்கோள் என்பதாக நாம் ஓர் உடன்பாட்டிற்கு வரலாம். ஆறு மாதங்களில் நீங்களும் கிளென்னும் இப்படிப்பட்ட அன்பான உறவை அனுபவிப்பதை நாம் பார்க்க விரும்புகிறோம், சரிதானே?"

"இப்போது நான் ஓர் அனுமானத்தைப் பரிந்துரைக்க விரும்புகிறேன். நமது பரிசோதனையின் நோக்கம் இந்த அனுமானம் உண்மையா இல்லையா என்பதை நிரூபிப்பது அல்ல. நீங்கள் தொடர்ந்து ஆறு மாத காலம் கிளென்னின் முதன்மைக் காதல் மொழியைப் பேசி வந்தால், ஏதோ ஒரு சமயத்தில் அன்பிற்கான அவரது உணர்ச்சிரீதியான தேவை நிறைவேற்றப்பட்டு அவரது காதல் கேணி நிரம்பும்போது, அவர் தனது காதலை உங்களிடம் வெளிப்படுத்தத் துவங்குவார் என்பதாக நாம் அனுமானித்துக் கொள்ளலாம். அந்த அனுமானம் பின்வரும் யோசனையின் அடிப்படையில் உருவாக்கப்பட்டுள்ளது: அன்பிற்கான உணர்ச்சிரீதியான தேவைதான் நமது ஆழமான உணர்ச்சிரீதியான தேவை; அது நிறைவேற்றப்படும்போது, அதை நிறைவேற்றியவர்களிடம் நாம் நேர்மறையான முறையில் நடந்து கொள்ள முனைகிறோம்," என்று நான் கூறினேன்.

மேலும் தொடர்ந்து, "ஒட்டுமொத்த முயற்சியையும் பொறுப்பையும் இந்த அனுமானம் உங்கள் கைகளில் வைப்பதை நீங்கள் புரிந்து கொண்டிருப்பீர்கள் என்று நினைக்கிறேன். உங்கள் இல்லற வாழ்க்கை உயிர்ப்பெறுவதற்கு கிளென் எந்த முயற்சியும் எடுக்கப் போவதில்லை. நீங்கள்தான் அனைத்து முயற்சிகளையும் மேற்கொள்ளப் போகிறீர்கள். உங்கள் ஆற்றல் முழுவதையும் சரியான திசையில் நீங்கள் செலுத்தும்போது, இறுதியில் கிளென் அதை உங்களுக்குத் திருப்பிக் கொடுப்பார் என்று இந்த அனுமானம் கூறுகிறது," என்றேன். இயேசுவின் பிரசங்கத்தின் மற்றொரு பகுதியை நான் ஆனுக்குப் படித்தேன். "கொடுங்கள், அப்போது உங்களுக்குக் கொடுக்கப்படும். நீங்கள் அளக்கும் அளவின்படியே நீங்களும் அளக்கப்படுவீர்கள்."

"இயேசு இங்கு எடுத்துரைக்கும் ஒரு கொள்கை, சூழ்ச்சியால் மக்களை ஏமாற்றுவதற்கான ஒரு வழியல்ல. பொதுவாக, மக்களிடம் நாம் அன்போடும் பரிவோடும் நடந்து கொள்ளும்போது, அவர்களும் நம்மிடம் அன்போடும் பரிவோடும் நடந்து கொள்ள முயற்சிப்பார்கள். ஆனால் நாம் ஒருவரிடம் பரிவு காட்டுவதன்மூலம் நம்மீது அவரைப் பரிவு கொள்ள வைக்க நம்மால் முடியாது. நாம் அனைவரும் சுதந்திரமானவர்கள். காதலை அலட்சியப்படுத்திவிட்டு, நம்மால் அதைவிட்டு விலகிச் செல்ல முடியும். அல்லது நமது காதலின் முகத்தில் உமிழவும் நம்மால் முடியும். உங்கள் அன்பான நடவடிக்கைகளுக்குப் பதிலளிக்கும் விதமாக, கிளென் தகுந்த முறையில் நடந்து கொள்வார் என்பதற்கு எந்த உத்தரவாதமும் இல்லை. ஆனால் அவர் முறையாக நடந்து கொள்வார் என்பதற்கான ஒரு நல்ல சாத்தியக்கூறு உள்ளது என்று மட்டும்தான் நம்மால் கூற முடியும்," என்று நான் கூறினேன். (ஒரு தனிநபரின் நடத்தையை எந்தவோர் ஆலோசனையாளராலும் ஒருபோதும் துல்லியமாகக் கணிக்க முடியாது. ஆளுமை குறித்த ஆய்வுகளின் அடிப்படையில், ஒரு குறிப்பிட்டச் சூழ்நிலையில் ஒரு தனிநபர் எவ்வாறு நடந்து கொள்ளக்கூடும் என்று மட்டுமே ஓர் ஆலோசனையாளரால் கணிக்க முடியும்.)

நாங்கள் அந்த அனுமானம் குறித்து ஓர் உடன்பாட்டிற்கு வந்த பிறகு நான் ஆனிடம், "இப்போது உங்களுடைய மற்றும் உங்கள் கணவர்

கிளென்னுடைய முதன்மைக் காதல் மொழியைப் பற்றி நாம் பேசலாம். நீங்கள் ஏற்கனவே என்னிடம் கூறியதில் இருந்து, பிரத்யேகமான நேரம் உங்களது முதன்மைக் காதல் மொழியாக இருக்கக்கூடும் என்று நான் அனுமானிக்கிறேன். அதைப் பற்றி உங்கள் கருத்து என்ன?" என்று கேட்டேன்.

"நானும் அப்படித்தான் நினைக்கிறேன். ஆரம்பக் காலத்தில் நாங்கள் இருவரும் சேர்ந்து நேரத்தைச் செலவிட்டோம். நான் பேசுவதை கிளென் கேட்டார். பல மணிநேரங்கள் நாங்கள் பேசியிருக்கிறோம். ஒன்றாகச் சேர்ந்து பல விஷயங்களைச் செய்திருக்கிறோம். நான் நேசிக்கப்பட்டதாக உண்மையிலேயே உணர்ந்தேன். எல்லாவற்றுக்கும் மேலாக, எங்கள் திருமணத்தின் அந்தக் காலகட்டம் மீண்டும் திரும்பி வராதா என்று நான் ஏங்குகிறேன். நாங்கள் ஒன்றாகச் சேர்ந்து நேரத்தைச் செலவிடும்போது அவர் உண்மையிலேயே என்மீது அக்கறை கொண்டிருப்பதுபோல் நான் உணர்கிறேன். ஆனால் அவர் எப்போதும் வேறு வேலைகளைச் செய்துகொண்டு இருப்பதால், என்னிடம் பேசுவதற்கும் அவருக்கு நேரமில்லை, என்னுடன் சேர்ந்து எதையும் செய்வதற்கும் அவருக்கு நேரமில்லை. எங்கள் உறவைவிட அவருக்கு வியாபாரமும் பிற வேலைகளும்தான் முக்கியம் என்ற உணர்வு எனக்கு ஏற்பட்டுள்ளது."

"கிளென்னின் முதன்மைக் காதல் மொழி எதுவென்று நீங்கள் நினைக்கிறீர்கள்?" என்று நான் கேட்டேன்.

"ஸ்பரிசம் என்று நான் நினைக்கிறேன், குறிப்பாகத் தாம்பத்திய உறவு. அப்போதுதான் அவர் என்னை அதிகம் நேசிப்பதாக நான் உணர்ந்தேன். நாங்கள் இனிமையான தாம்பத்திய உறவில் ஈடுபட்டபோது அவரது மனப்போக்கு வேறு விதமாக இருந்தது. ஸ்பரிசம்தான் அவரது முதன்மைக் காதல் மொழி என்று நான் நினைக்கிறேன்."

"நீங்கள் அவரிடம் பேசும் விதம் குறித்து அவர் ஏதேனும் குறை கூறுகிறாரா?"

"நான் அவரை எப்போதும் நச்சரிப்பதாக அவர் கூறுகிறார். அவரை நான் ஆதரிப்பதில்லை என்றும், எப்போதும் நான் அவரது யோசனைகளுக்கு எதிராக இருப்பதாகவும் அவர் கூறுகிறார்."

"அப்படியானால், ஸ்பரிசம் அவரது முதன்மைக் காதல் மொழி என்றும், பாராட்டு வார்த்தைகள் அவரது இரண்டாம்பட்சக் காதல் மொழி என்றும் நாம் அனுமானிக்கலாம். பாராட்டு வார்த்தைகள் அவரது இரண்டாம்பட்ச மொழி என்று நான் பரிந்துரைப்பதற்குக் காரணம், அவர் எதிர்மறையான வார்த்தைகள் குறித்துக் குறை கூறும்போது, பாராட்டு வார்த்தைகள் அவருக்கு அர்த்தமுள்ளவையாக அமையும் என்பதுதான்.

"நமது அனுமானத்தைப் பரிசோதிக்க நான் ஒரு திட்டத்தை உங்களுக்குப் பரிந்துரைக்கிறேன். நீங்கள் வீட்டிற்குச் சென்று கிளென்னிடம், 'நான் நம்மைப் பற்றிச் சில நாட்களாகச் சிந்தித்து வருகிறேன். உங்களுக்கு ஒரு சிறந்த மனைவியாக இருக்கப் போவதாக

நான் தீர்மானித்திருக்கிறேன். நான் எவ்வாறு உங்களுக்குச் சிறந்த மனைவியாக இருக்க முடியும் என்பதற்கு உங்களிடம் ஏதேனும் பரிந்துரைகள் இருந்தால், நான் அவற்றைத் திறந்த மனத்துடன் ஏற்றுக் கொள்ளத் தயாராக இருக்கிறேன். நீங்கள் அதைப் பற்றி இப்போது கூறலாம் அல்லது நன்றாக யோசித்துவிட்டு உங்கள் எண்ணத்தை என்னிடம் தெரிவிக்கலாம். ஆனால் நான் உண்மையிலேயே உங்களுக்கு ஒரு நல்ல மனைவியாக இருக்க விரும்புகிறேன்,' என்று கூறிப் பாருங்கள். அதற்கு அவர் அளிக்கும் பதில் நேர்மறையானதாக இருந்தாலும் சரி, எதிர்மறையானதாக இருந்தாலும் சரி, வெறும் தகவல் என்பதாக அதை ஏற்றுக் கொள்ளுங்கள். நீங்கள் கூறப் போகும் முதல் வாசகம், உங்கள் உறவில் ஏதோ வித்தியாசமாக நடைபெறப் போவதை அவருக்குச் சுட்டிக்காட்டும்.

உங்களிடம் இல்லாத உணர்வுகள் உங்களிடம் இருப்பதுபோல் காட்டிக் கொள்வது பாசாங்குத்தனம் என்றாலும் அடுத்தவருடைய நலனுக்காக அல்லது மகிழ்ச்சிக்காக ஓர் அன்பான செயலைச் செய்ய நீங்கள் முன்வருவது முற்றிலும் உங்களது விருப்பத்தேர்வே.

"ஸ்பரிசம் அவரது முதன்மைக் காதல் மொழியாக இருக்கக்கூடும் என்ற உங்கள் ஊகம், மற்றும் பாராட்டு வார்த்தைகள் அவரது இரண்டாம்பட்சக் காதல் மொழியாக இருக்கக்கூடும் என்ற எனது பரிந்துரை ஆகியவற்றின் அடிப்படையில், ஒரு மாதத்திற்கு அந்த இரண்டின்மீதும் நீங்கள் கவனம் செலுத்துங்கள்.

"நீங்கள் ஒரு சிறந்த மனைவியாக இருப்பதற்கான பரிந்துரையோடு கிளென் உங்களை அணுகினால், அந்தத் தகவலை ஏற்றுக் கொண்டு உங்கள் திட்டத்தில் அதைச் செயல்படுத்துங்கள். கிளென்னின் வாழ்க்கையில் உள்ள நேர்மறையான விஷயங்களைப் பாருங்கள். அவை குறித்து வார்த்தைகளால் அவரைப் பாராட்டுங்கள். இதற்கிடையே, நீங்கள் அவரைக் குறைகூறுவதை முற்றிலுமாக நிறுத்திவிடுங்கள். ஏதேனும் ஒன்றைப் பற்றி நீங்கள் குறைகூற விரும்பினால், கிளென்னிடம் அதைப் பற்றி இந்த மாதம் எதுவும் கூறாதீர்கள். அதற்குப் பதிலாக, அதை உங்கள் தனிப்பட்ட நோட்டுப் புத்தகம் ஒன்றில் எழுதிக் கொள்ளுங்கள்.

"தழுவல், தீண்டல், தாம்பத்திய உறவு ஆகியவற்றை நீங்கள் முதலில் ஆர்வத்துடன் துவக்குவதன்மூலம் சுவாரசியத்தைக் கூட்டலாம். தாம்பத்திய உறவின்போது அவரது விருப்பங்களுக்கு ஏற்ப வெறுமனே ஒத்துழைப்பதோடு நிறுத்திக் கொள்ளாமல், நீங்கள் துணிச்சலாகக்

காரியத்தில் இறங்கி அவரை ஆச்சரியத்தில் மூழ்கடியுங்கள். முதல் இரண்டு வாரங்களில் குறைந்தபட்சம் வாரத்திற்கு ஒரு முறையும், அடுத்த இரண்டு வாரங்களில் வாரத்திற்கு இருமுறையும் தாம்பத்திய உறவு கொள்வதென்றும் ஓர் இலக்கை நிர்ணயித்துக் கொள்ளுங்கள்." கடந்த ஆறு மாதங்களில் தானும் கிளென்னும் ஒரே ஒரு முறையோ அல்லது இருமுறையோ மட்டுமே தாம்பத்திய உறவு கொண்டிருந்ததாக ஆன் என்னிடம் தெரிவித்தார். இத்திட்டம் விரைவில் பலனளிக்கத் துவங்கும் என்று நான் கணித்தேன்.

"டாக்டர் சேப்மேன், அது எனக்கு மிகவும் கடினம். அவர் எப்போதும் என்னை உதாசீனப்படுத்தும்போது அவருடன் தாம்பத்திய உறவு கொள்வது எனக்குச் சிரமமாக இருக்கிறது. நாங்கள் உறவு கொள்ளும் நேரங்களில், அவர் என்னை நேசிக்கிறார் என்பதற்குப் பதிலாக அவர் என்னைத் தன் சுயநலத்திற்காகப் பயன்படுத்துகிறார் என்ற உணர்வுதான் எனக்கு ஏற்படுகிறது. அவர் என்னுடன் படுக்கையைப் பகிர்ந்து கொண்டு என் உடலைப் பயன்படுத்திக் கொள்ளும் நேரத்தைத் தவிர, மீதி நேரங்களில் நான் முற்றிலும் முக்கியமற்றவள் என்பதுபோல் நடந்து கொள்கிறார். அதை நான் ஆழமாக வெறுக்கிறேன். கடந்த ஒருசில வருடங்களாக அவருடன் நான் அவ்வளவாகத் தாம்பத்திய உறவு வைத்துக் கொள்ளாததற்கு அதுதான் காரணம் என்று நான் நினைக்கிறேன்."

"உங்கள் நடத்தை இயற்கையானது, இயல்பானது. தங்கள் கணவன்மார்களால் தாங்கள் நேசிக்கப்படுவதாக உணரும்போதுதான் பெரும்பாலான மனைவிமார்களுக்குத் தாம்பத்திய உறவில் நாட்டம் ஏற்படுகிறது. தாங்கள் நேசிக்கபடுகிறோம் என்ற உணர்வு அவர்களுக்குள் மேலோங்கும்போது, தாம்பத்திய உறவை அவர்கள் பெரிதும் விரும்புகின்றனர். தாங்கள் நேசிக்கப்படுகிறோம் என்ற உணர்வு அவர்களுக்கு ஏற்படாதபோது, தங்கள் கணவன்மார்கள் அவர்களது சுயநலத்திற்காகத் தங்களைப் பயன்படுத்திக் கொள்வதாக அவர்கள் உணர்கின்றனர். அதனால்தான், நம்மை நேசிக்காத ஒருவரை நேசிப்பது நமக்கு மிகவும் சிரமமானதாக உள்ளது. அது நமது இயல்பிற்கு எதிரானது. இதைச் செய்வது, கடவுள்மீதான உங்கள் நம்பிக்கையை வெகுவாகச் சார்ந்துள்ளது. உங்கள் எதிரிகளை நேசிப்பது, உங்களை வெறுப்பவர்களை நேசிப்பது, உங்களைத் தங்கள் சுயநலத்திற்காகப் பயன்படுத்துபவர்களை நேசிப்பது ஆகியவற்றைப் பற்றி இயேசுபிரான் செய்த பிரசங்கத்தை மீண்டும் ஒருமுறை நீங்கள் படிப்பது உங்களுக்கு உதவும். பிறகு, அந்த போதனைகளை நீங்கள் கடைபிடிப்பதற்கு உதவுமாறு கடவுளிடம் கேளுங்கள்."

நான் கூறியதை ஆன் புரிந்து கொண்டதாக எனக்குத் தோன்றியது. அவர் மெதுவாகத் தலையசைத்தார். அவரது மனத்தில் ஏராளமான கேள்விகள் இருந்தது அவரது கண்களில் தெரிந்தது.

"ஆனால் டாக்டர் சேப்மேன், ஒருவரைக் குறித்து இத்தகைய எதிர்மறையான உணர்வுகள் நம்மிடம் இருக்கும்போது தாம்பத்திய உறவின் மூலமாக அவரிடம் நமது அன்பை வெளிப்படுத்துவது பாசாங்குத்தனமான செய்கை இல்லையா?"

"அன்பை ஓர் உணர்வாகப் பார்ப்பதற்கும், அதைச் செயல்பாடு மூலம் வெளிப்படுத்தும் ஒரு வெளிப்பாடாகப் பார்ப்பதற்கும் இடையே உள்ள வித்தியாசத்தை நீங்கள் புரிந்து கொள்ள வேண்டும். உங்களிடம் இல்லாத உணர்வுகள் உங்களிடம் இருப்பதுபோல் காட்டிக் கொள்வது பாசாங்குத்தனம்தான். இப்படிப்பட்டப் பொய்யான வெளிப்பாடு, அன்னியோன்யமான உறவுகளை உருவாக்குவதற்கான வழி அல்ல. ஆனால் அடுத்தவருடைய நலன் அல்லது மகிழ்ச்சிக்காக வடிவமைக்கப்பட்டுள்ள ஓர் அன்பான செயலை நீங்கள் வெளிப்படுத்துவது வெறுமனே உங்கள் விருப்பத்தேர்வுதான். உங்களது செயல் ஓர் ஆழமான உணர்ச்சிரீதியான பிணைப்பில் இருந்து தோன்றுகின்ற ஒன்றாக நீங்கள் கருத வேண்டியதில்லை. வெறுமனே அவரது நலனுக்காக நீங்கள் ஒன்றைத் தேர்ந்தெடுக்கிறீர்கள். இயேசுநாதர் அதைத்தான் மனத்தில் வைத்துப் பேசியிருக்க வேண்டும்.

"நம்மை வெறுப்பவர்கள் குறித்து அன்பான உணர்வுகள் நமக்கு நிச்சயமாகத் தோன்றாது. அப்படித் தோன்றினால் அது அசாதாரணமானது. ஆனால் அன்பான செயல்களை அவர்களுக்காக நம்மால் செய்ய முடியும். அது வெறும் ஒரு விருப்பத்தேர்வுதான். அப்படிப்பட்ட அன்பான செயல்கள் அவர்களது மனப்போக்கிலும், நடத்தையிலும், அவர்கள் நம்மை நடத்தும் விதத்திலும் ஒரு நேர்மறையான தாக்கத்தை ஏற்படுத்தும் என்று நாம் நம்பலாம். குறைந்தபட்சம், அவர்களுக்காக நேர்மறையான ஒரு காரியத்தை நாம் தேர்ந்தெடுத்திருக்கிறோம்."

அப்போதைக்கு என் பதில் ஆனைத் திருப்திப்படுத்தி இருந்ததுபோல் தோன்றியது. நாங்கள் இந்த விஷயத்தை மீண்டும் விவாதிப்போம் என்ற உணர்வு என்னுள் எழுந்தது. இந்தப் பரிசோதனை நடைமுறைப்படுத்தப்படுவது ஆன் கொண்டிருந்த தெய்வ நம்பிக்கையால்தான் சாத்தியம் என்று நான் உணர்ந்தேன்.

நான் ஆனிடம், "ஒரு மாதம் முடிந்தவுடன் நீங்கள் உங்கள் முன்னேற்றம் குறித்து உங்கள் கணவரின் அபிப்பிராயத்தைக் கேளுங்கள். உங்கள் சொந்த வார்த்தைகளில் அவரிடம், 'கிளென், நான் ஒரு சிறந்த மனைவியாக இருக்க முயற்சிக்கப் போவதாக ஒருசில வாரங்களுக்கு முன் நான் கூறியது உங்களுக்கு நினைவிருக்கிறதா? நான் எந்த அளவுக்கு முன்னேறியிருக்கிறேன் என்று உங்களிடம் இருந்து தெரிந்து கொள்ள விரும்புகிறேன்,' என்று கேளுங்கள்.

"கிளென் என்ன கூறினாலும் அதை ஒரு தகவலாகக் கருதி ஏற்றுக் கொள்ளுங்கள். அவர் உங்களை வசைபாடக்கூடும், ஏளனம் செய்யக்கூடும், உங்களிடம் கடுமையாக நடந்து கொள்ளக்கூடும், அல்லது நேர்மறையாக நடந்து கொள்ளக்கூடும். அவரது பதில் எதுவாக இருந்தாலும் சரி, வாக்குவாதம் செய்யாமல் அதை ஏற்றுக் கொண்டு, உங்கள் இலக்கில் நீங்கள் தீவிரமாக இருப்பதாகவும், உண்மையிலேயே நீங்கள் ஒரு சிறந்த மனைவியாக இருக்க விரும்புவதாகவும் அவருக்கு உறுதியளித்து, கூடுதலாக ஏதேனும் பரிந்துரைகள் அவரிடம் இருந்தால் அவற்றைத் திறந்த மனத்துடன் ஏற்றுக் கொள்வதற்கு நீங்கள் தயாராக இருப்பதாகவும் அவரிடம் கூறுங்கள்.

“மாதம் ஒருமுறை அவரது கருத்துக்களைக் கேட்பதை வழக்கமாக்கிக் கொண்டு, தொடர்ந்து ஆறு மாதங்கள் இதைச் செய்து வாருங்கள். எப்போதெல்லாம் முதன்முறையாக அவர் உங்களிடம் நேர்மறையான முறையில் பதிலளிக்கிறாரோ, அல்லது எப்போதெல்லாம் அவர் உங்களிடம், ‘ஒரு சிறந்த மனைவியாக நடந்து கொள்ள முயற்சிக்கப் போவதாக நீ முதன்முதலில் கூறியபோது நான் மனத்திற்குள் சிரித்துவிட்டு அதை உதாசீனப்படுத்தினேன். ஆனால் நம் வாழ்வில் இப்போது விஷயங்கள் வேறு விதமாக நடந்து கொண்டிருப்பதை நான் ஒப்புக் கொண்டுதான் ஆக வேண்டும்,’ என்று கூறுகிறாரோ, அப்போதெல்லாம் உங்கள் முயற்சிகள் அவர் மனத்தில் உணர்ச்சிரீதியான தாக்கத்தை ஏற்படுத்துவதை நீங்கள் அறிந்து கொள்வீர்கள். முதல் மாதத்திற்குப் பிறகோ அல்லது இரண்டாவது அல்லது மூன்றாவது மாதத்திற்குப் பிறகோ அவர் நேர்மறையான பதிலை உங்களுக்குக் கொடுக்கக்கூடும். முதல் நேர்மறையான பதில் அவரிடமிருந்து உங்களுக்குக் கிடைத்த ஒரு வாரத்திற்குப் பிறகு நீங்கள் கிளென்னிடம் ஒரு வேண்டுகோள் விடுக்க வேண்டும். அவர் செய்ய வேண்டும் என்று நீங்கள் விரும்பும், உங்கள் முதன்மைக் காதல் மொழியோடு தொடர்புடைய ஏதேனும் ஒரு விஷயமாக அது இருக்கலாம். எடுத்துக்காட்டாக, ஒருநாள் மாலையில் நீங்கள் அவரிடம், ‘கிளென், நான் ஒரு விஷயத்தைச் செய்ய விரும்புகிறேன். அது என்னவென்று தெரியுமா? முன்பெல்லாம் நாம் இருவரும் சேர்ந்து ஸ்கிராபிள் விளையாட்டை விளையாடியது உங்களுக்கு நினைவிருக்கிறதா? வரும் வியாழக்கிழமை இரவு நான் மீண்டும் அந்த விளையாட்டை உங்களுடன் விளையாட விரும்புகிறேன். அன்றிரவு நம் குழந்தைகள் மேரியின் வீட்டில் தங்கப் போகிறார்கள். என்னுடன் சேர்ந்து விளையாட உங்களுக்கு நேரம் இருக்கும் என்று நினைக்கிறீர்களா?’ என்று கேட்கலாம்.

“உங்கள் கோரிக்கை பொதுவானதாக இல்லாமல், திட்டவட்டமானதாக இருக்க வேண்டும். ‘நாம் இருவரும் சேர்ந்து ஒன்றாக நேரத்தைச் செலவிட்டால் நான் மிகவும் மகிழ்ச்சி அடைவேன்,’ என்று கூறாதீர்கள். அது தெளிவற்றது. அவர் உங்களது அந்தக் கோரிக்கையை நிறைவேற்றிவிட்டார் என்பதை நீங்கள் எவ்வாறு கண்டுபிடிப்பீர்கள்? ஆனால் உங்கள் வேண்டுகோள் தெளிவாகவும் திட்டவட்டமானதாகவும் இருக்கும்போது, துல்லியமாக உங்களுக்கு என்ன வேண்டும் என்பதை அவர் அறிவார். அவருக்குத் தெரிந்துவிட்டது என்பது உங்களுக்கும் அப்போது தெரியும். அவர் அதை நிறைவேற்றும்போது, உங்கள் நலனுக்காக அவர் ஏதோ ஒன்றைச் செய்வதை அவர் தேர்ந்தெடுக்கிறார்.

“ஒவ்வொரு மாதமும் அவரிடம் ஒரு திட்டவட்டமான கோரிக்கையை முன்வையுங்கள். அவர் அதை நிறைவேற்றினால் நல்லது, இல்லாவிட்டாலும் பரவாயில்லை. ஆனால் அவர் அதை நிறைவேற்றும்போது, அவர் உங்களது தேவைகளுக்கு ஏற்ப நடந்து கொள்கிறார் என்பதை நீங்கள் அறிவீர்கள். இதன்மூலம் உங்களது முதன்மைக் காதல் மொழியை நீங்கள் அவருக்குக் கற்றுக் கொடுக்கிறீர்கள். ஏனெனில், உங்களது கோரிக்கைகள் அனைத்தும் உங்கள் காதல் மொழியைச் சார்ந்தே இருக்கப் போகின்றன. உங்களது முதன்மைக் காதல்

மொழியில் அவர் உங்களை நேசிக்கத் துவங்கினால் அவரைக் குறித்து உங்களிடம் நேர்மறையான உணர்வுகள் மேலெழத் துவங்கும். உங்கள் இதயம் அன்பால் நிரம்பத் துவங்கும். உரிய காலத்தில் உங்கள் திருமணம் மீண்டும் உயிர்ப்பெறும்."

உங்களது முதன்மைக் காதல் மொழியில் அவர் உங்களை நேசிக்கத் துவங்கினால் அவரைக் குறித்து உங்களிடம் நேர்மறையான உணர்வுகள் மேலெழத் துவங்கும். உங்கள் இதயம் அன்பால் நிரம்பத் துவங்கும். உரிய காலத்தில் உங்கள் திருமணம் மீண்டும் உயிர்ப்பெறும்.

"டாக்டர் சேப்மேன், அது மட்டும் நடக்கும் என்றால், அதற்காக நான் எதையும் செய்யத் தயார்," என்று ஆன் கூறினார்.

"அதற்குக் கடின முயற்சி தேவை. ஆனால் அந்த முயற்சி வீண் போகாது என்று நான் நம்புகிறேன். இந்தப் பரிசோதனை பலனளிக்கிறதா, நமது அனுமானம் உண்மையா என்று தெரிந்து கொள்வதற்குத் தனிப்பட்ட முறையில் நான் ஆர்வமாக இருக்கிறேன். நீங்கள் மேற்கொள்ளவிருக்கும் இந்த முயற்சி நெடுகிலும் நான் உங்களை அடிக்கடி சந்திக்க விரும்புகிறேன். இரண்டு வாரங்களுக்கு ஒருமுறை நாம் சந்திக்கலாம். ஒவ்வொரு வாரமும் நீங்கள் கிளென்னுக்குக் கொடுக்கும் நேர்மறையான பாராட்டு வார்த்தைகளை நீங்கள் பதிவு செய்து வைக்க வேண்டும் என்று நான் விரும்புகிறேன். நீங்கள் என்னைச் சந்திக்க வரும்போது, கிளென்னிடம் கூறாமல் நீங்கள் குறிப்பெடுத்து வைத்துள்ள குறைகள் அடங்கிய பட்டியலையும் கொண்டு வாருங்கள். அந்தப் பட்டியலில் இருந்து சிலவற்றைக் களைவதற்கு, கிளென்னிடம் கேட்பதற்கான சில திட்டவட்டமான கோரிக்கைகளை அவற்றில் இருந்து உருவாக்க என்னால் உதவ முடியும். இறுதியில், உங்கள் விரக்திகளையும் எரிச்சல்களையும் ஆக்கபூர்வமான வழியில் பகிர்ந்து கொள்வது எப்படி என்பதை நீங்கள் கற்றுக் கொள்ள வேண்டும். இந்த எரிச்சல்களையும் முரண்பாடுகளையும் நீங்கள் இருவருமாகக் களைவது எப்படி என்பதையும் நீங்கள் இருவரும் கற்றுக் கொள்ள வேண்டும். ஆனால் இந்த ஆறு மாதப் பரிசோதனையின்போது நீங்கள் உங்கள் எரிச்சல்களையும் முரண்பாடுகளையும் கிளென்னிடம் கூறாமல், வெறுமனே உங்கள் நோட்டுப் புத்தகத்தில் குறித்து வைத்துக் கொள்ள வேண்டியது முக்கியம்," என்று நான் பதிலளித்தேன்.

ஆன் விடைபெற்றுக் கொண்டார். "நீங்கள் வெறுக்கும் ஒருவரை உங்களால் காதலிக்க முடியுமா?" என்ற அவரது கேள்விக்கான விடை அவருக்குக் கிடைத்துவிட்டது என்று நான் நம்பினேன்.

அடுத்த ஆறு மாதங்களில் கிளென்னின் மனப்போக்கிலும் அவர் தன்னை நடத்திய விதத்திலும் பெரும் மாற்றம் ஏற்பட்டிருந்ததை ஆன் கண்டார். முதல் மாதத்தில், கிளென் ஆனின் முயற்சியைப் பெரிதாக மதிக்காமல் ஒட்டுமொத்தமாக உதாசீனப்படுத்தினார். ஆனால் இரண்டாவது மாதத்திற்குப் பிறகு, ஆனின் முயற்சிகள் குறித்து அவர் நேர்மறையான அபிப்பிராயங்களைக் கொடுத்தார். கடைசி நான்கு மாதங்களில் ஆனின் அனைத்துக் கோரிக்கைகளுக்கும் அவர் நேர்மறையான முறையில் பதிலளித்தார். தன் கணவனைக் குறித்து ஆனிடம் நேர்மறையான உணர்வுகள் பொங்கின. கிளென் என்னிடம் ஒருபோதும் ஆலோசனைக்காக வரவில்லை. ஆனால் எனது ஒலிநாடாக்கள் சிலவற்றை அவர் கேட்டுவிட்டு, அவற்றைப் பற்றி ஆனுடன் கலந்து பேசியிருந்தார். ஆன் தொடர்ந்து என்னிடம் ஆலோசனை பெறுவதை அவர் ஊக்குவித்தார். அதன்படி எங்கள் பரிசோதனை முடிந்த பின்னரும் மூன்று மாதங்கள் ஆன் என்னிடம் ஆலோசனை பெற்றுச் சென்றார். நான் அதிசயங்களை நிகழ்த்தும் மனிதன் என்று இன்றுவரை கிளென் தன் நண்பர்களிடம் கூறி வருகிறார். ஆனால் காதல்தான் அதிசயங்களை நிகழ்த்துகிறது என்ற உண்மையை நான் நன்கு அறிவேன்.

உங்கள் இல்லற வாழ்க்கையில்கூட உங்களுக்கு ஓர் அதிசயம் தேவைப்படலாம்.

ஆனின் பரிசோதனையை நீங்கள் ஏன் முயற்சித்துப் பார்க்கக்கூடாது? உங்கள் இல்லற வாழ்க்கையைப் பற்றி நீங்கள் சிந்தித்து வந்து கொண்டிருப்பதாகவும், அவரது தேவைகளைச் சிறப்பாக நிறைவேற்ற நீங்கள் தீர்மானித்து இருப்பதாகவும் உங்கள் கணவனிடமோ அல்லது மனைவியிடமோ கூறுங்கள். அதில் நீங்கள் எவ்வாறு மேம்படலாம் என்பதற்கான பரிந்துரைகளை அவரிடம் கேளுங்கள். அவரது பரிந்துரைகள் அவரது முதன்மைக் காதல் மொழியை உங்களுக்குத் தெளிவாக அடிக்கோடிட்டுக் காட்டும். அவர் உங்களுக்கு எதையும் பரிந்துரைக்கவில்லை என்றால், கடந்த பல வருடங்களாக அவர் அடிக்கடி உங்களிடம் குறைகூறி வந்துள்ள விஷயங்களை அடிப்படையாக வைத்து அவரது காதல் மொழியை ஊகியுங்கள். பிறகு, அடுத்த ஆறு மாதங்களுக்கு உங்கள் கவனத்தை அந்தக் காதல் மொழியின்மீது குவியுங்கள். ஒவ்வொரு மாதத்தின் முடிவிலும் உங்கள் முன்னேற்றம் குறித்து அவரிடம் கேளுங்கள். அவர் வேறு எதையேனும் பரிந்துரைக்க விரும்புகிறாரா என்பதையும் கேட்டுத் தெரிந்து கொள்ளுங்கள்.

உங்களிடம் முன்னேற்றம் காணப்படுவதாக உங்கள் கணவர் கூறும் ஒவ்வொரு முறையும், ஒரு வாரம் காத்திருந்து ஒரு திட்டவட்டமான கோரிக்கையை அவரிடம் முன்வையுங்கள். அந்தக் கோரிக்கை, அவர் செய்ய வேண்டும் என்று உண்மையிலேயே நீங்கள் விரும்பும் ஏதோ ஒரு விஷயமாக இருக்க வேண்டும். அவர் அதைச் செய்வதைத் தேர்ந்தெடுத்தால், அவர் உங்களது தேவைகளைப் பூர்த்தி செய்ய முயற்சித்துக் கொண்டிருக்கிறார் என்று நீங்கள் அறிந்து கொள்ளலாம். அவர் உங்களது கோரிக்கையைப் புறக்கணித்தாலும்கூடத் தொடர்ந்து

அவர்மீது அன்பு செலுத்துங்கள். அடுத்த மாதம் அவர் உங்களுக்கு நேர்மறையாகப் பதிலளிக்கக்கூடும். உங்கள் கோரிக்கைகளை நிறைவேற்றுவதன்மூலம் அவர் உங்கள் காதல் மொழியைப் பேசத் துவங்கியிருந்தால், அவரைக் குறித்து மீண்டும் உங்களிடம் நேர்மறையான உணர்வுகள் தோன்றும். உரிய காலத்தில் உங்கள் திருமணம் மீண்டும் உயிர்ப்பெறும். விளைவுகளுக்கு என்னால் உத்தரவாதம் கொடுக்க முடியாது, ஆனால் என்னிடம் ஆலோசனை பெற்றுச் சென்றுள்ள எண்ணற்ற மக்கள், காதலின் அதிசயத்தை அனுபவித்துள்ளனர் என்பதை என்னால் உறுதியாகக் கூற முடியும்.

13

குழந்தைகளும் அன்பு மொழிகளும்

அன்பு மொழிகள் என்னும் கோட்பாடு குழந்தைகளுக்குப் பொருந்துமா? இல்லற வாழ்க்கை குறித்த எனது பயிலரங்கில் கலந்து கொள்ளும் மக்கள் என்னிடம் அடிக்கடிக் கேட்கும் கேள்வி இது. அதற்கு எனது பதில் 'ஆம்' என்பதுதான். குழந்தைகள் சிறியவர்களாக இருக்கும்போது அவர்களது முதன்மை அன்பு மொழியை உங்களால் கண்டுபிடிக்க முடியாது. அதனால், ஐந்து மொழிகளிலும் அவர்கள்மீது அன்பைப் பொழியுங்கள். நிச்சயமாக அது அவர்களிடம் ஒரு தாக்கத்தை ஏற்படுத்தும். ஆனால் நீங்கள் அவர்களது நடத்தையைக் கவனமாகக் கண்காணித்து வந்தால் அவர்களது முதன்மை அன்பு மொழியை உங்களால் விரைவிலேயே கண்டுபிடித்துவிட முடியும்.

பாபிக்கு ஆறு வயது. அவனது தந்தை வேலை முடிந்து வீட்டிற்கு வரும்போது, பாபி அவரது மடியில் தாவிக் குதித்து, அவரது முகத்தைப்

பிடித்து, அவரது தலையைக் கலைத்து விளையாடுவான். பாபி தனது தந்தையிடம் என்ன கூறுகிறான்? "நீங்கள் என்னைத் தொட வேண்டும்." அவன் தனது தந்தையைத் தொடுவது, தான் தொடப்பட வேண்டும் என்பதற்காகத்தான். 'ஸ்பரிசம்' பெரும்பாலும் பாபியின் முதன்மை அன்பு மொழியாக இருக்கக்கூடும்.

பாபியின் பக்கத்து வீட்டில் வசிக்கும் ஐந்தரை வயதுச் சிறுவன் பேட்ரிக். அவனும் பாபியும் விளையாட்டுத் தோழர்கள். ஆனால், பேட்ரிக்கின் தந்தை வேலை முடிந்து வீட்டிற்கு வரும்போது எதிர்கொள்ளும் காட்சி வேறு விதமானது. பேட்ரிக் தன் தந்தையைப் பார்த்ததும், "அப்பா, இங்கே வாருங்கள். நான் உங்களிடம் ஒன்றைக் காட்ட வேண்டும். வாருங்கள்," என்று உற்சாகமாக அழைப்பான்.

"பேட்ரிக், ஒரே ஒரு நிமிடம் காத்திரு. நான் செய்தித்தாளைப் படிக்க வேண்டும்," என்று அவனது தந்தை கூறுகிறார்.

பேட்ரிக் ஒரு கணம் அங்கிருந்து நகர்ந்துவிட்டு, பதினைந்து வினாடிகளில் மீண்டும் திரும்பி வந்து, "அப்பா, என்னுடைய அறைக்கு வாருங்கள். நான் இப்போதே உங்களிடம் அதைக் காட்ட வேண்டும். வாருங்கள் அப்பா," என்று கெஞ்சுகிறான்.

"ஒரே ஒரு நிமிடம் பொறுத்திரு. நான் இதை மட்டும் படித்து முடித்துவிடுகிறேன்," என்று அவர் பதிலளிக்கிறார்.

பேட்ரிக்கின் தாய் அவனைக் கூப்பிடுகிறார். அவன் தன் தாயாரிடம் ஓடிச் செல்கிறான். அவனது தந்தை மிகவும் களைத்துப் போயிருப்பதாகவும். ஒருசில நிமிடங்கள் செய்தித்தாளைப் படிக்க அவன் அவரை அனுமதிக்க வேண்டும் என்றும் அவர் அவனிடம் கூறுகிறார். ஆனால் அவனோ, "அம்மா, நான் உருவாக்கியுள்ளதை அவரிடம் காட்ட வேண்டும்," என்று கூறுகிறான்.

"எனக்குத் தெரியும். ஆனால் அவர் சிறிது நேரம் படிப்பதற்கு நீ அனுமதித்துத்தான் ஆக வேண்டும்," என்று அவனது தாயார் கூறுகிறார்.

அறுபது வினாடிகளுக்குப் பிறகு பேட்ரிக் மீண்டும் தன் தந்தையிடம் சென்று, எதுவும் கூறாமல், அவரது செய்தித்தாளின்மீது குதித்துவிட்டுச் சிரிக்கிறான். அதற்கு அவனது தந்தை, "பேட்ரிக், நீ என்ன செய்கிறாய்?" என்று கத்துகிறார்.

"அப்பா, நீங்கள் என்னுடைய அறைக்கு வர வேண்டும். நான் உருவாக்கியிருக்கும் ஒரு பொருளை நான் உங்களுக்குக் காட்ட விரும்புகிறேன்," என்று பேட்ரிக் கூறுகிறான்.

பேட்ரிக் என்ன கோருகிறான்? 'பிரத்யேகமான நேரம்.' அவன் தனது தந்தையுடன் பிரத்யேகமாக நேரத்தைச் செலவிட விரும்புகிறான். அது கிடைக்கும்வரை அவன் விடப்போவதில்லை, அதற்காக அவன் அழுது அடம்பிடிக்க வேண்டியிருந்தாலும் சரி.

உங்கள் குழந்தை உங்களுக்காக அடிக்கடிப் பரிசுப் பொருட்களை உருவாக்கி, அலங்காரக் காகிதங்களில் அதை மடித்து, கண்களில் ஒரு பிரகாசத்துடன் உங்களுக்குக் கொடுக்கிறான் என்றால், 'பரிசுகள்' உங்கள்

குழந்தையின் முதன்மை அன்பு மொழியாக இருக்கக்கூடும். அவன் அதை உங்களுக்குக் கொடுப்பது தானும் பரிசுகளைப் பெற விரும்புவதால்தான். உங்கள் மகனோ அல்லது மகளோ எப்போதும் தனது தம்பி அல்லது தங்கைக்கு உதவ முயற்சிப்பதை நீங்கள் கவனித்தால், 'பணிவிடைகள்' உங்கள் உங்கள் மகன் அல்லது மகளின் முதன்மை அன்பு மொழியாக இருக்கக்கூடும். நீங்கள் மிகவும் அழகாக இருப்பதாகவோ, நீங்கள் ஒரு சிறந்த தாய் அல்லது ஒரு சிறந்த தந்தை என்றோ, நீங்கள் ஒரு சிறந்த வேலையைச் செய்திருப்பதாகவோ உங்கள் குழந்தை அடிக்கடி உங்களிடம் கூறி வந்தால், 'பாராட்டு வார்த்தைகள்' அவனது முதன்மை அன்பு மொழியாக இருக்கக்கூடும்.

இவை அனைத்தும் உங்கள் குழந்தையின் ஆழ்மன நிலையில் உள்ளது. அதாவது, உங்கள் குழந்தை எப்போதும், "நான் ஒரு பரிசு கொடுத்தால், என் பெற்றோர் எனக்குப் பரிசு கொடுப்பார்கள். நான் அவர்களைத் தொட்டால், அவர்கள் என்னைத் தொடுவார்கள்," என்று சிந்தித்துக் கொண்டிருப்பதில்லை. மாறாக, அவள் நடந்து கொள்ளும் விதம் அவளது உணர்ச்சிரீதியான விருப்பங்களால் தூண்டப்படுகிறது. தான் சில குறிப்பிட்ட விஷயங்களைச் செய்தாலோ அல்லது கூறினாலோ, சில குறிப்பிட்டப் பதில் நடவடிக்கைகள் தனது பெற்றோரிடம் இருந்து தனக்குக் கிடைக்கும் என்பதை அவள் அனுபவரீதியாகக் கற்றுக் கொண்டிருக்கக்கூடும். எனவே, தனது உணர்ச்சிரீதியான தேவைகள் பூர்த்தி செய்யப்படுவதை உறுதி செய்யும் விஷயங்களை அவள் கூறுகிறாள் அல்லது செய்கிறாள். எல்லாம் சிறப்பாக நடந்தேறி, அவர்களது உணர்ச்சிரீதியான தேவைகள் நிறைவேற்றப்படும்போது, குழந்தைகள் பொறுப்பான பெரியவர்களாக உருவாகிறார்கள். ஆனால் அத்தேவை நிறைவேற்றப்படாதபோது, ஏற்றுக் கொள்ளப்பட்ட விதிகளை அவர்கள் மீறுகின்றனர், தங்கள் தேவைகளைப் பூர்த்தி செய்யாத பெற்றோரிடம் தங்கள் கோபத்தை வெளிப்படுத்துகின்றனர், பொருத்தமற்ற இடங்களில் அன்பைத் தேடுகின்றனர்.

குழந்தைக்கு வயது ஏற ஏற நமது 'பாராட்டு வார்த்தைகள்' ஏன் 'கண்டிக்கும் வார்த்தைகளாக' மாறிவிடுகின்றன?

அன்புக் கேணியைப் பற்றி முதன்முதலில் என்னிடம் கூறிய டாக்டர் ராஸ் கேம்பெல், பாலியல்ரீதியாக முறைதவறிய நடத்தை கொண்டிருந்த பருவ வயதினருக்குப் பல வருடங்களாகச் சிகிச்சை அளித்து வரும் ஓர் உளவியலாளர். அன்பிற்கான உணர்ச்சிரீதியான தேவை தனது பெற்றோரால் நிறைவேற்றப்பட்டிருக்கும், பருவ வயதினை அடைந்திருக்கும் ஒருவன், பாலுணர்வுரீதியாக முறைதவறி நடந்ததாகத்

தனது பல வருட அனுபவத்தில் தான் ஒருபோதும் கேள்விப்பட்டதில்லை என்று கூறுகிறார். பருவ வயதில் உள்ள குழந்தைகள் இத்தகைய முறைகேடான நடத்தையில் ஈடுபடுவதற்குக் காரணம், பெரும்பாலும் அவர்களது அன்புக் கேணி வற்றிப் போயிருப்பதுதான் என்று அவர் கருத்துத் தெரிவித்தார்.

நீங்கள் இதை உங்கள் சமூகத்தில் பார்த்திருக்கிறீர்களா? பருவ வயதுச் சிறுவன் வீட்டைவிட்டு ஓடிவிடுகிறான். அவனது பெற்றோர்கள் தங்கள் கைகளைப் பிசைந்தபடி, "நாங்கள் அவனுக்கு இவ்வளவையும் செய்த பிறகு, இப்படிப்பட்ட ஒரு காரியத்தை அவனால் எப்படிச் செய்ய முடிந்தது?" என்று கேட்கின்றனர். ஆனால் அந்தச் சிறுவனோ, அறுபது மைல் தொலைவில் உள்ள ஓர் ஆலோசனையாளரின் அலுவலகத்திற்குச் சென்று, அவரைச் சந்தித்து, "என் பெற்றோர்களுக்கு என்மீது அன்பு இல்லை. அவர்கள் ஒருபோதும் என்னை நேசித்தது இல்லை. அவர்கள் என் தம்பியிடம் அன்பு காட்டுகின்றனர், ஆனால் அவர்கள் என்னை நேசிக்கவில்லை," என்று கூறிக் கொண்டிருக்கிறான். அவனது பெற்றோர் உண்மையிலேயே அவன்மீது அன்பு கொண்டுள்ளனரா? பெரும்பாலானவர்களின் விஷயங்களில், பெற்றோர்கள் உண்மையிலேயே தங்கள் குழந்தைகளிடம் அன்பு கொண்டுள்ளனர். அப்படியென்றால், பிரச்சனை என்ன? தங்கள் குழந்தையால் புரிந்து கொள்ளக்கூடிய ஒரு மொழியில் எப்படி அவனிடம் அன்பை வெளிப்படுத்த வேண்டும் என்பதை அவர்கள் ஒருபோதும் கற்றுக் கொண்டிருக்கவில்லை என்பதுதான் உண்மை.

தங்கள் மகனின்மீது தங்களுக்கு உள்ள அன்பை வெளிப்படுத்துவதற்காக அவர்கள் அவனுக்குத் தேவையான பந்து, சைக்கிள் போன்றவற்றை வாங்கிக் கொடுத்திருக்கக்கூடும். ஆனால், "யாரேனும் என்னுடன் பந்து விளையாட வருகிறீர்களா? யாரேனும் என்னுடன் சைக்கிள் ஓட்ட வருகிறீர்களா?" என்று அந்தச் சிறுவன் கெஞ்சுகிறான். ஒரு குழந்தைக்கு ஒரு பந்தை வாங்கிக் கொடுப்பதற்கும், அதனோடு பந்து விளையாடுவதற்கும் இடையே உள்ள வேறுபாடு, வற்றிப் போயுள்ள ஓர் அன்புக் கேணிக்கும், நிரம்பியுள்ள ஓர் அன்புக் கேணிக்கும் இடையே உள்ள வேறுபாடு ஆகும். பெற்றோர்கள் தங்கள் குழந்தைகள்மீது உண்மையான அன்பு செலுத்துகின்றனர் (பெரும்பாலான பெற்றோர்கள் விஷயத்தில் இது உண்மை), ஆனால் போதிய அளவு உண்மையாக அவர்கள் அன்பு செலுத்துவதில்லை. நமது குழந்தைகளின் அன்புத் தேவையை நாம் நிறைவேற்ற விரும்பினால், அவர்களது முதன்மை அன்பு மொழியை நாம் கற்றுக் கொள்ள வேண்டும்.

குழந்தைகளிடம் அன்பு செலுத்தும் கண்ணோட்டத்தில் ஐந்து அன்பு மொழிகளையும் நாம் பார்க்கலாம்.

பாராட்டு வார்த்தைகள்

குழந்தைகள் சிறியவர்களாக இருக்கும்போது பெற்றோர்கள் பல பாராட்டு வார்த்தைகளை வழங்குவது சகஜம். தங்கள் பேச்சைத் தங்கள் குழந்தைகள் புரிந்து கொள்வதற்கு முன்பாகவே பெற்றோர்கள், "உன் மூக்கு

எவ்வளவு அழகாக உள்ளது, உன் கண்கள் எவ்வளவு அழகாக உள்ளன, உனது தலைமுடி எவ்வளவு சுருட்டையாக இருக்கிறது," என்று அவர்களைக் கொஞ்சுகின்றனர். அந்தக் குழந்தை தவழத் துவங்கியதும், அதன் ஒவ்வோர் அசைவையும் நாம் மெச்சுகிறோம், ஊக்குவிக்கிறோம், 'பாராட்டு வார்த்தைக'ளைக் கொடுக்கிறோம். அவன் நடக்கத் துவங்கி, சோபாவை ஒரு கையால் பிடித்துக் கொண்டு எழுந்து நிற்கும்போது, நாம் இரண்டடி தள்ளி நின்று, "வா, வா. அப்படித்தான் நடக்க வேண்டும், நடந்து வா," என்று அழைக்கிறோம். குழந்தை பாதி அடி எடுத்து வைத்துக் கீழே விழும்போது நாம் என்ன சொல்கிறோம்? "முட்டாள், உன்னால் சரியாக நடக்க முடியாதா?" என்று நாம் அவனைத் திட்டுவதில்லை. மாறாக, "எழுந்து வா, அப்படித்தான், வா," என்று கூறுகிறோம். எனவே அவனும் மீண்டும் எழுந்து நடக்க முயற்சிக்கிறான்.

குழந்தைக்கு வயது ஏற ஏற நமது 'பாராட்டு வார்த்தைகள்' ஏன் 'கண்டிக்கும் வார்த்தைகளாக' மாறிவிடுகின்றன? குழந்தைக்கு ஏழு வயதாகும்போது, நாம் அதன் அறைக்குச் சென்று, பொம்மைகளை அவற்றின் பெட்டிக்குள் போடுமாறு நாம் அவனிடம் கூறுகிறோம். தரையில் பன்னிரண்டு விளையாட்டுப் பொருட்கள் சிதறிக் கிடக்கின்றன. நாம் ஐந்து நிமிடம் கழித்துத் திரும்பி வந்து பார்க்கும்போது, ஏழு பொருட்கள் பெட்டியில் உள்ளதைப் பார்க்கிறோம். அப்போது நாம் என்ன கூறுகிறோம்? "நான் இவை அனைத்தையும் எடுத்து வைக்கும்படி உன்னிடம் கூறினேன் அல்லவா? நீ இவற்றை எடுத்து வைக்காவிட்டால், நான் உன்னை . . ." பெட்டியில் உள்ள ஏழு விளையாட்டுப் பொருட்கள் குறித்து நாம் என்ன செய்தோம்? அதற்குப் பதிலாக நாம், "ஜானி, நீ ஏழு பொருட்களைப் பெட்டியில் எடுத்துப் போட்டிருக்கிறாய். சபாஷ்!" என்று ஏன் கூறக்கூடாது? மீதி ஐந்தும் பெட்டிக்குள் சென்று குதித்திருக்கும். குழந்தை பெரியவனாக வளர வளர, அவனது வெற்றிகளுக்காக அவனைப் பாராட்டுவதற்கு மாறாக, அவனது தோல்விகளுக்காக நாம் அவனைக் கண்டிக்க முனைகிறோம்.

'பாராட்டு வார்த்தைக'ளைத் தன் முதன்மை அன்பு மொழியாகக் கொண்ட ஒரு குழந்தைக்கு, நமது எதிர்மறையான, குத்தலான, இழிவான வார்த்தைகள் அவனது மனத்தில் ஆழ்ந்த பாதிப்பை ஏற்படுத்தும். முப்பத்தைந்து வயது கொண்ட ஆயிரக்கணக்கான மக்களுக்கு, இருபது வருடங்களுக்கு முன் அவர்களிடம் கூறப்பட்டக் கடுமையான வார்த்தைகள் இன்றும் அவர்கள் காதுகளில் ஒலித்துக் கொண்டிருக்கின்றன: "நீ மிகவும் குண்டாக இருக்கிறாய், உன்னை யாரும் திருமணம் செய்து கொள்ள மாட்டார்கள்." "நீ ஒரு நல்ல மாணவன் அல்ல. நீ பள்ளியைவிட்டு நின்றுவிடுவது உனக்கு நல்லது." "நீ இவ்வளவு முட்டாளாக இருப்பாய் என்று எனக்குத் தெரியாது." "நீ பொறுப்பற்றவன், வாழ்வில் நீ உருப்படப் போவதில்லை." குழந்தைகளாக இருக்கும்போது தங்கள் முதன்மை அன்பு மொழி மோசமான முறையில் கடித்துக் குதறப்பட்டால், அவர்கள் பெரியவர்கள் ஆனதும் சுயமதிப்பின்மை காரணமாக வாழ்க்கையில் பெரும் போராட்டத்தைச் சந்திக்கின்றனர். அதோடு, பிறர் தங்களை நேசிக்கவில்லை என்ற உணர்வுடன் வாழ்நாள் முழுவதும் வாழ்ந்து வருகின்றனர்.

பிரத்யேகமான நேரம்

பிரத்யேகமான நேரம் என்பது ஒரு குழந்தைக்கு உங்கள் முழு கவனத்தையும் கொடுப்பதாகும். சிறு குழந்தைக்கு, அது தரையில் அமர்ந்து அவனோடு பந்தை உருட்டி விளையாடுவதாக இருக்கலாம். நாம் இங்கு பேசுவது, அவனோடு சேர்ந்து கார்களையோ அல்லது பொம்மைகளையோ வைத்து விளையாடுவதைப் பற்றித்தான். மண்ணில் விளையாடுவது, மண்ணைக் கொண்டு கோபுரங்கள் கட்டுவது, மற்றும் நமது குழந்தையின் உலகிற்குள் நுழைந்து அவனோடு சேர்ந்து விளையாடுவதைப் பற்றி நாம் பேசிக் கொண்டிருக்கிறோம். வளர்ந்தவர் என்ற முறையில் நீங்கள் உங்கள் கணினியில் மூழ்கி இருக்கக்கூடும், ஆனால் உங்கள் குழந்தை ஒரு குழந்தையின் உலகில் வாழ்கிறான். அவனை நீங்கள் வளர்ந்தவர்களின் உலகிற்குள் வழிநடத்தி அழைத்து வர விரும்பினால், நீங்கள் உங்கள் குழந்தையின் நிலைக்குக் கீழிறங்கி வர வேண்டும்.

உங்கள் குழந்தை வளர்ந்து புதிய விஷயங்களில் ஆர்வம் கொள்ளும்போது அவனது தேவைகளை நீங்கள் பூர்த்தி செய்ய விரும்பினால், நீங்களும் அந்த விஷயங்களில் ஈடுபட வேண்டும். அவனுக்குக் கூடைப்பந்தில் விருப்பம் என்றால், அவ்விளையாட்டில் நீங்கள் ஆர்வம் காட்டி, அவனோடு சேர்ந்து சிறிது நேரம் விளையாடி, கூடைப்பந்துப் போட்டி நடக்கும் இடங்களுக்கு நீங்கள் அவனை அழைத்துச் செல்ல வேண்டும். அவனுக்குப் பியானோவில் விருப்பம் என்றால், நீங்களும் பியானோ வாசிக்கக் கற்றுக் கொள்ளலாம் அல்லது அவன் பயிற்சி செய்யும்போது சற்று நேரம் அவனுடன் அமர்ந்திருப்பதன் மூலம் அவன்மீது நீங்கள் கொண்டுள்ள அக்கறையை அவனிடம் வெளிப்படுத்தலாம். ஒரு குழந்தைக்கு நீங்கள் பிரத்யேகமான நேரத்தை ஒதுக்கும்போது, அது அவனைக் குறித்து நீங்கள் அக்கறை கொண்டிருக்கிறீர்கள், அவன் உங்களுக்கு முக்கியமானவன், அவனுடன் இருப்பதில் நீங்கள் மகிழ்ச்சி கொள்கிறீர்கள் என்பதை அவனுக்குத் தெரிவிக்கும்.

பெரும்பாலான வளர்ந்தவர்கள் தங்கள் குழந்தைப் பருவத்தைத் திரும்பிப் பார்க்கும்போது, தங்கள் பெற்றோர்கள் 'கூறிய' பல விஷயங்கள் அவர்கள் நினைவிற்கு வருவதில்லை. ஆனால், தங்கள் பெற்றோர்கள் 'செய்த' பல விஷயங்கள் அவர்களுக்கு நன்றாக நினைவிருக்கிறது. ஒருவர் என்னிடம், "நான் உயர்நிலைப் பள்ளியில் படித்துக் கொண்டிருந்த காலத்தில், நான் கலந்து கொண்ட ஒரு விளையாட்டைக்கூட என் தந்தை தவறவிட்டதில்லை. நான் ஈடுபட்ட விஷயங்களில் அவர் ஆர்வம் கொண்டிருந்தார் என்பதை நான் அறிவேன்," என்று கூறினார். அந்த நபரைப் பொறுத்தவரை, 'பிரத்யேகமான நேரம்' என்பது அன்பை வெளிப்படுத்துவதற்கான மிக முக்கியமான விஷயமாகும். 'பிரத்யேகமான நேரம்' உங்கள் குழந்தையின் முதன்மை அன்பு மொழியாக இருந்து, அதை நீங்கள் பேசினால், அவன் பருவ வயதை அடைந்த பின்னரும் நீங்கள் அவனுடன் பிரத்யேகமான நேரத்தைச் செலவிட அவன் உங்களை அனுமதிப்பதற்கான வாய்ப்புகள் அதிகம். அவனது குழந்தைப் பிராயத்தில்

நீங்கள் அவனுடன் போதிய நேரம் செலவழித்திருக்கவில்லை என்றால், தனது பருவ வயதில் அவன் தன் சக நண்பர்களின் துணையை நாடி, அந்த நேரத்தில் அவனுடன் நீங்கள் நேரம் செலவிட விரும்பினால் அதை அவன் உதாசீனப்படுத்தக்கூடும்.

பரிசுகள்

பல பெற்றோர்களும், தாத்தாக்களும், பாட்டிகளும் இந்த மொழியை அளவுக்கு அதிகமாகவே பேசுகின்றனர். உண்மையில், விளையாட்டுப் பொருட்களை விற்கும் ஒரு கடைக்குள் ஒருவர் நுழையும்போது, பரிசுகள் மட்டும்தான் அன்பை வெளிப்படுத்துவதற்கான ஒரே வழி என்று பெற்றோர்கள் நம்புகிறார்களோ என்று அவர் வியக்கக்கூடும். பெற்றோர்களிடம் பணம் இருந்தால் அவர்கள் தங்கள் குழந்தைகளுக்கு ஏராளமான பரிசுப் பொருட்களை வாங்க முனைகின்றனர். அன்பை வெளிப்படுத்துவதற்கான சிறந்த வழி இதுதான் என்று சில பெற்றோர்கள் நம்புகின்றனர். இன்னும் சில பெற்றோர்கள், தங்கள் பெற்றோர்களால் தங்களுக்குச் செய்ய முடியாத விஷயங்களைத் தங்கள் குழந்தைகளுக்காகச் செய்ய முயற்சிக்கின்றனர். தாங்கள் குழந்தைகளாக இருந்தபோது பெற விரும்பிய பொருட்களை அவர்கள் தங்கள் குழந்தைகளுக்காக வாங்குகின்றனர். ஆனால் பரிசுகளைத் தனது முதன்மை அன்பு மொழியாகக் கொண்டிராத ஒரு குழந்தைக்குப் பரிசுகளை வாங்கிக் கொடுப்பது, உணர்ச்சிரீதியாக அக்குழந்தைக்கு எந்த வித்தியாசத்தையும் ஏற்படுத்தாது. அப்படிப்பட்டச் சூழல்களில் பெற்றோர்களின் நோக்கம் உன்னதமானதாக இருந்தாலும், பரிசுகளைக் கொடுப்பதன் மூலம் அவர்கள் தங்கள் குழந்தைகளின் அன்புத் தேவையை நிறைவேற்றப் போவதில்லை.

நீங்கள் கொடுத்தப் பரிசுகள் சற்று நேரத்தில் கவனிப்பாரற்றுக் கிடந்தாலோ, உங்கள் குழந்தை 'நன்றி' என்று உங்களிடம் கூறாமல் போனாலோ, பரிசுகளை அவன் அக்கறையுடன் கையாளாமல் இருந்தாலோ, 'பரிசுகள்' பெரும்பாலும் அவனது முதன்மை அன்பு மொழியாக இல்லாமல் போவதற்கான வாய்ப்புகள் அதிகம். மறுபுறம், நீங்கள் பரிசு கொடுக்கும்போது உங்கள் குழந்தை உங்களிடம் நன்றி தெரிவித்து அதை ஏற்றுக் கொண்டாலோ, அதை மற்றவர்களிடம் காட்டி, அதை வாங்கிக் கொடுத்ததற்காக உங்களைப் பற்றி அவர்களிடம் நல்லவிதமாகக் கூறினாலோ, அதை அவள் பொறுப்பாகக் கையாண்டாலோ, அதை அவள் தனது அறையில் ஒரு பிரத்யேகமான இடத்தில் பார்வையில் படும்படி வைத்தாலோ, அதைத் துடைத்துச் சுத்தமாக வைத்தாலோ, அதைக் கொண்டு அடிக்கடி நீண்ட நேரம் விளையாடினாலோ, 'பரிசுகள்' அவளது முதன்மை அன்பு மொழியாக இருக்கலாம்.

'பரிசுகள்' உங்கள் குழந்தையின் முதன்மை அன்பு மொழியாக இருந்து, ஆனால் பரிசுகளை வாங்குவதற்கு உங்களிடம் பண வசதி இல்லாத சூழ்நிலை நிலவினால் நீங்கள் என்ன செய்வீர்கள்? ஒரு பரிசின் விலையோ அல்லது தரமோ இங்கு முக்கியமல்ல, அதை வாங்கிக்

கொடுக்க வேண்டும் என்று நீங்கள் கொண்டுள்ள 'எண்ணம்' மட்டும்தான் இங்கு முக்கியம் என்பதை நினைவில் கொள்ளுங்கள். பல பரிசுகளை நீங்கள் உங்கள் வீட்டிலேயே உங்கள் கைகளால் உருவாக்கலாம். சில சமயங்களில், தொழிற்சாலைகளில் தயாரிக்கப்பட்ட விலையுயர்ந்த பரிசுகளைவிட உங்கள் குழந்தை உங்கள் கைவண்ணத்தில் உருவான பரிசைப் பெரிதும் விரும்புவாள். உண்மையில், சிறு குழந்தைகள் தங்களுக்குக் கிடைத்தப் பரிசைவிட, அந்தப் பரிசு வைக்கப்பட்டிருந்த அட்டைப் பெட்டியோடுதான் அதிக நேரம் விளையாடுவர். பழைய விளையாட்டுப் பொருட்களை எடுத்து, அவற்றைப் புதுப்பித்துக்கூட நீங்கள் உங்கள் மகனுக்குப் பரிசளிக்கலாம். அதை உங்கள் மகனோடு சேர்ந்து செய்யலாம். உங்கள் குழந்தைகளுக்குப் பரிசளிக்க உங்களிடம் அதிகப் பணம் இருக்க வேண்டும் என்ற அவசியம் இல்லை.

பணிவிடைகள்

குழந்தைகள் மிகவும் சிறியவர்களாக இருக்கும்போது, பெற்றோர்கள் அவர்களுக்குத் தொடர்ந்து 'பணிவிடைகள்' செய்து வருகின்றனர். அவர்கள் அவ்வாறு செய்யவில்லை என்றால் குழந்தை இறந்துவிடும். ஒரு குழந்தையின் வாழ்வின் முதல் ஒருசில வருடங்களில், குளிப்பாட்டுவது, உணவளிப்பது, உடை அணிவிப்பது ஆகிய அனைத்திற்கும் அதிக முயற்சி தேவைப்படுகிறது. பிறகு, சமைப்பது, பாத்திரம் கழுவுவது, துணி துவைப்பது, இஸ்திரி போடுவது என்று பிற வேலைகள் காத்திருக்கும். அதன் பிறகு, சாப்பாடு கட்டிப் பள்ளிக்கு அனுப்புவது, குழந்தைகளைப் பள்ளிக்குக் கூட்டிச் செல்வது, வீட்டுப் பாடங்களில் அவர்களுக்கு உதவுவது ஆகியவை பின்தொடரும். இத்தகைய விஷயங்கள் அனைத்தையும் பல குழந்தைகள் கண்டுகொள்வதே இல்லை. ஆனால் சில குழந்தைகள், இவற்றைத் தங்கள் பெற்றோர் தங்கள்மீது வைத்திருக்கும் அன்பின் வெளிப்பாடாக ஏற்றுக் கொள்கின்றனர்.

உங்கள் குழந்தைகளைக் கவனமாகக் கண்காணியுங்கள். மற்றவர்களிடம் அவர்கள் தங்கள் அன்பை எவ்வாறு வெளிப்படுத்துகின்றனர் என்பதைப் பாருங்கள். அவர்களது அன்பு மொழி பற்றி அது உங்களுக்குத் துப்புக் கொடுக்கும்.

சாதாரணப் பணிவிடைகளுக்குக்கூட அடிக்கடி உங்கள் குழந்தைகள் தங்கள் பாராட்டைத் தெரிவித்தால், அப்பணிவிடைகள் உணர்ச்சிரீதியாக அவர்களுக்கு முக்கியம் என்பதை அவர்கள் உங்களுக்குக் குறிப்பால் உணர்த்துகின்றனர் என்று அர்த்தம். உங்கள்

பணிவிடைகள் ஓர் அர்த்தமுள்ள வழியில் உங்கள் அன்பை அவர்களுக்குத் தெரிவிக்கின்றன. உங்கள் குழந்தையின் அறிவியல் பாடத்தில் நீங்கள் அவனுக்கு உதவும்போது, நல்ல மதிப்பெண்கள் பெறுவதைவிட உங்கள் செயல் அவனுக்கு மதிப்பானதாகத் தோன்றுகிறது. "என் பெற்றோர்கள் என்னை நேசிக்கின்றனர்," என்று அது அவனிடம் கூறுகிறது. உங்கள் குழந்தையின் சைக்கிளை நீங்கள் சரி செய்யும்போது, சைக்கிளை ஓட்டுவதில் கிடைக்கும் மகிழ்ச்சியைவிட அதிக அர்த்தமுள்ளதாக அது அவனுக்கு அமைகிறது. நீங்கள் அவனது இதயத்தை அன்பால் நிரப்புகிறீர்கள். உங்கள் குழந்தை உங்கள் வேலைகளில் எப்போதும் உங்களுக்கு உதவ முன்வருகிறான் என்றால், அன்பை வெளிப்படுத்துவதற்கான வழி அது என்று அவன் தன் மனத்தில் எண்ணியுள்ளான் என்று அர்த்தம். அதோடு, 'பணிவிடைகள்' அவனது முதன்மை அன்பு மொழியாக இருக்கும் சாத்தியம் அதிகம்.

ஸ்பரிசம்

'ஸ்பரிசம்' குழந்தைகளுக்கு உணர்ச்சிகளை வெளிப்படுத்தும் ஒன்று என்பதை நாம் நெடுங்காலமாக அறிந்து வந்துள்ளோம். கைகளால் தொட்டுத் தூக்கி வளர்க்கப்படும் குழந்தைகள், அவ்வாறு வளர்க்கப்படாத குழந்தைகளைவிடச் சிறந்த மனவளர்ச்சி கொண்டவர்களாக உருவாகின்றனர் என்பதை ஆய்வுகள் காட்டுகின்றன. பெற்றோர்கள் மற்றும் பெரியவர்கள் பலரும் கைக்குழந்தைகளைத் தூக்கித் தங்கள் மடியில் வைத்துக் கொண்டு, அவர்களைக் கட்டியணைத்து முத்தம் கொடுத்து, அவர்களது கைகளைப் பிடித்துக் கொண்டு, அர்த்தமற்றப் பல வார்த்தைகளால் கொஞ்சுவது இயற்கை. அக்குழந்தைகள் அன்பு என்ற வார்த்தையின் அர்த்தத்தைப் புரிந்து கொள்வதற்கு வெகு காலம் முன்னரே அந்த அன்பை உணர்கின்றனர். அரவணைத்தல், முத்தமிடுதல், தட்டிக் கொடுத்தல், கைகளைப் பிடித்தல் ஆகியவை ஒரு குழந்தையிடம் அன்பை வெளிப்படுத்துவதற்கான பல வழிகள். ஒரு சிறு குழந்தையைக் கட்டிப்பிடித்து முத்தம் கொடுப்பதும், பருவ வயதில் உள்ள ஒரு குழந்தையைக் கட்டிப்பிடித்து முத்தமிடுவதும் வெவ்வேறு விஷயங்கள். தனது நண்பர்கள்முன் நீங்கள் அப்படி நடந்து கொள்வதை உங்கள் பருவ வயது மகன் விரும்ப மாட்டான். ஆனால் அதற்காக, தான் தொடப்படுவதை அவன் விரும்பவில்லை என்று அர்த்தமில்லை, குறிப்பாக அது அவனது முதன்மை அன்பு மொழியாக இருக்கும் பட்சத்தில்.

உங்கள் பருவ வயது மகள் அடிக்கடி உங்கள் பின்னால் வந்து உங்கள் கைகளைப் பிடித்துக் கொள்வதும், உங்களை லேசாகத் தள்ளுவதும், நீங்கள் அவளது அறையின் வழியாக நடந்து செல்லும்போது உங்கள் கணுக்காலைப் பிடித்து உங்களை நிலைதடுமாறச் செய்வதும் 'ஸ்பரிசம்' தனக்கு முக்கியமானது என்பதை உணர்த்தும் குறிப்புகளே.

உங்கள் குழந்தைகளைக் கவனமாகக் கண்காணியுங்கள். மற்றவர்களிடம் அவர்கள் தங்கள் அன்பை எவ்வாறு வெளிப்படுத்துகின்றனர் என்பதைப் பாருங்கள். அவர்களது அன்பு மொழி

பற்றி அது உங்களுக்குத் துப்புக் கொடுக்கும். அவர்கள் உங்களிடம் விடுக்கும் கோரிக்கைகளைக் குறித்து வைத்துக் கொள்ளுங்கள். பல நேரங்களில், அது அவர்களது முதன்மை அன்பு மொழியைச் சார்ந்தே இருக்கும். அவர்கள் எந்த விஷயங்களை அதிகமாகப் பாராட்டுகிறார்கள், மெச்சுகிறார்கள் என்பதைக் கவனியுங்கள். அவை அவர்களது முதன்மை அன்பு மொழியைச் சுட்டிக்காட்டும்.

எங்கள் மகளின் அன்பு மொழி 'பிரத்யேகமான நேரம்.' எனவே அவள் வளர்ந்து வந்த காலத்தில், நானும் அவளும் சேர்ந்து அடிக்கடிக் காலாற நடப்போம். வடக்குக் கரோலினா மாநிலத்தில் இருக்கும் சேலம் அகாடமி என்ற பள்ளியில் அவள் உயர்நிலைப் பள்ளிப் படிப்பில் ஈடுபட்டிருந்தபோது, நாங்கள் அனைவரும் 'ஓல்டு சேலம்' என்ற அந்த மாவட்டத்தைச் சுற்றி அடிக்கடி ஓய்வாக நடந்து செல்வோம். இருநூறு ஆண்டுகளுக்கு முந்தைய அந்தக் கிராமத்தை மொரேவியர்கள் புனர்நிர்மாணம் செய்திருந்தனர். உருளைக் கற்கள் பதிக்கப்பட்டுள்ள அதன் தெருக்களில் நடந்து செல்வது நம்மைப் பல நூற்றாண்டுகள் பின்னோக்கி அழைத்துச் செல்லும். அங்குள்ள பண்டையக் கல்லறைகள் வழியாக நடந்து செல்வது, வாழ்க்கை மற்றும் மரணம் பற்றிய யதார்த்த உணர்வைக் கொடுக்கும். அந்தக் காலங்களில், வாரத்தில் மூன்று நாட்கள் மதிய வேளைகளில் நாங்கள் பேசிக் கொண்டே நடந்து செல்வது எங்கள் வழக்கமாக இருந்தது. அவள் இப்போது ஒரு மருத்துவராகப் பணியாற்றுகிறாள். ஆனால் வீட்டிற்கு வரும்போது அவள் எப்போதுமே, "அப்பா, வெளியே காலாற நடந்துவிட்டு வரலாமா?" என்றுதான் கேட்பாள். நான் அவளது அழைப்பை ஒருபோதும் மறுத்ததில்லை.

என் மகன் ஒருபோதும் என்னுடன் நடக்க மாட்டான். "வெறுமனே நடந்து செல்வது முட்டாள்தனம். நீங்கள் எங்கும் போகப் போவதில்லை. அப்படி எங்கேனும் போக வேண்டும் என்றால் காரில் செல்லுங்கள்," என்று கூறுவான்.

'பிரத்யேகமான நேரம்' அவனது முதன்மை அன்பு மொழி அல்ல. பெற்றோர்கள் என்ற முறையில், நாம் நம் குழந்தைகள் அனைவரையும் ஒரே ஜாடியில் அடைக்கப் பார்க்கிறோம். பெற்றோர்களுக்கான கருத்தரங்குகளுக்கு நாம் போகிறோம், அதைப் பற்றியப் புத்தகங்களைப் படிக்கிறோம். அவற்றில் இருந்து சில அற்புதமான யோசனைகள் நமக்குக் கிடைக்கின்றன. வீட்டிற்கு வந்தவுடன் அவற்றை நம் குழந்தைகள் ஒவ்வொருவருடனும் நடைமுறைப்படுத்திப் பார்க்க விரும்புகிறோம். பிரச்சனை என்னவென்றால், ஒவ்வொரு குழந்தையும் வேறுபட்டது. ஒரு குழந்தைக்கு அன்பை வெளிப்படுத்தும் ஒரு விஷயம், இன்னொரு குழந்தைக்கு அன்பைத் தெரிவிப்பதாக இல்லை. உங்கள் குழந்தையுடன் சேர்ந்து பிரத்யேகமாக நேரத்தைச் செலவிட வேண்டும் என்பதற்காக, அவன் உங்களுடன் நடந்து வர வேண்டும் என்று அவனைக் கட்டாயப்படுத்துவது அன்பை வெளிப்படுத்தாது. தாங்கள் நேசிக்கப்படுவதாக நம் குழந்தைகள் உணர வேண்டும் என்று நாம் விரும்பினால், அவர்களது மொழியைப் பேச நாம் கற்றுக் கொள்ள வேண்டும்.

பெரும்பாலான பெற்றோர்கள் தங்கள் குழந்தைகளை உண்மையாகவே நேசிக்கின்றனர் என்று நான் நம்புகிறேன். ஆயிரக்கணக்கான பெற்றோர்கள் தங்கள் குழந்தைகளிடம் சரியான மொழியில் அன்பை வெளிப்படுத்தத் தவறியுள்ளனர் என்றும், இந்நாட்டில் ஆயிரக்கணக்கான குழந்தைகள் வற்றிப் போன அன்புக் கேணியுடன் வாழ்ந்து வருகிறார்கள் என்றும் நான் நம்புகிறேன். குழந்தைகளிடமும் பருவ வயதினரிடமும் நாம் காணும் முறையற்ற நடத்தைகளுக்கு, வற்றிப் போயிருக்கும் அவர்களது அன்புக் கேணிகளே காரணம் என்றும் நான் நம்புகிறேன்.

அன்பை வெளிப்படுத்த ஒருபோதும் காலதாமதம் ஆகிவிடவில்லை. உங்களுக்கு வளர்ந்த குழந்தைகள் இருந்து, தவறான அன்பு மொழியில் நீங்கள் அவர்களிடம் பேசிக் கொண்டிருந்திருக்கிறீர்கள் என்று நீங்கள் உணர்ந்தால், அவர்களிடம் ஏன் நீங்கள் பின்வருமாறு கூறக்கூடாது? “அன்பை வெளிப்படுத்துவது எப்படி என்பதைப் பற்றி நான் ஒரு புத்தகத்தைப் படித்துக் கொண்டிருக்கிறேன். இத்தனை வருடங்களாக நான் உன்னிடம் தக்க முறையில் அன்பை வெளிப்படுத்தியிருக்கவில்லை என்பதை இப்போது உணர்கிறேன். நான் ____________________ செய்ததன் மூலம் என் அன்பை உன்னிடம் தெரிவிக்க முயற்சித்திருக்கிறேன். ஆனால் அது உனக்கு என் அன்பை வெளிப்படுத்தியிருக்கவில்லை என்பதை இப்போது உணர்கிறேன். உனது அன்பு மொழி வேறு ஏதோ ஒன்று என்று எனக்குப் புரிகிறது. __________________ உனது அன்பு மொழியாக இருக்கும் என்று நான் நினைக்கிறேன். நான் உன்னை உண்மையிலேயே நேசிக்கிறேன். எதிர்காலத்தில் சிறந்த வழிகளில் அதை என்னால் உன்னிடம் வெளிப்படுத்த முடியும் என்று நம்புகிறேன்.” ஐந்து அன்பு மொழிகளை நீங்கள் அவர்களிடம் விளக்கமாக எடுத்துரைத்து, உங்களது மற்றும் அவர்களது அன்பு மொழிகளைப் பற்றி நீங்கள் கலந்துரையாடலாம்.

உங்களது வளர்ந்த குழந்தைகள் உங்களை நேசிக்கவில்லை என்பதாக நீங்கள் உணரக்கூடும். அன்பு மொழிகள் பற்றியக் கோட்பாட்டைப் புரிந்து கொள்ளும் அளவுக்கு அவர்கள் பெரியவர்களாக இருந்தால், உங்கள் கலந்துரையாடல் அவர்களது கண்களைத் திறக்கக்கூடும். உங்கள் அன்பு மொழியில் உங்களுடன் பேச அவர்கள் தயாராக இருப்பதைக் கண்டு நீங்கள் ஆச்சரியம் அடையக்கூடும். அவர்கள் அவ்வாறு செய்தால், அவர்களைக் குறித்து நீங்கள் கொண்டிருக்கும் உணர்வுகளும் மனப்போக்கும் மாறத் துவங்கும் விதத்தைக் கண்டு நீங்கள் மேலும் ஆச்சரியப்படுவீர்கள். குடும்ப உறுப்பினர்கள் ஒவ்வொருவரும் அதன் பிற உறுப்பினர்களின் முதன்மை அன்பு மொழியில் பேசத் துவங்கும்போது அக்குடும்பத்தின் உணர்ச்சிச் சூழல் பெரிதும் மேம்படும்.

14

என் தனிப்பட்ட வேண்டுகோள்

இரண்டாவது அத்தியாயத்தில், “ஐந்து காதல் மொழிகளைப் புரிந்து கொள்வதும், உங்கள் வாழ்க்கைத் துணைவரின் முதன்மைக் காதல் மொழியைப் பேசக் கற்றுக் கொள்வதும் அவரது நடத்தையின்மீது முழுமையான தாக்கத்தை ஏற்படுத்தும்” என்று நான் எச்சரித்திருந்தேன். இப்போது நான் உங்களிடம் கேட்பது, “அதைப் பற்றி நீங்கள் என்ன நினைக்கிறீர்கள்?” இப்புத்தகத்தின் பல பக்கங்களைப் படித்து, இப்புத்தகத்தின் மூலம் பல தம்பதியினரின் வாழ்க்கையின் ஊடாகப் பயணித்து, சிறிய கிராமங்களுக்கும் பெரிய நகரங்களுக்கும் விஜயம் செய்து, என் ஆலோசனை அறையில் என்னுடன் அமர்ந்து நான் பிறருடன் பேசியதைக் கேட்டப் பிறகு நீங்கள் என்ன நினைக்கிறீர்கள்? இந்த அனைத்துக் கோட்பாடுகளாலும் உங்கள் இல்லற வாழ்வின் உணர்ச்சிரீதியான சூழலை முற்றிலுமாக மாற்றியமைக்க முடியுமா? நீங்கள் உங்கள் கணவன் அல்லது மனைவியின் முதன்மைக் காதல்

மொழியைக் கண்டறிய நேர்ந்து, தொடர்ந்து அதை அவரிடம் பேசுவதைத் தேர்ந்தெடுத்தால், என்ன நிகழும் என்று நினைக்கிறீர்கள்?

நீங்கள் முயற்சித்துப் பார்க்காமல், இந்தக் கேள்விக்கு என்னாலோ உங்களாலோ ஒருபோதும் பதிலளிக்க முடியாது. மணவாழ்க்கை குறித்த எனது பயிலரங்குகளில் இக்கோட்பாட்டைக் கேட்டுள்ள பல தம்பதியர், நேசிப்பதைத் தேர்ந்தெடுத்து, அதைத் தங்கள் வாழ்க்கைத் துணைவரின் முதன்மைக் காதல் மொழியில் வெளிப்படுத்தியது தங்கள் இல்லற வாழ்க்கையில் ஓர் அளப்பரிய மாற்றத்தை ஏற்படுத்தியுள்ளதாகக் கூறுகின்றனர். தன்மீது அன்பு செலுத்தப்பட வேண்டும் என்ற ஒருவரது தேவை நிறைவேற்றப்படும்போது, தம்பதியர்கள் தங்களது மீதமுள்ள வாழ்நாளை அதிக ஆக்கபூர்வமான வழியில் கையாள்வதற்கு உகந்த ஒரு சூழலை அது உருவாக்குகிறது.

நாம் ஒவ்வொருவரும் மணவாழ்வில் காலடி எடுத்து வைக்கும்போது வேறுபட்ட ஆளுமையுடனும் வரலாற்றுடனும் வருகிறோம். பெரும் மனச்சுமைகளை நம் திருமண உறவிற்குள் கொண்டு வருகிறோம். நாம் வெவ்வேறு எதிர்பார்ப்புகளுடனும், விஷயங்களைக் கையாள்வதில் வெவ்வேறு அணுகுமுறைகளுடனும், வாழ்வில் முக்கியமானவை எவை என்பது குறித்த வெவ்வேறு அபிப்பிராயங்களுடனும் வருகிறோம். ஓர் ஆரோக்கியமான இல்லறத்தில் அந்த வெவ்வேறு விதமான கண்ணோட்டங்களும் அலசப்பட வேண்டும். நாம் எல்லாவற்றிலும் ஒத்துப் போக வேண்டியதில்லை. ஆனால், அந்த வேறுபாடுகள் நம்மைப் பிரித்துவிடாத வண்ணம், அவற்றைக் கையாளவதற்கு ஒரு வழியை நாம் கண்டுபிடிக்க வேண்டும். வற்றிப் போயுள்ள காதல் கேணிகளுடன் இருக்கும் தம்பதியர் வாக்குவாதத்தில் ஈடுபடுவர் அல்லது ஒருவரிடம் இருந்து மற்றவர் விலகி இருப்பர். இன்னும் சிலர், வாக்குவாதத்தின்போது வார்த்தைகள்ரீதியாகவோ அல்லது உடல்ரீதியாகவோ தாக்கக்கூட முனைவர். ஆனால் காதல் கேணி நிரம்பியிருக்கும்போது, நாம் ஒரு தோழமையான சூழலை உருவாக்குகிறோம். அச்சூழலில் நாம் ஒருவரை ஒருவர் புரிந்து கொள்ள முயற்சிக்கிறோம், இருவரிடமும் உள்ள வேறுபாடுகளை ஏற்றுக் கொண்டு, பிரச்சனைகளுக்குத் தீர்வு காண முற்படுகிறோம். அன்பிற்கான தேவை நிறைவேற்றப்படுவதைப்போல் ஒரு தம்பதியினரின் இல்லற வாழ்வில் பெரும் தாக்கத்தை ஏற்படுத்தும் விஷயம் வேறெதுவும் இல்லை.

உங்கள் கணவனோ அல்லது மனைவியோ உங்களை நேசிக்காதபோது அவரிடம் அன்பு செலுத்துவது சாத்தியமற்றதாக உங்களில் சிலருக்குத் தோன்றும். அப்படிப்பட்ட அன்பிற்கு நாம் ஆன்மீக உதவியை நாட வேண்டியிருக்கும். பல வருடங்களுக்கு முன் எனது சொந்த இல்லற வாழ்வில் நான் கடும் போராட்டங்களைச் சந்தித்துக் கொண்டிருந்த காலத்தில், கடவுள் எனக்குத் தேவை என்பதை நான் மீண்டும் கண்டறிந்தேன். ஒரு மானிடவியலாளர் என்ற முறையில், தகவல்களை ஆய்வு செய்வதற்கு நான் பயிற்றுவிக்கப்பட்டுள்ளேன். கிறித்தவ சமயத்தின் வேர்களை நானே தனிப்பட்ட முறையில் அகழாய்வு செய்வதென்று தீர்மானித்தேன். இயேசுவின் பிறப்பு, வாழ்க்கை, இறப்பு, உயிர்த்தெழல் ஆகியவற்றைப் பற்றி வரலாற்று அறிஞர்கள் குறிப்பெடுத்து

வைத்துள்ள தகவல்களை ஆராய்ந்தேன். இயேசுவின் மரணம் அன்பின் வெளிப்பாடு, அவர் மீண்டும் உயிர் பெற்று எழுந்தது அவரது சக்திக்கான ஆழ்ந்த ஆதாரம் என்ற கண்ணோட்டத்தில் அந்நிகழ்வுகளை நான் பார்த்தேன். நான் கடவுளை உண்மையிலேயே நம்ப ஆரம்பித்தேன். என் வாழ்வை நான் அவருக்கு அர்ப்பணித்தேன். பிறர் நம்மிடம் அன்பு செலுத்தாவிட்டாலும் அவர்களை நேசிப்பதற்கான உள்ளார்ந்த ஆன்மீக ஆற்றலை அவர் நமக்கு வழங்குகிறார் என்பதை நான் கண்டுகொண்டேன். தான் இறந்து கொண்டிருந்த நேரத்தில், தன்னைக் கொன்றவர்களுக்காகப் பின்வரும் பிரார்த்தனையைச் செய்த இயேசுவைப் பற்றி நீங்கள் உங்கள் சொந்த ஆய்வை மேற்கொள்ளுமாறு நான் உங்களுக்குப் பரிந்துரைக்கிறேன்: "தந்தையே, தாங்கள் செய்வது என்னவென்று அறியாத இவர்களை மன்னியுங்கள்." அதுதான் அன்பின் உச்சகட்ட வெளிப்பாடு.

ஆயிரக்கணக்கான தம்பதியர் வற்றிப் போயுள்ள காதல் கேணியுடன் வாழ்ந்து வருகின்றனர் என்பதற்கு நம் நாட்டில் மிக உயர்ந்த எண்ணிக்கையில் நடைபெற்று வரும் விவாகரத்துக்களே சாட்சி. வீட்டைவிட்டு ஓடிப் போய், சட்டத்திற்குப் புறம்பான செயல்களில் ஈடுபடும் பருவ வயதினரின் அதிகரிக்கும் எண்ணிக்கை, தங்கள் குழந்தைகளிடம் உண்மையிலேயே அன்பை வெளிப்படுத்த முயற்சித்தப் பல பெற்றோர்கள் அவர்களிடம் தவறான அன்பு மொழியில் பேசிக் கொண்டிருந்திருக்கின்றனர் என்பதைச் சுட்டிக்காட்டுகின்றது. இப்புத்தகத்தில் விளக்கப்பட்டுள்ள கோட்பாடுகள் மக்களின் மணவாழ்விலும் குடும்ப உறவுகளிலும் நிச்சயமாகப் பெரும் தாக்கத்தை ஏற்படுத்தும் என்று நான் நம்புகிறேன்.

கல்லூரிகள் மற்றும் பல்கலைக்கழகங்களின் நூலகங்களில் அடுக்கி வைக்கப்படும் ஓர் ஆய்வு நூலாக விளங்குவதற்காக நான் இப்புத்தகத்தை எழுதவில்லை. ஆனால் அதே சமயம், மணவாழ்க்கை மற்றும் குடும்ப உறவுகள் பற்றிய வகுப்புகளில் இப்புத்தகம் மிகவும் உதவியாக இருப்பதை சமூகவியல் மற்றும் உளவியல் பேராசிரியர்கள் கண்டுகொள்வார்கள். இல்லறத்தைப் பற்றிப் படிப்பவர்களுக்காக நான் இதை எழுதவில்லை. மாறாக, திருமணமானவர்களுக்கும், 'காதல் வயப்பட்ட' அனுபவம் பெற்றுள்ளவர்களுக்கும், ஒருவரை ஒருவர் மிகவும் மகிழ்ச்சியாக வைத்துக் கொள்ள வேண்டும் என்ற மாபெரும் கனவுகளுடன் திருமணத்திற்குள் அடியெடுத்து வைத்து, ஆனால் அன்றாட யதார்த்தத்தில் அந்தக் கனவை ஒட்டுமொத்தமாக இழந்துவிடும் அபாயத்தில் உள்ளவர்களுக்கும் எழுதப்பட்டுள்ள புத்தகம் இது. இதைப் படிப்பதன் மூலம் ஆயிரக்கணக்கான தம்பதியர் தங்கள் கனவுகளை மீண்டும் கண்டறிவதோடு மட்டும் அல்லாமல், தங்கள் கனவுகள் நனவாவதற்கான பாதையையும் காண்பார்கள் என்று நான் நம்புகிறேன்.

இந்நாட்டில் உள்ள திருமணமான தம்பதியினரின் ஆற்றல் மனிதகுலத்தின் நன்மைக்காகக் கட்டவிழ்த்துவிடப்படும் ஒரு நாள் குறித்து, கணவன்மார்களும் மனைவிமார்களும் முழுமையாக நிரம்பியுள்ள காதல் கேணிகளுடன் வாழ்ந்து, தனிநபர்கள் என்ற முறையிலும் தம்பதியினர் என்ற முறையிலும் அவர்கள் தங்கள் ஆற்றலை முழுமையாகப் பயன்படுத்தும் ஒரு நாள் குறித்து நான் கனவு காண்கிறேன். குழந்தைகள்

தங்கள் பெற்றோர்களிடம் இருந்து கிடைக்காத அன்பை வெளியே தேடி அலைவதற்கு மாறாக, அன்பும் பாதுகாப்பும் பொங்கிப் பெருகும் ஒரு வீட்டில், அவர்களது ஆற்றல்கள் கற்றல் மற்றும் சேவை ஆகிய திசைகளில் வழிநடத்தப்படுவதற்கான சூழல் நிலவும் ஒரு வீட்டில் வளர்வது குறித்து நான் கனவு காண்கிறேன். நான் எழுதியுள்ள இந்தச் சுருக்கமான தொகுதி உங்கள் இல்லற வாழ்விலும், உங்களைப் போன்ற ஆயிரக்கணக்கான தம்பதியினரின் இல்லற வாழ்விலும் காதல் நெருப்பைத் தூண்ட வேண்டும் என்பதுதான் என் ஆழமான விருப்பம்.

என்னால் மட்டும் முடியும் என்றால், இந்நாட்டில் உள்ள திருமணமான ஒவ்வொரு தம்பதியினருக்கும் தனிப்பட்ட முறையில் நான் இப்புத்தகத்தைக் கொடுத்து, "நான் இதை உங்களுக்காக எழுதினேன். இது உங்கள் வாழ்வில் மாற்றத்தைக் கொண்டுவரும் என்று நம்புகிறேன். அப்படி நடந்தால், மறக்காமல் இதை வேறொரு தம்பதியினருக்குக் கொடுங்கள்," என்று கூறுவேன். என்னால் அப்படிச் செய்ய முடியாது என்பதால், இப்புத்தகத்தின் ஒரு பிரதியை உங்கள் குடும்பத்தாருக்கும், உங்கள் சகோதரர்களுக்கும், சகோதரிகளுக்கும், திருமணமான உங்கள் குழந்தைகளுக்கும், உங்கள் ஊழியர்களுக்கும், உங்கள் சங்கங்களைச் சேர்ந்தவர்களுக்கும் நீங்கள் கொடுத்தால் நான் மிகவும் மகிழ்வேன். நாம் அனைவரும் சேர்ந்து நம் கனவுகளை மெய்யாக்குவோம்!

காதல் மொழிகள் ஐந்து

கணவனின் முதன்மைக் காதல் மொழி

உங்களது முதன்மைக் காதல் மொழி உங்களுக்கு ஏற்கனவே தெரியும் என்று நீங்கள் நினைக்கக்கூடும். அல்லது அது என்னவென்று தெரியாமல் நீங்கள் விழிக்கக்கூடும். காதல் மொழிகள் ஐந்து பற்றியக் குறிப்புகள், உங்கள் முதன்மைக் காதல் மொழி எது என்று உறுதியாகத் தெரிந்து கொள்ள உங்களுக்கு உதவும்.

இதில் முப்பது ஜோடி வாசகங்கள் உள்ளன. ஒவ்வொரு ஜோடியிலும், உங்கள் விருப்பத்தைச் சிறப்பாகப் படம்பிடித்துக் காட்டும் ஒரே ஒரு வாசகத்தை மட்டுமே நீங்கள் தேர்ந்தெடுக்க வேண்டும். நீங்கள் ஒவ்வொரு ஜோடி வாசகத்தையும் படித்து, வலது பக்கத்தில், நீங்கள் தேர்ந்தெடுத்துள்ள வாசகத்தோடு பொருந்தும் எழுத்தை வட்டமிடுங்கள். சில சமயங்களில், ஒரு ஜோடியில் இருந்து ஒரு வாசகத்தைத் தேர்ந்தெடுப்பது உங்களுக்குக் கடினமாக இருக்கலாம். ஆனால் உங்களைப் பற்றித் துல்லியமாக நாம் கண்டறிய ஒரு ஜோடியில் இருந்து நீங்கள் ஒரே ஒரு வாசகத்தை மட்டுமே தேர்ந்தெடுக்க வேண்டும்.

இந்தப் பயிற்சியைப் பூர்த்திச் செய்வதற்குக் குறைந்தது 15 முதல் 30 நிமிடங்கள் வரை ஆகலாம். நீங்கள் ஆசுவாசமாக இருக்கும்போது இதைச் செய்யுங்கள். இதில் அவசரம் காட்டக்கூடாது. நீங்கள் அவற்றைத் தேர்ந்தெடுத்தப் பிறகு, ஒவ்வோர் எழுத்தையும் நீங்கள் எத்தனை முறை வட்டமிட்டுள்ளீர்கள் என்று முதலில் இருந்து கணக்குப் போடுங்கள். பயிற்சியின் முடிவில் கொடுக்கப்பட்டுள்ள கோடிட்ட இடங்களில் அவற்றைப் பொருத்தமாக எழுதிக் கொள்ளுங்கள்.

1. என் மனைவி எனக்கு எழுதும் காதல் குறிப்புகள் எனக்கு மிகவும் பிடித்திருக்கின்றன. A

என் மனைவி என்னைக் கட்டிப்பிடிப்பதை நான் விரும்புகிறேன். E

2. என் மனைவியுடன் நான் தனிமையில் இருக்க விரும்புகிறேன். B

தோட்ட வேலையில் என் மனைவி எனக்கு உதவியாக இருக்கும்போது அவள் என்னை நேசிப்பதாக நான் உணர்கிறேன். D

3. என் மனைவியிடமிருந்து நான் பரிசுகள் பெறும்போது மகிழ்ச்சியாக உணர்கிறேன். C

என் மனைவியுடன் நெடுந்தூரப் பிரயாணங்களை மேற்கொள்வதை நான் பெரிதும் விரும்புகிறேன். B

4. என் மனைவி என் துணிகளைத் துவைத்து வைக்கும்போது அவள் என்னை நேசிப்பதாக நான் உணர்கிறேன். D

என் மனைவி என்னைத் தீண்டும்போது நான் அதை வெகுவாக ரசிக்கிறேன். E

5. என் தோளைச் சுற்றித் என் மனைவி தன் கைகளைப் போடும்போது அவள் என்னை நேசிப்பதாக நான் உணர்கிறேன். E

என் மனைவி என்னைக் காதலிக்கிறாள் என்பதை நான் அறிவேன். ஏனெனில், அவள் அவ்வப்போது எனக்குப் பரிசுகள் கொடுத்து என்னை ஆச்சரியப்படுத்துகிறாள். C

6. என் மனைவியுடன் சேர்ந்து எங்கு வேண்டுமானாலும் செல்வதை நான் அதிகமாக விரும்புகிறேன். B

நான் என் மனைவியுடன் கைகோர்த்துக் கொள்வதை விரும்புகிறேன். E

7. என் மனைவி கொடுக்கும் பரிசுகளை நான் மிகவும் மதிக்கிறேன். C

என் மனைவி என்னை நேசிப்பதாக கூறுவதை நான் மிகவும் விரும்புகிறேன். A

8. என் மனைவி என்னுடன் நெருங்கி அமர்வது எனக்குப் பிடிக்கும். E

நான் கவர்ச்சியாக இருப்பதாக என் மனைவி கூறுவது எனக்குப் பிடிக்கும். A

9. என் மனைவி என்னுடன் நேரம் செலவிடுவது எனக்கு மகிழ்ச்சி அளிக்கிறது. B

என் மனைவியிடம் இருந்து எனக்குக் கிடைக்கும் மிகச் சிறிய பரிசுகூட எனக்கு முக்கியமானது. C

10. என்னைக் குறித்துத் தான் பெருமைப்படுவதாக என் மனைவி என்னிடம் கூறும்போது அவள் என்னை நேசிப்பதாக நான் உணர்கிறேன். A

என் மனைவி எனக்காக உணவு சமைக்கும்போது, அவள் என்னைக் காதலிக்கிறாள் என்பதை நான் அறிகிறேன். D

11. எதுவானாலும் சரி, என் மனைவியுடன் சேர்ந்து அதைச் செய்வதை நான் விரும்புகிறேன். B

என் மனைவியிடம் இருந்து கிடைக்கும் ஆதரவான வார்த்தைகள் என்னை நல்லவிதமாக உணர வைக்கும். A

12. என் மனைவி செய்யும் சிறுசிறு விஷயங்கள், அவள் கூறும் விஷயங்களைவிட எனக்கு மிகவும் முக்கியமானவை. D

நான் என் மனைவியைக் கட்டிப்பிடித்துக் கொள்ள விரும்புகிறேன். E

13. என் மனைவியின் பாராட்டுக்கள் எனக்கு அதிக அர்த்தமுள்ளவையாக உள்ளன. A

நான் உண்மையிலேயே விரும்பும் பரிசுகளை என் மனைவி எனக்குக் கொடுப்பது எனக்கு மிகவும் முக்கியம். C

14. வெறுமனே என் மனைவியுடன் இருப்பது எனக்கு நல்லவிதமான உணர்வை ஏற்படுத்துகிறது. B

என் மனைவி என் முதுகைத் தடவிக் கொடுப்பதை நான் வெகுவாக ரசிக்கிறேன். E

15. என் சாதனைகள் குறித்து என் மனைவி கொள்ளும் பெருமிதம் என்னை ஊக்குவிக்கிறது. A

என் மனைவி மிகவும் வெறுக்கும் ஒரு விஷயத்தில் அவள் எனக்கு உதவுவது என்மீது அவள் கொண்டுள்ள காதலை வெளிப்படுத்துகிறது. D

16. என் மனைவியின் முத்தங்கள் ஒருபோதும் எனக்குச் சலிப்பூட்டுவதில்லை. E

நான் மேற்கொள்ளும் காரியங்களில் என் மனைவி உண்மையான ஆர்வம் காட்டுவதை நான் வெகுவாக விரும்புகிறேன். B

17. என் பணித்திட்டங்களில் என் மனைவி நிச்சயமாக எனக்கு உதவுவாள் என்று என்னால் உறுதியாகக் கூற முடியும். D

என் மனைவியிடமிருந்து கிடைக்கும் ஒரு பரிசைப் பிரிக்கும்போது இன்றும் நான் உற்சாகமடைகிறேன். C

18. என் தோற்றத்தை என் மனைவி புகழ்ந்து பாராட்ட வேண்டும் என்று நான் விரும்புகிறேன். A

என் யோசனைகளை என் மனைவி காது கொடுத்துக் கேட்கிறாள், அவசரப்பட்டு என்னை விமர்சிப்பதில்லை அல்லது சீர்தூக்கிப் பார்ப்பதில்லை என்ற விஷயம் எனக்கு மகிழ்ச்சியளிக்கிறது. B

19. என் மனைவி என் அருகில் இருக்கும்போது அவளை என்னால் தீண்டாமல் இருக்க முடியாது. E

என் மனைவி எனக்காகச் சிறுசிறு வேலைகளைச் செய்வதை நான் பாராட்டுகிறேன். D

20. எனக்கு உதவியாக என் மனைவி செய்யும் எல்லா விஷயங்களுக்கும் அவளுக்கு நான் பாராட்டுப் பட்டயம் வழங்க வேண்டும். D

என் மனைவி எனக்கு அளிக்கும் பரிசுகளை எவ்வளவு சிரத்தையுடன் தேர்ந்தெடுக்கிறாள் என்பது குறித்து, சமயங்களில் நான் வியந்து போகிறேன். C

21. என் மனைவி என்மீது ஒருமித்தக் கவனம் செலுத்த வேண்டும் என்று நான் விரும்புகிறேன். B

வீட்டைச் சுத்தமாக வைத்திருப்பதை நான் ஒரு முக்கியமான பணிவிடையாகக் கருதுகிறேன். D

22. என் பிறந்தநாளுக்கு என் மனைவி என்ன பரிசு தருகிறாள் என்பதைப் பார்க்க நான் ஆவலாக இருக்கிறேன். C
நான் அவளுக்கு முக்கியமானவன் என்று என் மனைவி கூறுவதைக் கேட்க எனக்கு ஒருபோதும் அலுப்புத் தட்டுவதில்லை. A

23. எனக்குப் பரிசுகள் கொடுப்பதன் மூலம் தான் என்னை நேசிப்பதாக என் மனைவி எனக்குத் தெரியப்படுத்துகிறாள். C
வீடு தொடர்பான முக்கியப் பணிகளில் எனக்கு உதவுவதன் மூலம் என் மனைவி தன் காதலை என்னிடம் வெளிப்படுத்துகிறாள். D

24. நான் பேசும்போது என் மனைவி குறுக்கிடாமல் இருப்பது எனக்குப் பிடித்திருக்கிறது. B
என் மனைவியிடம் இருந்து தொடர்ந்து பரிசுகளைப் பெற விரும்புகிறேன். C

25. நான் களைத்திருக்கும்போது என் மனைவி அதை எளிதில் கண்டுகொண்டு, எனக்கு என்ன உதவி வேண்டும் என்று என்னிடம் கேட்பாள். D
நாங்கள் எங்கு செல்கிறோம் என்பது பிரச்சனையல்ல, என் மனைவியோடு சேர்ந்து எங்கு வேண்டுமானாலும் செல்ல நான் மிகவும் விரும்புகிறேன். B

26. என் மனைவியுடன் தாம்பத்திய உறவு கொள்வதை நான் விரும்புகிறேன். E
என் மனைவி என்னைப் பரிசுகளால் ஆச்சரியப்படுத்துவது எனக்குப் பிடிக்கும். C

27. என் மனைவியின் ஊக்குவிக்கும் வார்த்தைகள் எனக்கு நம்பிக்கை அளிக்கின்றன. A
என் மனைவியுடன் திரைப்படங்கள் பார்ப்பதில் எனக்கு அலாதி விருப்பம். B

28. என் மனைவி தரும் பரிசுகளைவிடச் சிறந்த பரிசுகள் வேறு எதுவும் கிடையாது. C
என்னால் என் மனைவியைத் தீண்டாமல் இருக்க முடியாது. E

29. என் மனைவிக்குத் தலைக்கு மேல் வேலை இருந்தும்கூட அவள் எனக்கு உதவி செய்வது அவளது நேசத்தை எனக்கு வெளிப்படுத்துகிறது. D
என் மனைவி என்னைப் பாராட்டும்போது அது உண்மையிலேயே என்னை நல்லவிதமாக உணர வைக்கிறது. A

30. நாங்கள் சில நாட்கள் சந்திக்காமல் இருந்துவிட்டு மீண்டும் சந்திக்கும்போது, நான் என் மனைவியைக் கட்டியணைத்து முத்தமிட விரும்புகிறேன். E
என்னை நம்புவதாக என் மனைவி என்னிடம் கூறுவதைக் கேட்பது என்னை மகிழ்விக்கிறது. A

A: _____ B: _____ C: _____ D: _____ E: _____

A = *பாராட்டு வார்த்தைகள்* B = *பிரத்யேகமான நேரம்* C = *பரிசுகள்*
D = *பணிவிடைகள்* E = *ஸ்பரிசம்*

பயிற்சியில் உங்களுக்குக் கிடைத்த மதிப்பெண்களின் பொருளறிந்து அவற்றைப் பயன்படுத்துவது எப்படி?

அதிகபட்ச மதிப்பெண்களைப் பெற்றக் காதல் மொழிதான் உங்களது முதன்மைக் காதல் மொழி. இரண்டு காதல் மொழிகளில் உங்களுக்கு ஒரே மாதிரியான மதிப்பெண்கள் கிடைத்திருந்தால் நீங்கள் 'இரு மொழிக்காரர்.' அதாவது உங்களுக்கு இரண்டு முதன்மைக் காதல் மொழிகள் உள்ளன. இரண்டாவது அதிகபட்ச மதிப்பெண்களைப் பெற்றக் காதல் மொழி உங்கள் முதன்மைக் காதல் மொழியின் மதிப்பெண்களுக்கு இணையாக இல்லாமல், ஆனால் அதற்கு நெருக்கமாக இருக்கிறது என்றால், இந்த இரண்டு அன்பின் வெளிப்பாடுகளுமே உங்களுக்கு முக்கியமானவை என்று பொருள். இந்தப் பயிற்சியில் எந்தவொரு காதல் மொழியும் பெறக்கூடிய அதிகபட்ச மதிப்பெண்கள் 12.

நீங்கள் ஒரு காதல் மொழியில், மற்ற நான்கு மொழிகளைவிடக் கணிசமாக உயர்ந்த மதிப்பெண்களைப் பெற்றிருக்கக்கூடும். ஆனால் அந்த நான்கும் குறிப்பிடத்தக்கவை அல்ல என்று உதாசீனப்படுத்திவிடாதீர்கள். உங்கள் மனைவி அந்த நான்கு மொழிகளிலும் தன் அன்பை உங்களிடம் தெரிவிக்கக்கூடும். அவரைப் பற்றி நீங்கள் சரியாகப் புரிந்து கொள்வதற்கு அது உங்களுக்கு உதவும்.

அதேபோல், உங்கள் மனைவி உங்கள் காதல் மொழியை அறிந்து கொண்டு, நீங்கள் எதை அன்பு என்று கருதுகிறீர்களோ அந்த வழிகளில் அவர் தன் பரிவை உங்களுக்கு வெளிப்படுத்துவது உங்கள் மனைவிக்கு நன்மை பயக்கும். நீங்களோ அல்லது உங்களது மனைவியோ பரஸ்பரம் மற்றவரின் காதல் மொழியைப் பேசும் ஒவ்வொரு முறையும், அடுத்தவரின் கண்ணோட்டத்தில் உங்கள் மதிப்பு உயர்ந்து கொண்டே போகிறது. இது எண்களுடனான வெறும் விளையாட்டல்ல! நீங்கள் இருவரும் ஒருவரது காதல் மொழியை அடுத்தவர் பேசுவது, உங்கள் இருவரிடையே மாபெரும் இணைப்பைத் தோற்றுவிக்கும். இதன்மூலம் உங்களுக்கிடையேயான பேச்சுவார்த்தை மேம்படும், புரிதல் அதிகரிக்கும், இறுதியாகக் காதல் உணர்வு பெருகும்.

மனைவிகளுக்கான முதன்மைக் காதல் மொழிப் பரிசோதனையை உங்கள் மனைவி ஏற்கனவே மேற்கொண்டிராவிட்டால், பக்கம் ஞ்.ல் உள்ள அப்பரிசோதனையை மேற்கொள்ளும்படி அவரை ஊக்கப்படுத்துங்கள். உங்களுக்குரிய பரஸ்பரக் காதல் மொழிகளைப் பற்றிக் கலந்து பேசி, உங்கள் மணவாழ்க்கையை மேம்படுத்துவதற்கு இந்த உள்நோக்கைப் பயன்படுத்திக் கொள்ளுங்கள்!

காதல் மொழிகள் ஐந்து

மனைவியின் முதன்மைக் காதல் மொழி

பாராட்டு வார்த்தைகள், பிரத்யேகமான நேரம், பரிசுகள், பணிவிடைகள், அல்லது ஸ்பரிசம் — இவற்றில் எது உங்கள் முதன்மைக் காதல் மொழி? பின்வரும் பயிற்சி அதை உங்களுக்கு உறுதிப்படுத்த உதவும். பிறகு நீங்களும் உங்கள் கணவனும் சேர்ந்து உங்கள் இருவரின் காதல் மொழிகளையும் கலந்து பேசி, உங்கள் மணவாழ்க்கையை மேம்படுத்துவதற்கு இத்தகவலைப் பயன்படுத்திக் கொள்ளுங்கள்.

இதில் முப்பது ஜோடி வாசகங்கள் உள்ளன. ஒவ்வொரு ஜோடியிலும், உங்கள் விருப்பத்தைச் சிறப்பாகப் படம்பிடித்துக் காட்டும் ஒரே ஒரு வாசகத்தை மட்டுமே நீங்கள் தேர்ந்தெடுக்க வேண்டும். நீங்கள் ஒவ்வொரு ஜோடி வாசகத்தையும் படித்து, வலது பக்கத்தில், நீங்கள் தேர்ந்தெடுத்துள்ள வாசகத்தோடு பொருந்தும் எழுத்தை வட்டமிடுங்கள். சில சமயங்களில், ஒரு ஜோடியில் இருந்து ஒரு வாசகத்தைத் தேர்ந்தெடுப்பது உங்களுக்குக் கடினமாக இருக்கலாம். ஆனால் உங்களைப் பற்றித் துல்லியமாக நாம் கண்டறிய ஒரு ஜோடியில் இருந்து நீங்கள் ஒரே ஒரு வாசகத்தை மட்டுமே தேர்ந்தெடுக்க வேண்டும். அவ்வாறு எல்லா ஜோடிகளில் இருந்தும் நீங்கள் தேர்ந்தெடுத்தப் பிறகு, ஒவ்வோர் எழுத்தையும் நீங்கள் எத்தனை முறை வட்டமிட்டுள்ளீர்கள் என்று முதலில் இருந்து கணக்குப் போடுங்கள். பயிற்சியின் முடிவில் கொடுக்கப்பட்டுள்ள கோடிட்ட இடங்களில் அவற்றைப் பொருத்தமாக எழுதிக் கொள்ளுங்கள்.

1. என் கணவரிடம் இருந்து வரும் இனிய காதல் குறிப்புகள் எனக்கு மிகவும் பிடித்திருக்கின்றன. A
   என் கணவர் என்னைக் கட்டிப்பிடிப்பதை நான் விரும்புகிறேன். E

2. என் கணவருடன் நான் தனிமையில் இருக்க விரும்புகிறேன். B
   என் காரைக் கழுவுவதற்கு என் கணவர் உதவும்போது அவர் என்னை நேசிப்பதாக நான் உணர்கிறேன். D

3. என் கணவரிடமிருந்து நான் பரிசுகள் பெறும்போது மகிழ்ச்சியாக உணர்கிறேன். C
   என் கணவருடன் நெடுந்தூரப் பிரயாணங்களை மேற்கொள்வதை நான் பெரிதும் விரும்புகிறேன். B

4. துணிகளைத் துவைப்பதில் என் கணவர் எனக்கு உதவும்போது அவர் என்னை நேசிப்பதாக நான் உணர்கிறேன். D
   என் கணவர் என்னைத் தீண்டும்போது அதை நான் வெகுவாக ரசிக்கிறேன். E

5. என் தோளைச் சுற்றி என் கணவர் தன் கைகளைப் போடும்போது அவர் என்னை நேசிப்பதாக நான் உணர்கிறேன். E
   என் கணவர் என்னைக் காதலிக்கிறார் என்பதை நான் அறிவேன். ஏனெனில், அவர் அவ்வப்போது எனக்குப் பரிசுகள் கொடுத்து என்னை ஆச்சரியப்படுத்துகிறார். C

6. என் கணவருடன் சேர்ந்து எங்கு வேண்டுமானாலும் செல்வதை நான் அதிகமாக விரும்புகிறேன். B
   நான் என் கணவருடன் கைகோர்த்துக் கொள்வதை விரும்புகிறேன். E

7. என் கணவர் எனக்குக் கொடுக்கும் பரிசுகளை நான் மிகவும் மதிக்கிறேன். C
   என்னை நேசிப்பதாக என் கணவர் கூறுவதை நான் பெரிதும் விரும்புகிறேன். A

8. என் கணவர் என்னுடன் நெருங்கி அமர்வது எனக்குப் பிடிக்கும். E
   நான் அழகாக இருப்பதாக என் கணவர் கூறுவது எனக்குப் பிடித்திருக்கிறது. A

9. என் கணவர் என்னுடன் நேரம் செலவிடுவது எனக்கு மகிழ்ச்சி அளிக்கிறது. B
   என் கணவரிடம் இருந்து எனக்குக் கிடைக்கும் மிகச் சிறிய பரிசுகூட எனக்கு முக்கியமானது. C

10. என்னைக் குறித்துத் தான் பெருமைப்படுவதாக என் கணவர் என்னிடம் கூறும்போது அவர் என்னை நேசிப்பதாக நான் உணர்கிறேன். A
    இரவு உணவிற்குப் பிறகு பாத்திரங்களைக் கழுவுவதில் என் கணவர் எனக்கு உதவும்போது அவர் என்னைக் காதலிக்கிறாள் என்பதை நான் அறிகிறேன். D

11. எதுவானாலும் சரி, என் கணவருடன் சேர்ந்து அதைச் செய்வதை நான் விரும்புகிறேன். B
    என் கணவரிடம் இருந்து கிடைக்கும் ஆதரவான வார்த்தைகள் என்னை நல்லவிதமாக உணர வைக்கின்றன. A

12. என் கணவர் செய்யும் சிறுசிறு விஷயங்கள், அவர் கூறும் விஷயங்களைவிட எனக்கு மிகவும் முக்கியமானவை. D

நான் என் கணவரைக் கட்டிப்பிடித்துக் கொள்ள விரும்புகிறேன். E

13. என் கணவரின் பாராட்டுக்கள் எனக்கு அதிக அர்த்தமுள்ளவையாக உள்ளன. A

நான் உண்மையிலேயே விரும்பும் பரிசுகளை என் கணவர் எனக்குக் கொடுப்பது எனக்கு அதிக அர்த்தம் வாய்ந்தது. C

14. வெறுமனே என் கணவருடன் இருப்பது எனக்கு நல்லவிதமான உணர்வை ஏற்படுத்துகிறது. B

என் கணவர் எனக்கு மசாஜ் கொடுக்கும்போது நான் வெகுவாக ரசிக்கிறேன். E

15. என் சாதனைகள் குறித்து என் கணவர் கொள்ளும் பெருமிதம் என்னை ஊக்குவிக்கிறது. A

என் கணவர் மிகவும் வெறுக்கும் ஒரு விஷயத்தில் அவர் எனக்கு உதவுவது என்மீது அவர் கொண்டுள்ள காதலை வெளிப்படுத்துகிறது. D

16. என் கணவரின் முத்தங்கள் ஒருபோதும் எனக்குச் சலிப்பூட்டுவதில்லை. E

நான் மேற்கொள்ளும் காரியங்களில் என் கணவர் உண்மையான ஆர்வம் காட்டுவதை நான் வெகுவாக விரும்புகிறேன். B

17. என் பணித்திட்டங்களில் என் கணவர் நிச்சயமாக எனக்கு உதவுவார் என்று என்னால் உறுதியாகக் கூற முடியும். D

என் கணவரிடமிருந்து கிடைக்கும் ஒரு பரிசைப் பிரிக்கும்போது இன்றும் நான் உற்சாகமடைகிறேன். C

18. என் தோற்றத்தை என் கணவர் புகழ்ந்து பாராட்ட வேண்டும் என்று நான் விரும்புகிறேன். A

என் யோசனைகளை என் கணவர் காது கொடுத்துக் கேட்கிறார், என் கருத்துக்களை மதிக்கிறார் என்பது எனக்கு மகிழ்ச்சியளிக்கிறது. B

19. என் கணவர் என் அருகில் இருக்கும்போது அவரை என்னால் தீண்டாமல் இருக்க முடியாது. E

என் கணவர் எனக்காகச் சிறுசிறு வேலைகளைச் செய்வதை நான் பாராட்டுகிறேன். D

20. எனக்கு உதவியாக என் கணவர் செய்யும் எல்லா விஷயங்களுக்கும் அவருக்கு நான் பாராட்டுப் பட்டயம் வழங்க வேண்டும். D

என் கணவர் எனக்கு அளிக்கும் பரிசுகளை எவ்வளவு சிரத்தையுடன் தேர்ந்தெடுக்கிறார் என்பது குறித்து, சமயங்களில் நான் வியந்து போகிறேன். C

21. என் கணவர் என்மீது ஒருமித்தக் கவனம் செலுத்த வேண்டும் என்று நான் விரும்புகிறேன். B

வீட்டைச் சுத்தமாக வைப்பதில் என் கணவர் எனக்கு உதவுவதை நான் மிகவும் விரும்புகிறேன். D

22. என் பிறந்தநாளுக்கு என் கணவர் என்ன பரிசு தருகிறார் என்பதைப் பார்க்க நான் ஆவலாக இருக்கிறேன். C
நான் அவருக்கு முக்கியமானவள் என்று என் கணவர் கூறுவதைக் கேட்க எனக்கு ஒருபோதும் அலுப்புத் தட்டுவதில்லை. A

23. எனக்குப் பரிசுகள் கொடுப்பதன் மூலம், என்னை நேசிப்பதாக என் கணவர் எனக்குத் தெரியப்படுத்துகிறார். C
வீடு தொடர்பான முக்கியப் பணிகளில் எனக்கு உதவுவதன் மூலம் என் கணவர் தன் காதலை என்னிடம் வெளிப்படுத்துகிறார். D

24. நான் பேசும்போது என் கணவர் குறுக்கிடாமல் இருப்பது எனக்குப் பிடித்திருக்கிறது. B
என் கணவரிடம் இருந்து தொடர்ந்து பரிசுகளைப் பெற விரும்புகிறேன். C

25. நான் களைத்திருக்கும்போது என் கணவர் அதை எளிதில் கண்டுகொண்டு, எனக்கு என்ன உதவி வேண்டும் என்று என்னிடம் கேட்பார். D
நாங்கள் எங்கு செல்கிறோம் என்பது பிரச்சனையல்ல, என் கணவரோடு சேர்ந்து எங்கு வேண்டுமானாலும் செல்ல நான் மிகவும் விரும்புகிறேன். B

26. என் கணவருடன் கொஞ்சிக் குலாவுவதை நான் விரும்புகிறேன். E
என் கணவர் என்னைப் பரிசுகளால் ஆச்சரியப்படுத்துவது எனக்குப் பிடிக்கும். C

27. என் கணவரின் ஊக்குவிக்கும் வார்த்தைகள் எனக்கு நம்பிக்கை அளிக்கின்றன. A
என் கணவருடன் திரைப்படங்கள் பார்ப்பதில் எனக்கு அலாதி விருப்பம். B

28. என் கணவர் தரும் பரிசுகளைவிடச் சிறந்த பரிசுகள் வேறு எதுவும் கிடையாது. C
என் கணவரால் என்னைத் தீண்டாமல் இருக்க முடியாது என்பதை நான் ரசிக்கிறேன். E

29. என் கணவருக்குத் தலைக்கு மேல் வேலை இருந்தும்கூட அவர் எனக்கு உதவி செய்வது அவரது நேசத்தை எனக்கு வெளிப்படுத்துகிறது. D
என் கணவர் என்னைப் பாராட்டும்போது அது உண்மையிலேயே என்னை நல்லவிதமாக உணர வைக்கிறது. A

30. நாங்கள் சில நாட்கள் சந்திக்காமல் இருந்துவிட்டு மீண்டும் சந்திக்கும்போது, நான் என் கணவரைக் கட்டியணைத்து முத்தமிட விரும்புகிறேன். E
என்னை மிகவும் தேடியதாக என் கணவர் என்னிடம் கூறுவதைக் கேட்பது என்னை மகிழ்விக்கிறது. A

A: _____ B: _____ C: _____ D: _____ E: _____

A = *பாராட்டு வார்த்தைகள்* B = *பிரத்யேகமான நேரம்* C = *பரிசுகள்*
D = *பணிவிடைகள்* E = *ஸ்பரிசம்*

பயிற்சியில் உங்களுக்குக் கிடைத்த மதிப்பெண்களின் பொருளறிந்து அவற்றைப் பயன்படுத்துவது எப்படி?

அதிகபட்ச மதிப்பெண்களைப் பெற்றக் காதல் மொழிதான் உங்களது முதன்மைக் காதல் மொழி. இரண்டு காதல் மொழிகளில் உங்களுக்கு ஒரே மாதிரியான மதிப்பெண்கள் கிடைத்திருந்தால் நீங்கள் 'இரு மொழிக்காரர்.' அதாவது உங்களுக்கு இரண்டு முதன்மைக் காதல் மொழிகள் உள்ளன. இரண்டாவது அதிகபட்ச மதிப்பெண்களைப் பெற்றக் காதல் மொழி உங்கள் முதன்மைக் காதல் மொழியின் மதிப்பெண்களுக்கு இணையாக இல்லாமல், ஆனால் அதற்கு நெருக்கமாக இருக்கிறது என்றால், இந்த இரண்டு அன்பின் வெளிப்பாடுகளுமே உங்களுக்கு முக்கியமானவை என்று பொருள். இந்தப் பயிற்சியில் எந்தவொரு காதல் மொழியும் பெறக்கூடிய அதிகபட்ச மதிப்பெண்கள் 12.

நீங்கள் ஒரு காதல் மொழியில், மற்ற நான்கு மொழிகளைவிடக் கணிசமாக உயர்ந்த மதிப்பெண்களைப் பெற்றிருக்கக்கூடும். ஆனால் அந்த நான்கும் குறிப்பிடத்தக்கவை அல்ல என்று உதாசீனப்படுத்திவிடாதீர்கள். உங்கள் கணவர் அந்த நான்கு மொழிகளிலும் தன் அன்பை உங்களிடம் தெரிவிக்கக்கூடும். அவரைப் பற்றி நீங்கள் சரியாகப் புரிந்து கொள்வதற்கு அது உங்களுக்கு உதவும். அதேபோல், உங்கள் கணவர் உங்கள் காதல் மொழியை அறிந்து கொண்டு, நீங்கள் எதை அன்பு என்று கருதுகிறீர்களோ அந்த வழிகளில் அவர் தன் பரிவை உங்களுக்கு வெளிப்படுத்துவது உங்கள் கணவருக்கு நன்மை பயக்கும். நீங்களோ அல்லது உங்களது கணவரோ பரஸ்பரம் மற்றவரின் காதல் மொழியைப் பேசும் ஒவ்வொரு முறையும், அடுத்தவரின் கண்ணோட்டத்தில் உங்கள் மதிப்பு உயர்ந்து கொண்டே போகிறது. இது எண்களுடனான வெறும் விளையாட்டல்ல! நீங்கள் இருவரும் ஒருவரது காதல் மொழியை அடுத்தவர் பேசுவது, உங்கள் இருவரிடையே மாபெரும் இணைப்பைத் தோற்றுவிக்கும். இதன்மூலம் உங்களுக்கிடையேயான பேச்சுவார்த்தை மேம்படும், புரிதல் அதிகரிக்கும், இறுதியாகக் காதல் உணர்வு பெருகும்.

நாகலட்சுமி சண்முகம்

மொழிபெயர்ப்பாளர்

நாகலட்சுமி மிகச் சிறந்த ஊக்குவிப்புப் பேச்சாளர். மக்களிடம் பரிபூரண மாற்றம் கொண்டுவரும் கருத்தரங்குகளை இவர் நடத்தி வருகிறார். அமெரிக்காவின் ஊக்குவிப்புப் பயிற்சியாளர்களில் தலைசிறந்தவராக விளங்குபவரும் Chicken Soup for the Soul புத்தகங்களின் இணையாசிரியருமான **ஜாக் கேன்ஃபீல்டிடம்** அமெரிக்கா சென்று நேரடிப் பயிற்சி பெற்றவர். முழுநேரப் பேச்சாளராக ஆவதற்கு முன்பு, பத்து வருடங்கள் கணினித் துறையில் தலைமைப் பொறுப்பு உட்பட, பல பதவிகளை வகித்தவர்.

தமிழ் நாடகத் துறை முன்னோடி மேதைகளான டிகேஎஸ் சகோதரர்களில் ஒருவரான திரு முத்துசாமி அவர்களின் பேத்தியான நாகலட்சுமியிடம் இருந்த இயல்பான தமிழ் ஆர்வம் அவரைத் தமிழ் மொழிபெயர்ப்புத் துறைக்கு இழுத்து வந்துள்ளது. அவருடைய சமீபத்திய மொழிபெயர்ப்பு நூல்களில், **ரோண்டா பைர்னின்** 'சக்தி,' **டாக்டர் ஜோசப் மர்ஃபியின்** 'ஆழ்மனத்தின் அற்புத சக்தி,' **ஜான் மேக்ஸ்வெல்லின்** 'உங்களுக்குள் இருக்கும் தலைமைத்துவத்தை வளர்த்தெடுக்க,' **டாக்டர் ஸ்பென்சர் ஜான்சனின்** 'என் சீஸை நகர்த்தியது யார்?' **நார்மன் வின்சென்ட் பீலின்** 'நேர்மறைச் சிந்தனையின் வியத்தகு சக்தி,' **டேல் கார்னகியின்** 'நண்பர்களை எளிதாகப் பெறுவதும் மக்களிடம் செல்வாக்குடன் விளங்குவதும் எப்படி,' மற்றும் 'கவலையை விட்டொழித்து மகிழ்ச்சியாக வாழ்வது எப்படி' ஆகிய நூல்களும் அடங்கும்.

நாகலட்சுமி தனது கணவருடனும் இரு குழந்தைகளுடனும் தற்போது மும்பையில் வசித்து வருகிறார்.

கேரி சேப்மேன்

திருமணம் மற்றும் குடும்ப உறவு வல்லுனர்

மனித உறவுகளில் மிக முக்கியமான ஒன்றாகத் திகழ்கின்ற கணவன் மனைவி உறவில் மேம்பாட்டை ஏற்படுத்த நாம் உதவி கேட்டு அணுக, கடந்த 45 வருடங்களுக்கும் மேலாக கரோலினுடன் மகிழ்ச்சியாக மணவாழ்க்கை நடத்திக் கொண்டிருக்கும் டாக்டர் கேரி சேப்மேனைவிடப் பொருத்தமானவர் வேறு யாரும் இருக்க முடியாது. அவரது சொந்த அனுபவங்களும், 35 வருடங்களுக்கு மேலாகப் பாதிரியாராகவும், திருமணம் மற்றும் குடும்ப உறவு ஆலோசகராகவும் பணியாற்றியதன் மூலமாகக் கிடைத்த அனுபவங்களும் 'காதல் மொழிகள் ஐந்து' என்ற புத்தகத்தை எழுத அவரைத் தூண்டின. இன்றுவரை இப்புத்தகம் ஐம்பது இலட்சத்திற்கும் அதிகமான பிரதிகள் விற்பனையாகி உள்ளது. இது முப்பத்தெட்டு மொழிகளில் மொழிபெயர்க்கப்பட்டுள்ளது. இந்நூல் 'நியூயார்க் டைம்ஸ்' பத்திரிகையின் அதிகமாக விற்பனையாகும் புத்தகப் பட்டியலில் இப்போதுகூட இடம் பெற்றுக் கொண்டிருக்கிறது. தங்கள் வாழ்க்கைத் துணைவரிடம் தங்களுடைய காதலை வெற்றிகரமாக வெளிப்படுத்தக் கற்றுக் கொடுத்ததன் மூலம் தங்கள் திருமணத்தை இப்புத்தகம் காப்பாற்றிக் கொடுத்துள்ளதாகப் பல இலட்சம் பேர் தெரிவித்துள்ளனர்.

1938ல் பிறந்த கேரி சேப்மேன், சர்வதேச அளவில் பெரிதும் மதிக்கப்படுகிற, இல்லறம் மற்றும் குடும்ப உறவு வல்லுனராகத் திகழ்கிறார். அவர் அமெரிக்கா முழுவதும் பயணம் செய்து இல்லறம் மற்றும் குடும்ப உறவுகள் குறித்துப் பேசி வருகிறார். அதோடு இங்கிலாந்து, ஆப்பிரிக்கா, சவுதி அரேபியா, துருக்கி, மெக்சிகோ மற்றும் ஹாங்காங் உட்பட, பல நாடுகளுக்கும் சென்று அவர் சொற்பொழிவுகள் ஆற்றியுள்ளார்.

அவர் மொத்தம் இருபத்தெட்டுப் புத்தகங்கள் எழுதியுள்ளார். ஐந்து வீடியோத் தொடர்களையும் தயாரித்துள்ளார். இல்லறம் மற்றும் குடும்ப உறவுகள் குறித்து அவர் வானொலியில் ஆற்றும் உரையை நூற்றுக்கும் அதிகமான வானொலி நிலையங்கள் ஒலிபரப்பி வருகின்றன. அதை இணையத்தளத்திலும் கேட்கலாம்.

வடக்குக் கரோலினா மாநிலத்தில் இருக்கும் வின்ஸ்டன் - சேலம் நகரில் உள்ள கால்வரி பாப்டிஸ்ட் தேவாலயத்தில் பாதிரியாராகப் பணிபுரிந்து வருகிறார். அவரும் அவரது மனைவி கரோலினும் அவ்வூரில் வசித்து வருகின்றனர். அவருக்கு இரு வளர்ந்த குழந்தைகளும், இரு பேரக்குழந்தைகளும் உள்ளனர்.